'Teach Yourself How To Remember Anything'
या इंग्रजी पुस्तकाचा अनुवाद

गुरुकिल्ली स्मरणशक्तीची

स्मरणशक्ती वाढवा आणि व्यवसायात यशस्वी व्हा

मार्क शॅनन

अनुवाद
डॉ. ल. मा. शिवणेकर

मेहता पब्लिशिंग हाऊस

Please contact us at **Mehta Publishing House,** Pune 411030.
✆ +91 020-24476924 / 24460313 / Mob. No. 954500513
Email : production@mehtapublishinghouse.com
Website : www.mehtapublishinghouse.com

- *या पुस्तकातील लेखकाची मते, घटना, वर्णने ही त्या लेखकाची असून त्याच्याशी प्रकाशक सहमत असतीलच असे नाही.*

TEACH YOURSELF HOW TO REMEMBER ANYTHING
by MARK CHANNON

First Published in UK 2011 by Hodder Education,
part of Hachette UK 338 Euston Road, London, NW 1 3BH
www.hoddereducation.co.uk
Translated into Marathi Language by Dr. L. M. Shivnekar

गुरुकिल्ली स्मरणशक्तीची / मार्गदर्शनपर

अनुवाद : डॉ. ल. मा. शिवणेकर
Email : author@mehtapublishinghouse.com

प्रकाशक : सुनील अनिल मेहता, मेहता पब्लिशिंग हाऊस,
१९४१, सदाशिव पेठ, माडीवाले कॉलनी, पुणे ४११०३०.

मुद्रक : पार्कसन्स ग्राफिक्स

मुखपृष्ठ : मेहता पब्लिशिंग हाऊस

प्रथमावृत्ती : ऑगस्ट, २०२१

किंमत : ₹ ३२०

P Book ISBN 9789391151171
E Book ISBN 9789391151270
E Books available on : amazonkindle Apple Books Google Play Books

---

लेखकाशी भेट

उत्तम स्मरणशक्ती असलेला तरुण म्हणून माझ्या तारुण्यात कोणी माझी दखल घेतली नसती. सन १९८०च्या उत्तरार्धात मी अभिनयाचे प्रशिक्षण घेत असताना नाटकाची संहिता पाठ म्हणायला मला सहज जमत असे परंतु नावे, तपशील शब्दार्थांचा नेमका अर्थ लक्षात ठेवणे मला नेहमीच आव्हान वाटायचे.

माझ्या वयाच्या विशीच्या पूर्वार्धात स्टिव्ह रॉजर्स या माझ्या मित्राने स्मरणशक्ती वाढविण्यासंदर्भात प्रशिक्षण दिले. मी खूपच प्रभावित झालो. मला प्रेरणा मिळाली. अशीच प्रतिक्रिया शेकडो लोकांची होती. धूसर होण्याआधी मेंदूत विचार प्रतिमा सावकाश तयार होऊन त्या मुखातून प्रकट होऊ लागल्या. हे मला माझ्या शाळेत कोणी का शिकविले नाही? हा प्रश्न माझ्या मनात घर करून बसला. तथापी केवळ यादीतील तपशील लक्षात ठेवण्यापलीकडे जाऊन काही अधिक करायची माझी इच्छा बळावली. स्मरणशक्तीची ही तंत्रे माझ्या जीवनात कुठे वापरू शकतो याचा शोध घेण्याची माझी भूक वाढली.

वेस्ट एन्ड प्रॉडक्शनच्या क्रेझी फॉर यू या शोसाठी मी काम करीत असताना सुमारे वर्षभराने मला माझ्या मध्यस्थाचा फोन आला. एका गेम शोसाठी माझ्याकडे काही चांगल्या कल्पना आहेत काय? अशी त्याने विचारणा केली. अभिनेता म्हणून माझ्यासाठी नाही हे उत्तर देणे गैर होते. मला थोडा विचार करू दे. मी तुला फोन करतो. असे मी त्याला उत्तर दिले. मला ही एक उत्तम संधी वाटली. लागलीच बैठक मारली. अवघ्या ३० मिनिटात मेमरी मास्टर्स नावाच्या नव्या खेळाचा आराखडा मी लिहून काढला. स्मरणशक्तीविषयक एका सघन कार्यशाळेत प्रशिक्षण घेतल्यानंतर समाजातील विविध स्तरातील सर्वसामान्य लोकही स्मरणशक्तीचे आश्चर्यकारक चमत्कार प्रकट करू लागले. आठवडाभरातच मी एक निर्माण कंपनी सुरू केली, आणि बारा महिन्याच्या आत बॉब मॉन्कहाऊस यांनी मुख्य वेळात साप्ताहिक शो बीबीसीवर सादर केला.

स्मृती तंत्रे आणि मनोव्यापाराचे आरेखन या क्षेत्रात एक प्रशिक्षक व मार्गदर्शक म्हणून माझ्या प्रवासाला सुरुवात झाली. पुढच्याच वर्षी वर्ल्ड मेमरी चॅम्पियनशिप या स्पर्धेत मी सहावा आलो. आणि ग्रँड मास्टर ऑफ मेमरी म्हणून मला जगात तिसरे मानांकन मिळाले. केवळ स्पर्धेवर मी माझे लक्ष केंद्रीत केले नव्हते. परंतु ही तंत्रे व्यक्तीच्या जीवनात कुठे उपयुक्त ठरतात यात मला अधिक रस होता. एक

अभिनेता, संमोहनशास्त्र तज्ज्ञ आणि प्रशिक्षक या नात्याने गेल्या पंधरा वर्षांहून अधिक काळापासून रॉथशिल्ड, लिंकन नॅशनल, डिस्लेक्सिया स्कॉटलंड आणि बीबीसी या संस्थांसाठी स्मरणशक्ती, मेंदूचे आरेखन आणि सर्जनशीलता या विषयांवर चर्चासत्रांचे आयोजन केले. सर्व वयोगटातील विद्यार्थ्यांबरोबर कार्य केले. इटन, रूडियन, ओखम, वुडिंगहम, उंडल, सेंट बेडस व्हिटगिफ्ट आणि सेंट पिटर्स या स्वतंत्र विद्यापीठांमधून मी प्रशिक्षण देण्याचे कार्य केले आणि अलीकडे बीबीसीसाठी व्यक्तिविशिष्ट आणि सामसजिक संदर्भ देऊन आयप्लेअर, न्यूज, स्पोर्ट आणि २०१२ सालातील ऑलिंपिकसाठी प्रॉडक्ट मॅनेजर म्हणून कार्य केले.

मला संमिश्र व्यावसायिक पार्श्वभूमी आणि अनुभव मिळाल्यामुळे कोणत्याही गोष्टी लक्षात कशा ठेवाव्यात? यासाठी साध्या, सोप्या व्यावहारिक आणि अत्यंक प्रभावी कौशल्य नीती आखताना मला मदत झाली. याआधारे तुम्ही तुमची व्यावसायिक प्रगती करावी आणि अभिजात स्मृती तंत्रांचा शोध घेऊन उद्योगधंदा असो अगर फुरसतीच्या वेळातील छंद असो, तुमचे जीवन समृद्ध करण्यासाठी कसा उपयोग करायचा यावर लक्ष केंद्रीत कराल.

सारांश, कोणत्याही गोष्टी लक्षात कशा ठेवाव्यात? ही कल्पना केवळ लक्षात ठेवण्यापुरती मर्यादित नसून विशिष्ट हेतूने लक्षात ठेवण्यासाठी आहे, केवळ समजून घेणे एवढेच नसून त्यानंतर कृती करणे आणि फलप्राप्ती करणे यावर खरा भर असावा असे अपेक्षित आहे. गेल्या काही वर्षात सर्व वयोगटातील विद्यार्थी आणि व्यावसायिकांना ही तंत्रे आणि कौशल्ये शिकविण्याची संधी मला मिळाली हे मी माझे भाग्य समजतो. ही तंत्रे तुमच्यापर्यंत पोहचविताना मी स्वत:ला गौरवान्वित झाल्याचे अनुभवतो.

– मार्क शॅनन

www.howtorememberanything.com.uk

एक मिनिट

सुमारे दोन हजार वर्षांपूर्वी ग्रीक लोकांनी स्मरणशक्ती तंत्रांचा शोध लावला. त्यांना ते स्मरणाची कला म्हणत. 'कोणत्याही गोष्टी लक्षात कशा ठेवाव्यात?' या पुस्तकात ही तंत्रे अद्ययावत माहितीसकट दिली असून, त्यांच्या आधारे आपण आपले जीवन कसे समृद्ध करू शकतो, हे प्रात्यक्षिकासह दिले आहे.

या पुस्तकात चार विभाग दिले आहेत. १. पायाभूत तत्त्वे २. विचार करण्याचा नवा मार्ग ३. लक्षात कसे ठेवावे ४. व्यावसायाच्या प्रगतिपथावर

तुमची स्मरणशक्ती तुम्हाला कशी प्रभावित करते, हा प्रश्न पहिल्या भागात उपस्थित केला आहे. स्मरणशक्तीरूपी इमारतीचे दगड कोणते, स्मरणासाठी स्वतःला कसे तयार करावे, हे नीट समजून घ्या. अध्ययनचक्राचा शोध घ्या. ज्ञानेंद्रिये खुली करा. प्राप्त माहितीवर चिंतन करून तुमच्याकडे असलेल्या ज्ञानाशी तुलना करा. स्वतःला प्रश्न विचारा. योग्य निर्णय घेऊन कृती करा. अपेक्षित उद्दिष्ट साध्य करा.

स्मरणशक्तिसुधार व कल्पक स्मरण यांच्या गाभाभूत विचारांचा उलगडा दुसऱ्या विभागात केला आहे. त्यांचा उपयोग मानसिक साधने व तंत्रे तयार करण्यासाठी होतो. मूलभूत व प्रगत स्मरणाच्या विविध संकल्पना कशा प्रकारे कार्य करतात, त्यांचा उपयोग कसा करावा, याविषयी मार्गदर्शन केले आहे. अध्ययनचक्र हे भिंगाप्रमाणे वापरावे. तुमची कल्पनाशक्ती तुम्हाला स्मरणप्रणालीच्या प्रांगणात घेऊन जाईल. या भिंगातूनच स्मरण क्षेत्रातील प्रवासाचा अनुभव तुम्ही घ्या.

तुम्ही आत्मसात केलेली स्मरणकौशल्ये व व्यूहरचना यांचा विचार तिसऱ्या विभागात केला आहे. वेगवेगळ्या परिस्थितीत वेगवेगळ्या प्रसंगांमधून जाताना यांचा उपयोग कसा करावा याचे मार्गदर्शन केले आहे. नावे स्मरणात ठेवण्यासाठी अभिनव स्मरणतंत्र, सामान्यज्ञान वाढविणे, भावी कार्ये स्मरणात ठेवण्यासाठी योजना करणे, पुस्तके, संहिता, सादरीकरण इत्यादी स्मरणात कसे ठेवावे, हे तुम्हाला शिकता येईल.

प्राप्त केलेली कौशल्ये व व्यूहरचना या प्रत्यक्ष जीवनात कशा वापरता येतात, मुलाखतीच्या वेळी तुम्ही आपली छाप पाडून आपली व्यावसायिक प्रगती कशी साधायची, तसेच व्यवसायात आज आणि भविष्यात आपल्या भूमिका प्रभावीपणे कशा पार पाडू शकाल, यांचे मार्गदर्शन चौथ्या विभागात केले आहे.

प्रस्तावना

खरे तर, सुरुवातीच्या काळात मी स्वतःला स्मरणकार कधी समजलोच नाही. स्मरणतंत्रे ही, मी जे काही केले त्याचे अभिन्न अंग होती. स्मृतिविकास हे ध्येयप्राप्तीचे एक साधन आहे असे मी मानतो. विविध क्षेत्रांतील प्रज्ञावंतांना स्मरणशक्ती वाढविण्याचे प्रशिक्षण देताना मला नेहमीच आनंद व समाधान मिळाले आहे. अशा व्यक्तींनी विविध स्पर्धांत नैपुण्य सिद्ध केले आहे. स्मृती विकसन तंत्रांचा त्यांच्या जीवनावर कसा परिणाम झाला आहे याचा प्रत्यक्ष अनुभव त्यांनी घेतला आहे. तीच भावना त्यांच्यात आजही कायम आहे, म्हणूनच या पुस्तकातील विचार तुमच्याबरोबर शेअर करण्यास मी आतुर आहे.

स्मृतिविकसन या विषयावर गेल्या काही वर्षांत अनेक पुस्तके लिहिली गेली. त्यांपैकी काही पुस्तके मी स्वत: वाचलेली आहेत. सांगायचेच झाले तर, या पुस्तकांमधून दिलेली उदाहरणे मी प्रत्येक व्यवहारात शोधत राहिलो. यांचा प्रत्यक्षात उपयोग मला कसा करता येईल, याचा विचार करीत राहिलो. स्मरणतंत्रे कशी कार्य करतात या संदर्भात अनेक उत्तम पुस्तके होती, त्यातून माझी मर्मदृष्टी विकसित झाली. तरीही हे एक मोठेच आव्हान होते. प्रत्यक्ष जीवनात या तंत्रांचा उपयोग करण्याविषयी पुरेसे मार्गदर्शन मिळत नाही असे मला वाटायचे. त्यावर खोलवर चिंतन केल्यास माझ्यातील 'मी' घडू शकेन असे वाटत राहिले. त्यात डुंबून गेलो. त्यामुळे ही तंत्रे व त्यांचा उपयोग करण्याचा ध्यास हा माझा दुसरा स्वभाव बनला.

माझ्या व्यक्तिमत्त्वाला विविध रंगांची व भिन्न व्यवसायांची पार्श्वभूमी लाभली आहे (नर्तक, अभिनेता, विकासक, प्रशिक्षक, कोच/मार्गदर्शक, निर्मितिव्यवस्थापक). तुम्हाला एखादी गोष्ट खरीच समजून घ्यायची असेल तर प्रथम अनुभव घेऊन नंतर काही तरी कृती करायला हवी. एखाद्या बाबीवर प्रभुत्व मिळवायचे असेल तर त्यात तुम्हाला डुंबून जायला हवे, हे माझ्या मनात अत्यंत स्पष्ट होते. असे प्रभुत्व मिळाल्यावरच उच्च दर्जाची कामगिरी करणे शक्य होते; आणि मग आपल्या जीवनात जे बदल आपल्याला करावेसे वाटतात ते प्रत्यक्षात घडवून आणता येतात.

माझी स्मणशक्ती मी कशी सुधारू शकेन हे शिकण्याची माझी इच्छा होती, त्यामुळे मला नाटकातील संवाद लवकर पाठ होणार होते. सन १९९०च्या दशकाच्या उत्तरार्धात वेबसाइट विकसित करण्यासाठी मला याचा उपयोग होणार

होता. सभेच्या वेळी सभेतील सदस्यांची नावे लक्षात ठेवणे शक्य होणार होते. लोकांबद्दलच्या महत्त्वाच्या बाबी लक्षात राहणार होत्या. परिषदांमध्ये मिळणारी माहिती चटकन ग्रहण करणे शक्य होणार होते. माहितीचे सादरीकरण अधिक गतीने व प्रभावीपणे करता येणे शक्य होणार होते. कुठलीही गोष्ट पट्कन आठवण्यासाठी मला स्वतःला सज्ज करता येणे शक्य होणार होते... अशी बरीच मोठी यादी होऊ शकेल.

स्मरणशक्तीचा विकास कसा करता येईल, याबद्दल सुरुवातीपासूनच माझ्या मनात अत्यंत उत्सुकता होती. त्यामुळे ही अद्‌भुत स्मरणशक्तितंत्रे आणि ती प्रत्येकाला कशी उपयुक्त ठरतील याविषयी लोकांशी मी बोलत राहिलो.

स्मरणशक्ती विकासाचे उद्दिष्ट कसे साध्य करायचे, हे शिकण्यासाठीचे या पुस्तकात सांगितलेले मार्ग आणि स्मरणशक्तीची तंत्रे तुम्हाला घेऊन जातील एका वाटेवर. त्या वाटेवरचा प्रवास असेल, ही तंत्रे समजून घेण्यापासून ते ती अंगात मुरवून घेत, प्रत्यक्ष अनुभवत, त्यावर प्रभुत्व मिळवून त्यांपैकी कोणती तुमच्या व्यावसायिक वाटचालीमध्ये कशी वापरता येतील, हे नेमके निवडण्यापर्यंतचा.

स्मरणशक्ती विकासाचे चार टप्पे आहेत.

- **पायाभूत तत्त्वे :** संपूर्ण पुस्तकात दिलेल्या व्यूहरचना कशा हाताळाव्यात या संदर्भात आलेल्या संकल्पनांचा परिचय या भागात होईल.
- **विचार करण्याचा नवा मार्ग :** हा भाग म्हणजे विविध साधनांचा एक संच आहे. या संचाच्या मदतीने तुम्ही आपले तंत्र घडवायला शिकाल.
- **लक्षात कसे ठेवावे :** उपरोक्त तंत्रांच्या संदर्भात अन्य क्लृप्त्या, बारकावे आत्मसात करण्याची संधी तुम्हाला या भागात मिळेल.
- **व्यवसायाच्या प्रगतिपथावर :** या कौशल्यांचा उपयोग दैनंदिन जीवनात करून तुमच्या व्यावसायिक जीवनात लक्षणीय बदल घडवून आणता येईल.

या पुस्तकात भरपूर कृतिपेटिका दिल्या आहेत. एखादी कृतिचौकट पाहिल्यावर निष्क्रिय वाचनाकडून तुम्ही सक्रिय सहभागाकडे वळा. असे केल्याने या भागातील आशयाचे आकलन व धारणाशक्ती वाढेल; त्याचबरोबर या संकल्पनांचा दैनंदिन जीवनात उपयोग करण्याच्या क्षमतांमध्ये वृद्धी होईल. या भागातील सर्व कृतींना वेळेचे बंधन आहे. प्रत्येक कृतीला एक विशिष्ट कालमर्यादा निश्चित केली आहे. यांपैकी काही कृती अल्प वेळात पूर्ण करता येतील, काही कृती पूर्ण करायला तुम्हाला थोडा अधिक काळ लागू शकेल. प्रत्येक कृतीला काळाचे बंधन असल्यामुळे

निर्धारित वेळातच ती कृती करून लगेच पुढचा मुद्दा - संबंधित कृती अशी साखळी कायम ठेवून शिकण्याच्या प्रक्रियेची तुमची गतिमानता कायम ठेवण्याचा प्रयत्न संपूर्ण पुस्तकभर करण्यात आला आहे. व्यक्ती तितक्या प्रकृती. म्हणून ही एक स्थूलमानाने रूपरेषा आहे. यदाकदाचित एखादी कृती निर्धारित वेळात तुम्ही पूर्ण करू शकला नाहीत तरी काही बिघडत नाही. नंतर ती कृती पुन्हा कधी करा किंवा ती कृती लगेचच पुन्हा करा.

पुस्तक वाचताना तुम्ही पुढील कृती करू शकता. प्रशिक्षणाचे सत्र समजून तुम्ही कार्य करू शकता किंवा तुम्हाला महत्त्वाच्या वाटलेल्या कृतीवर आधारित स्वतःचे टिपण काढून मग सवडीने त्याकडे पुन्हा वळू शकता. एखादी कृती निरर्थक व असंबद्ध आहे असे वाटेलही कदाचित्. ती कृती पुन्हा वाचा. तिचा उपयोग तुम्हाला जीवनात कुठे करता येईल यावर चिंतन करा.

आता एक प्रयत्न करून पाहा : प्रत्येक कृती एक छोटासा खेळ किंवा पूर्ण करायचा एक छोटासा उपक्रम आहे.

कृती : तुमचे लक्ष्य
कालमर्यादा : १० मिनिटे

- फारसा विचार न करता प्रश्नांची उत्तरे द्या. (जवळ पेन व पेपर असल्यास लिहा.)
  - हे पुस्तक तुम्ही का वाचता आहात?
  - या पुस्तकाच्या वाचनातून तुम्हाला काय अपेक्षित आहे?
- जर तुम्ही उत्तरे देऊ शकला नाहीत तर या पुस्तकाचे अवलोकन करा (फक्त ५ मिनिटे). पुस्तकाची पाने चाळा. आशयाचा अंदाज घ्या. यांपैकी काही भाग तुमचे लक्ष वेधून घेतील. त्यांची नोंद घ्या. परंतु लक्षात ठेवण्यासाठी मेंदूला फारसा ताण देऊ नका.
- पुस्तक वाचण्यापूर्वी वरील टप्पे पूर्ण केल्याची खात्री करा.
- तुमचे लक्ष वेधून घेणाऱ्या संकल्पनांच्या संदर्भात टिपण तयार करा. यात एक-दोन किंवा जास्तीत जास्त २० मुद्दे असू शकतात.

मनात आणलं तर काहीही लक्षात ठेवण्याची क्षमता तुमच्यात आहेच. तुम्ही हे पुस्तक वाचता आहात, म्हणजे शक्यता आहे की तुम्ही तुमची सध्याची

स्मरणशक्ती सुधारण्याच्या मार्गांचा एकतर शोध घेत आहात; किंवा तुमच्या दैनंदिन जीवनात, उद्योगात किंवा व्यवसायात उपयुक्त अशी व्यावहारिक कौशल्ये संपादन करण्याचा प्रयत्न करीत आहात.

तुमच्यापैकी काही जण विशिष्ट कार्यासाठी उपयुक्त असलेल्या तंत्रांवर प्रभुत्व मिळवून सक्षम बनू इच्छित असतील. त्याहीपेक्षा पुढे जाऊन अन्य काही जण वैयक्तिक पातळीवर प्रभावी बनण्यासाठी आवश्यक कौशल्ये संपादन करून आपल्या व्यवसायात या तंत्रांचा उपयोग करतील.

तुमच्या जीवनाचे अविभाज्य अंग होऊ शकेल अशी प्रभुत्व पातळी तुम्ही गाठू इच्छित असाल. म्हणजेच केवळ एक तंत्र म्हणून तुम्ही त्यांचा विचार करणार नाही, तर तुमची कृती, तुमची शिकण्याची पद्धत, तुमचे वर्तन, तुमचे इतरांना मार्गदर्शन यांतून ते प्रतिबिंबित होईल.

शीघ्र स्मरण, अधिक आशय दीर्घ काळ स्मरणात ठेवणे, हे जरी शक्य असले तरी कोणत्याही कौशल्याप्रमाणे स्मरणकौशल्यावर प्रभुत्व मिळविण्यासाठी वेळ देणे आणि या कार्यासाठी वाहून घेणे आवश्यक आहे; कारण स्मरणशक्ती वाढविण्यासाठी जादूची कोणतीही छडी नाही.

तुमचा मेंदू कसे कार्य करतो हे स्पष्ट करण्याचा या पुस्तकाचा हेतू नाही; परंतु स्मरणशक्तीसाठी उपयुक्त तंत्रे व अध्ययनपद्धती उपलब्ध करून देऊन त्यायोगे तुमच्या जीवनात व व्यवसायात मौलिक भर टाकण्याचा प्रयत्न केलेला आहे. वाचलेली किंवा केलेली प्रत्येक गोष्ट स्मरणात ठेवायला शिकविणे हा हेतू नसून, तुम्ही जे ठरवाल त्या बार्बीपैकी काहीही लक्षात ठेवण्याची कौशल्ये देण्याचा प्रयत्न या पुस्तकात करण्यात आला आहे.

स्मरणशक्ती तंत्रे ही व्यक्तिसापेक्ष आहेत, त्यामुळे त्यांचे विविध प्रकारे अर्थ लावता येतात. तुम्ही या पुस्तकात जे वाचता ते अनुभवणे व अशा रीतीने या पुस्तकात तुम्ही जे वाचाल ती तुम्हाला स्वतःला आलेली अनुभूती बनविणे, हे तुमचे ध्येय असले पाहिजे- मार्ग कोणताही निवडा. या पुस्तकातील व्यूहरचना तुमच्या आयुष्यात व व्यवसायात निश्चित बदल घडवून आणून समृद्ध करतील. मस्त मजा करा. प्रवासाचा आनंद लुटा.

अनुक्रमणिका

विभाग १

पायाभूत तत्त्वे

ध्येयशून्य आणि दिशाहीन प्रयत्न व धाडस हे पुरेसे ठरत नाहीत.

जॉन एफ. केनेडी

१

स्मरणशक्ती

या प्रकरणात तुम्ही पुढील गोष्टी शिकाल.

- तुमच्यासाठी स्मरणशक्तीचे महत्त्व
- सुपरिचित स्मरणशक्तीचे सर्वसाधारण प्रकार
- स्मरणशक्ती विकासाचे टप्पे
- स्मरणशक्ती : एक कला

मेंदूविषयी सविस्तर माहिती देणे, हा या प्रकरणाचा हेतू नाही; तर तुमच्या जीवनात स्मरणशक्तीला असलेले महत्त्व, तुम्हाला ज्ञात असलेले स्मरणशक्तीचे विविध प्रकार आणि तुमची स्वत:ची धारणक्षमता या बाबतीत चिंतन करायला प्रेरित करणे, हे उद्दिष्ट आहे. काय शक्य आहे याविषयी तुमच्या दृष्टिकोनात बदल घडवून आणण्याचा प्रयत्न आहे. स्मरणशक्ती विकासाच्या व्यावहारिक उपयुक्ततेविषयी तुमच्या मनातील पूर्वग्रह दूर करण्याचे प्रयत्न तुम्ही स्वत: करू शकाल.

तुमची स्मरणशक्ती

आपण ज्या युगात जगतो, तिथे जर अधिकाधिक गोष्टी लक्षात ठेवणे अपेक्षित आहे, तर केवळ आपल्याला काय आठवते- एवढेच नव्हे, तर त्याचबरोबर कसे आठवते, यावर लक्ष केंद्रित केले पाहिजे. लिहा-वाचायला किंवा एखादा क्रीडा प्रकार शिकण्यासाठी आपण कित्येक महिने किंवा वर्षे खर्च करतो; परंतु शिकायचे कसे यासंबंधी उपयुक्त तंत्रे शिकण्यासाठी आपली बांधिलकी कमीत कमी असते. ही तंत्रे योग्य वेळी सहज उपलब्ध नसणे, हे यामागील एक प्रमुख कारण आहे. यात वेळ वाया जातो असाही समज असू शकतो, किंवा वेळ मारून नेणे सोपे आहे असे वाटते. तुमची जडणघडणच तशी झाली आहे असा विश्वास असतो कदाचित. ही गोष्ट तुमच्या लक्षात राहते; परंतु ती गोष्ट तुम्हाला आठवत नाही.

स्मरणशक्ती एक कला आहे. आणि इतर कोणत्याही कलेप्रमाणे त्यावर प्रभुत्व मिळवायला वेळ लागतो. जेवढी कौशल्ये तुम्ही आत्मसात करता, त्यांचे फायदेसुद्धा मोठेच असतात. अपेक्षित ध्येय गाठण्यासाठी कोणती प्रभुत्वपातळी गाठणे आवश्यक आहे. याचे सूत्र म्हणजे स्मरणशक्ती. 'तुमची स्मरणशक्ती किती चांगली असावी असे तुम्हाला वाटते,' अशा प्रश्नांची उत्तरे शोधण्यापूर्वी सध्या ती उपयुक्त ठरत आहे किंवा तिच्या कमतरतेमुळे किती अडचण होत आहे, हे नेमके ओळखण्याची गरज आहे.

कृती- स्मरणशक्तीचे तुमच्या जीवनातील स्थान
कालमर्यादा : १० मिनिटे

जीवन जगण्यासाठी स्मरणशक्तीची अत्यंत महत्त्वाची भूमिका असल्याचे आपणास मुळातच माहीत आहे. स्मरणशक्ती नसेल तर आपणास काही कळणार नाही किंवा संदर्भही लागणार नाहीत. या संदर्भात काही क्षेत्रांची ओळख होण्यासाठी पुढील प्रश्नांची उत्तरे द्या.

- स्मरणशक्तीमुळे तुम्हाला कुठे लाजिरवाणे वाटते?
- तुमची स्मरणशक्ती कुठे उत्तम कार्य करते?
- यापूर्वी तुम्ही स्मरणशक्ती तंत्रांचा उपयोग केला असल्यास त्या वेळी त्यांचा कितपत उपयोग झाला?
- यापूर्वी तुम्ही स्मरणशक्ती तंत्रांचा उपयोग केला असल्यास त्या वेळी सर्वांत मोठे आव्हान कोणते होते?
- या पुस्तकातील सूचना वाचून व त्यानुसार कृती केल्यानंतर तुम्हाला काय करता आले पाहिजे, अशी अपेक्षा आहे?
- सध्या तुमच्या स्मरणशक्तीला १ ते १० पैकी किती गुण द्याल?
- १-१० या क्रमवारीत आपली स्मरणशक्ती कोणत्या क्रमांकावर असणे तुम्हाला आवडेल?
- तुमच्या मते १चा अर्थ काय? तसेच १०चा अर्थ काय?
- तुमच्या स्मरणशक्तीचे गुण व वर्णन असलेला तक्ता दर्शनी भागात ठेवा.

स्मरणशक्तीचे प्रकार

स्मरणशक्तीचे विविध प्रकार वर्णन करण्यासाठी अनेक भिन्न-भिन्न संज्ञा वापरात

आहेत. या सर्व स्मरणशक्ती प्रकारांचा सविस्तर अर्थ स्पष्ट करणे किंवा एका संज्ञेच्या जागी दुसरी पर्यायी संज्ञा वापरायला सांगणे, हा आपला हेतू नाही. परंतु व्यापक प्रमाणावर वापरल्या जाणाऱ्या काही मूलभूत संज्ञांचा संक्षिप्त आढावा घेऊन त्या कोणत्या संदर्भात तुम्हाला कुठे व कशा अनुभवाला येतील याची थोडक्यात माहिती देणे, हा हेतू स्पष्ट आहे. या व्यावहारिक मार्गाचा अवलंब केल्यामुळे एका सर्वसमावेशक व सामायिक भाषेची संदर्भचौकट तयार होईल.

कन्साइज लर्निंग ॲण्ड मेमरी (जॉन एच. बायर्निस, २००९) या पुस्तकात टल्विंग(२००७) यांनी स्मरणशक्तीच्या २५६ विविध प्रकारांची ओळख दिल्याचा संदर्भ वाचायला मिळतो.

व्यक्त (जाणतेपणे) स्मरणशक्ती

भूतकाळातील अनुभव, प्रसंग किंवा वस्तुस्थिती आठवण्याचा जाणीवपूर्वक प्रयत्न आपण व्यक्त स्मरणशक्ती प्रकारामार्फत करतो.

कृती-पुढील शब्दांचा अभ्यास करा.

कालमर्यादा : ५ मिनिटे

१ पुढील शब्दांच्या अभ्यासासाठी एक मिनिट वेळ द्या. शब्दांच्या अर्थाचा विचार करा.

झाड	समन्वय	जोड
खोड	सेरेलियम	फॉर्निक्स
हृदय	उपग्रह	भूत
मेडुला	थॅलामस	अमिग्डला
भरविणे	नियंत्रण	हत्ती
पॉन्स	हायपोथॅलामस	हिप्पोकॅम्पस
हालचाल	सरपटणारा	प्रोफेसर एक्स
मध्य मस्तिष्क	शाखात्मक	बाह्यपटल

२. वरील शब्द झाका. पुढील शब्दांची यादी पाहा आणि याआधी अभ्यासलेल्या शब्दांपैकी आलेले शब्द ओळखा.

मासा	पॉन्स	मेडुला
बाह्यपटल	लहान मेंदू	ॲमिग्डला
हालचाल	थॅलामस	शाखात्मक
मध्य मस्तिष्क	सरपटणारा	हिप्पोकॅम्पस

फॉर्निक्स	जहाज	प्रेम
डायनॉसोर	चौर्य	हायपोथॅलामस
लहान मेंदू	अडचणीचे	आठवणे

व्यक्त स्मरणशक्तीचे हे एक उदाहरण आहे. या वेळी यादीतील शब्द आठवण्याचा तुम्ही जाणीवपूर्वक प्रयत्न केला आहे.

अव्यक्त (अजाणतेपणे) स्मरणशक्ती

प्रत्येक वेळी आठवण्यासाठी जाणीवपूर्वक आपण प्रयत्न करतोच असे नाही. माहिती, अनुभव किंवा कौशल्ये आपणास अजाणतेपणे सहज आठवतात. याचा अंतर्भाव अव्यक्त स्मरणशक्ती या प्रकारात होतो. अव्यक्त स्मरणशक्तीचे अनेक प्रकार पडतात.

कृती- रिकाम्या जागा भरा.
कालमर्यादा : २ मिनिटे
सावकाश दीर्घ श्वास घ्या. मन मोकळे करा. श्वास घेताना १० ते १ अंक सावकाश मोजा.
पुढे काही शब्दांचे भाग दिले आहेत, ते पाहताना अधिक विचार न करता पटकन जो पूर्ण शब्द तुमच्या मनात येतो, तो मोठ्याने म्हणा. ही कृती भरभर करा. एखादा शब्द आठवत नसल्यास न थांबता पुढे जा. या शब्दाकडे पुन्हा परत येऊ शकता. तुम्हाला आठवलेला प्रत्येक शब्द वेगळ्या कागदावर लिहा.

फॉ-	शा-
पॉ-	मध्य-
लहा-	ॲमि-
हिप्पो-	थॅ-
बाह्य-	मेडु-
हायपो-	ह-

काही शब्दांचे संक्षिप्त भाग वरील यादीत आले आहेत. प्रत्येक संक्षिप्त भागापासून व्यक्त करता येणाऱ्या अर्थपूर्ण शब्दांचा परिचय यापूर्वी तुम्हाला

झाला आहे. (मेडु- मेडुला, इत्यादी) मेडु ही अक्षरे वाचल्यावर मेडुला हा शब्द तुमच्या मनात येण्याची शक्यता अधिक आहे. यालाच पूर्वतयारी किंवा सुसज्जता म्हणतात.

जाणीवपूर्वक आठवणे, हे व्यक्त स्मरणशक्ती प्रकारात येते; तर अजाणतेपणे झालेले स्मरण हे अव्यक्त स्मरणशक्ती प्रकारात मोडते. पूर्वपरिचित शब्द आठवणे हे व्यक्त स्मरणशक्तीचे उदाहरण आहे. गाडी चालविणे, नाचणे किंवा खेळणे या संदर्भातील नियम आठवणे, ही अव्यक्त स्मरणशक्तीची उदाहरणे आहेत.

अल्पकालिक स्मरणशक्ती

एखादी गोष्ट अल्पकाळ स्मरणात ठेवायची असेल, तर मनात उजळणी करावी लागते. उदा. मोबाईल नंबर, पिनकोड नंबर. अनेक वेळा उजळणी केल्याने तो शब्द किंवा क्रमांक दीर्घकालिक स्मरणशक्तीच्या कप्प्यात जातो. ज्यांच्याविषयी फारशी माहिती नसते, अशा गोष्टीच अल्पकालिक स्मरणात जातात. उदा. फोन नंबर. दीर्घकालिक स्मरणातील माहितीवर चिंतन करताना अल्पकालिक स्मरणातील माहितीवर संस्कार केले जातात. त्याप्रमाणे माहितीत बदल होतात. अल्पकालिक स्मरण हे दीर्घकालिक स्मरण व अनुभव यांच्यात विलीन होते. स्मरणात राहिलेल्या या संमिश्र माहितीचा अंतर्भाव कार्यात्मक स्मरणशक्ती या प्रकारात होतो (द ब्रेन : अ न्यूरोसायन्स प्रायमर, रिचर्ड एफ. थॉम्पसन, १९९३).

कृती- हे आठवा...

कालमर्यादा : ३० सेकंद

पुढील संख्या स्मरणात ठेवून आठवा.

७ ८ २ १ ६ ३ ७ ४ ९ ५ ३ १ ८ ० १ ४ २ ० ३ ९

वरील संख्येतील जास्तीत जास्त अंक आठवून क्रमाने लिहा.

कालमर्यादा : १० सेकंद

पुढील गाडीचा नोंदणी क्रमांक आठवा.

BDo_2GYU

स्मरणशक्तीची काही तंत्रे अवगत नसतील, तर तुम्हाला ही संख्या आठवण्यासाठी आधी सांगितल्याप्रमाणे पुन्हा पुन्हा म्हणावी लागेल. लक्षात ठेवण्यासाठी पुनःपुन्हा उजळणी करा. पाठ करण्याचा प्रयत्न करीत असताना किंवा आठवताना जर लक्ष विचलित झाले, तर ते स्मरणात साठविणे कठीण

होईल. बहुतेक जण क्रमाने सात अंकांपर्यंत (एक-दोन कमी-जास्त)ची संख्या लक्षात ठेवू शकतात. पुरेसा सराव मिळाला नाही, तर अल्पकालिक स्मृती ही अल्पकाळच टिकेल.

थॉम्पसन यांनी काही व्यक्तींचा अभ्यास केला आहे. त्यांनी लोकांना सराव करण्यास प्रतिबंध केला. त्यासाठी १ ते १० या संख्या १० ते १ अशा उलट्या क्रमाने मोजायला सांगितल्या. सरावाविना अल्पकालिक स्मरणशक्तीचा १० सेकंदांत ऱ्हास झाल्याचे थॉम्पसन यांनी ***द ब्रेन : अ न्यूरोसायन्स प्रायमर*** या पुस्तकात नमूद केले आहे.

मर्मदृष्टी

अल्पकालिक स्मरणशक्तीची तुलना पाण्याने चित्रे काढण्याची चटई व जलपेन यांच्याशी करता येईल. तुम्ही हे पाहिले नसेल कदाचित. लहान मुलांना चित्रे काढण्यासाठी सुलभ अशी ही एक चटई असते. विशिष्ट प्रकारच्या पेनात पाणी भरतात. हे पेन मॅटवरून फिरविल्यास त्यातून रंग बाहेर येतो. चित्र उमटते. पुन्हा गिरविले नाही, तर आपण काढलेले चित्र दिसेनासे होते. तसेच अल्पकालिक स्मरणशक्तीचे आहे. ही चटई अल्पकालिक स्मरणशक्तीपेक्षा अधिक काळ टिकत असली तरी, अल्पकालीन स्मृती कशी चटकन नाहीशी होते, हे स्मरणात राहण्यासाठी हे एक उत्तम उदाहरण आहे.

दीर्घकालिक स्मृती

अनेक प्रकारच्या स्मरणशक्तींचा समावेश दीर्घकालीन स्मृतीत होतो. स्मरणशक्तींचे वर्गीकरण करण्याच्या विभिन्न पद्धती आहेत. घोषित व अघोषित स्मरणशक्तीच्या परिप्रेक्षात आपण याकडे व्यापक दृष्टिकोनातून पाहू या.

घोषित-ज्ञानात्मक (व्यक्त) स्मरणशक्ती

घोषित स्मरणशक्ती आणि व्यक्त स्मरणशक्ती या संज्ञा एकाच अर्थाने वापरतात. हॅम्लेट हे नाटक शेक्सपिअरने लिहिले हे माहीत असणे, काल नाश्त्यात काय घेतले याचे ज्ञान, केकमध्ये कोणते घटक पदार्थ असतात हे माहीत असणे, ही घोषित स्मरणशक्तीची उदाहरणे आहेत.

पुढील उदाहरणावरून घोषित स्मरणशक्ती अधिक चांगल्याप्रकारे समजून घेता येईल. सन १९५३ साली घडलेली ही घटना. एच. एम. नावाचा एक इसम अपस्मार या आजाराने पीडित होता. त्याच्या मेंदूवर शस्त्रक्रिया करून मेंदूतील हिप्पोकॅम्पस नावाचा भाग काढून टाकण्यात आला. गंभीर शस्त्रक्रियेनंतरही त्याच्या

आयुष्यात भूतकाळात घडलेल्या काही घटना व माहिती आठवायला तो अद्यापही सक्षम होता. अडथळा आला नव्हता तिथपर्यंतची भूतकाळातील माहिती (संख्यात्मक) आठवून सांगण्यास तो अद्यापही सक्षम होता. त्याला शिकविण्यात आलेली काही कामे करून तो काही अव्यक्त स्मरणशक्ती निर्माण करू शकत होता; परंतु हे कसे करायचे ते त्याच्या लक्षात राहत नव्हते. त्याला नवीन घोषित स्मरणशक्ती निर्माण करता येत नव्हती. हे वास्तव होते. या वास्तववादी घटनेमुळे हिप्पोकॅम्पस हा मेंदूचा भाग दीर्घकालिक स्मृतीच्या विकासात अत्यंत महत्त्वाची भूमिका बजावतो, या निष्कर्षाप्रत शास्त्रज्ञ येऊन पोहोचले. घोषित स्मरणशक्तीची अनुभवात्मक व ज्ञानात्मक अशा दोन प्रकारांत विभागणी करता येते.

अनुभवात्मक (प्रसंगात्मक) स्मरणशक्ती

कृती- तुम्ही कोठे होता?

कालमर्यादा : १ मिनिट

पुढील प्रश्न वाचा आणि तुमचे नेमके उत्तर असणारे काही मुख्य शब्द लिहा.

- तुमचा आवडता सुट्टीचा दिवस कोणता?
- तुम्ही पाहिलेला शेवटचा चित्रपट कोणता?
- काल नाश्त्यात तुम्ही काय घेतले?

अनुभवात्मक स्मरणशक्तीचा संबंध अनुभव आणि प्रत्यक्ष घटनांशी येतो. असे अनुभव व घटना या विशिष्ट कालाशी संबंधित असतात आणि माहिती ही कालसापेक्ष आणि अवकाशीय परिमाण लाभलेली असते.

ज्ञानात्मक स्मरणशक्ती

कृती : तुम्हाला काय माहिती आहे?

कालमर्यादा : १ मिनिट

पुढील प्रश्न वाचून त्यांची उत्तरे लिहा.

- हॅरी पॉटर पुस्तक संचाच्या लेखकाचे नाव काय?
- तुमच्या जोडीदाराचा किंवा कुटुंबातील सदस्याचा वाढदिवस कधी येतो?
- निमॉनिक या शब्दाचा अर्थ काय?

ज्ञानात्मक स्मरणशक्तीमुळे म्हणजे विविध बाबींविषयी तुम्हाला असलेले ज्ञान रसायनशास्त्रातील पिरिऑडिक टेबलमधील आवर्तसारणी मूलतत्त्वांविषयीची माहिती असो किंवा 'Cow' या शब्दाला रशियन भाषेत 'Karova' हा प्रतिशब्द आहे याचे ज्ञान असणे, हे स्मरणशक्तीच्या या वर्गात मोडते.

अनुभवात्मक व ज्ञानात्मक स्मरणशक्तीत एकच प्रमुख फरक आहे- ज्ञानात्मक स्मरणशक्ती एखादी विशिष्ट घटना केव्हा घडली याच्याशी निगडित नाही. इटलीची राजधानी रोम आहे, हे पूर्णत: खरे असले तरी हे लक्षात राहण्यासाठी त्यासंबंधीचा प्रत्यक्ष अनुभव त्यांच्याशी निगडित असा असेलच असे नाही.

अघोषित स्मरणशक्ती

अव्यक्त स्वरूपातील विविध प्रकारच्या स्मरणशक्तींचा एक समूह करून त्यास एक संज्ञा दिल्यास तिला अघोषित स्मरणशक्ती असे म्हणता येईल. या अंतर्गत पुढील प्रकारच्या अव्यक्त स्मरणशक्तींचा समावेश केला जातो.

- **कार्यप्रणालीपर** - कार चालविणे, नृत्य करणे किंवा एखादा खेळ शिकणे याविषयीचे कौशल्यज्ञान या सदरात मोडते.
- **पूर्वतयारी (सुसज्जता)** - अव्यक्त स्मरणशक्तीवर आधारित एक चाचणी यापूर्वी तुम्ही पूर्ण केली आहे (विशिष्ट शब्दांची सूची). या चाचणीत शब्दातील काही अक्षरे दिली होती. ते सर्व शब्द चाचणीपूर्वी तुम्ही पाहिलेले होते. चाचणीच्या वेळी तुम्ही त्यांपैकी काही किंवा सर्वच शब्द आठवून ओळखले होते. हे सर्व अजाणतेपणे घडले होते.
- **प्रतिसाद अभिसंधित करणे** - उदा. प्रसिद्ध रशियन शास्त्रज्ञ पावलोव यांच्या कुत्र्यांनी दिलेला प्रतिसाद. अपेक्षित प्रतिसाद मिळविण्यासाठी त्या कुत्र्यांना अभिसंधित केले होते. त्यामुळे घंटा वाजताच कुत्र्यांच्या तोंडात लाळ निर्माण होत असे.
- **कौशल्याभ्यास** - शिकणे

कार्यात्मक स्मरणशक्ती

ब्रायडन (२००७) हे बॅडली (Baddeley २००१) यांचा संदर्भ देऊन कार्यात्मक स्मरणशक्तीची संकल्पना स्पष्ट करतात. विशिष्ट माहिती प्राप्त केल्यानंतर तिच्यावर संस्करण होत असताना अशी माहिती अल्पावधीसाठी मनात साठवून ठेवली जाते. अल्पकालीन स्मरणशक्तीची संकल्पनाही यातच मोडते. कार्यात्मक स्मरणशक्तीमध्ये माहिती संस्करण करणारा एक मध्यवर्ती कार्यकारी घटक आणि संग्रहण करणाऱ्या तीन घटकांचा समावेश होतो.

- शाब्दिक उच्चारण- (पुटपुटत सराव करणे)
- त्रिमितीय दृश्य रेखाटन- (दृक् व अवकाशीय माहिती)
- अनुभवात्मक सुरक्षाकवच-(दीर्घकालीन अनुभवात्मक स्मरणशक्तीच्या आधारे मिळविलेली माहिती)

प्राप्त माहितीचे मूल्यमापन करणे व निर्णय घेणे यासाठी कार्यात्मक स्मरणशक्ती आवश्यक आहे.

कृतीः कार्यात्मक स्मरणशक्ती प्रतिमानाची गोष्ट

कालमर्यादा : ३ मिनिटे

कार्यात्मक स्मरणशक्ती प्रतिमान तुमच्या पक्के लक्षात राहावे यासाठी, तुम्ही एका मोठ्या कार्यालयातील एक कार्यकारी अधिकारी आहात, अशी कल्पना करा. तुमच्या डाव्या बाजूला एक फोनोग्राम आहे. तुम्ही तो सुरू करा. तेच तेच शब्द पुन्हा पुन्हा ऐकू येतील. तुमच्या समोर एक भव्य कॅन्व्हास असून, त्यावर तुमच्या शहराचा नकाशा रेखाटला आहे. मोकळ्या जागेत विविध ठिकाणी तुम्ही चित्रे रंगवता. तुमच्या उजव्या बाजूला मोठ्या आकाराचा HD TV असून तो तुमच्या जीवनातील विविध अनुभव, प्रसंग टिपणाऱ्या DVDनी सुसज्ज आहे. एक कार्यकारी अधिकारी या नात्याने तुम्ही या तीनही संसाधनांचा तुमच्या कार्यात उपयोग करू शकता आणि प्राप्त झालेल्या नवीन माहितीचे संग्रहण करून ठेवू शकता.

तुमच्या मनात सुस्पष्ट प्रतिमा निर्माण होण्यासाठी वरील गोष्ट दोन वेळा पुन्हा वाचा.

डोळे बंद करा आणि मुख्य मुद्दे मुखोद्‌गत म्हणा.

बॅडेलीच्या या कार्यात्मक स्मरणशक्ती प्रतिमानाचे वर्णन लिहून काढा.

सर्जनशील स्मरणशक्तीचे हे एक छोटेसे उदाहरण आहे.

संबंध प्रस्थापित करणे

आपण कोण आहोत आणि कसे आहोत, याची बांधणी करणाऱ्या घटकांचा शोध हा एक अपघातच होता. मेंदूचा एक भाग सिल्व्हर नायट्रेटच्या निरीक्षण बशीत चुकून पडला. तब्बल दोन आठवडे तो तिथेच पडून राहिला. सूक्ष्मदर्शक यंत्रातून निरीक्षण करीत असताना कॅमिलो गोल्गी यांना तो आढळला. निरीक्षणानंतर तो भाग चेतापेशी (न्यूरॉन) असल्याचे ओळखले. चेतापेशी हा मूलभूत माहिती संस्करण संच आहे. त्यामुळेच आपल्या स्मरणाचे आणि विविध वर्तन प्रकारांचे आकलन होणे आपल्याला शक्य झाले आहे (Diamond, Scheibel, Elson, १९८५). मानवी मेंदूच्या रचनेसंदर्भात झालेल्या अभ्यासावरून मेंदूत चेतापेशींची संख्या १०० बिलियनपेक्षा अधिक असते, असे समजते. या सर्व चेतापेशी परस्परांना सूत्रबद्ध

पद्धतीने जोडल्या जाऊन एक जाळे तयार होते. या आंतर महाजालालाच मेंदूची रचना म्हणतात. ग्रीनफील्ड (१९९७) हे शास्त्रज्ञ चेतापेशींच्या महाजालाची तुलना घनदाट अरण्यातील १०० बिलियनपेक्षा अधिक असलेल्या झाडांशी पुढीलप्रमाणे करतात. घनदाट अरण्यातील १०० बिलियनपेक्षा अधिक झाडाची संख्या मानवी मेंदूतील चेतापेशींच्या संख्येशी समतुल्य आहे. चेतापेशींमधील परस्परबंधांच्या संख्येची तुलना ही त्या झाडांवरील पानांच्या संख्येशी करता येईल. एकट्या चेतापेशीला ५,०००-१०,००० बंध असू शकतात -स्थितीजन्य क्वाड्रिलियन न्यूरॉनल बंध (Sprenger, १९९९). मानवी मेंदूतील सुप्त आणि अफाट सामर्थ्याची कल्पना यावरून येते.

चेतापेशींचे प्राथमिक स्वरूप डोळ्यांसमोर आणायचे तर पुढील घटकांत विभागलेल्या रचनेची कल्पना करा. चेतापेशींची काया (Soma), इतर चेतापेशींकडून येणाऱ्या माहितीच्या शोधात आजूबाजूला विस्तीर्ण पसरलेल्या तिच्या झाडाच्या फांद्यांसारख्या शाखा किंवा वृक्षिका (Dendrites) आणि इतर चेतापेशींसाठी संपर्क साधण्यासाठी आणि त्यांना संदेश पाठविण्यासाठी मोठे खोडवजा अक्षतंतू (Axon) अशी असते.

एका चेतापेशीचे निरीक्षण केल्यास केवळ एकच एक अक्षतंतू व अनेक वृक्षिका दिसतात. अक्षतंतूकडून संदेश पाठविला जातो. वृक्षिका तो संदेश स्वीकारतात. वृक्षिकांमधून निघणाऱ्या सूक्ष्म काट्यांकडूनही संदेश स्वीकारले जाऊ शकतात.

वृक्षिकेला अत्यंत सूक्ष्म काटे असतात. अक्षतंतू ते काया, अक्षतंतू ते अक्षतंतू, वृक्षिका ते वृक्षिका आणि काया ते काया अशा प्रकारेसुद्धा संदेशाची देवाणघेवाण होते (Diamond, Scheibel, Elson, १९८५).

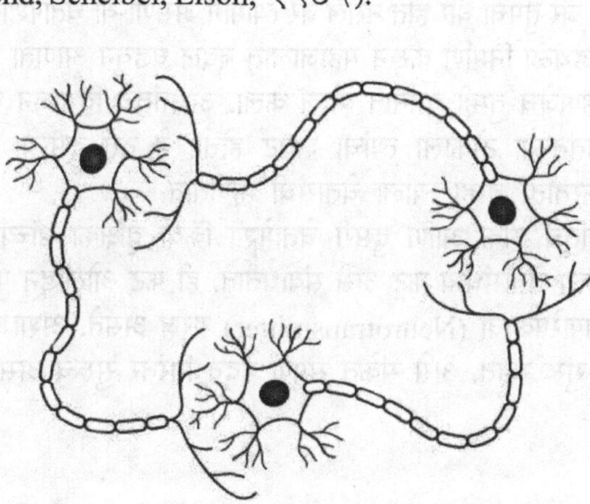

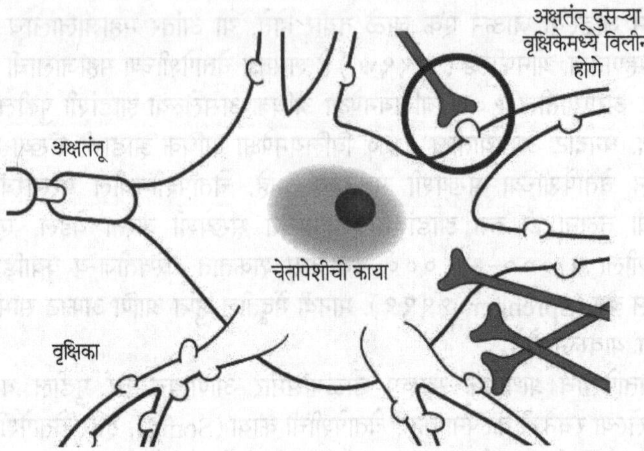

मिळालेली माहिती दुसऱ्या पेशीत संक्रमित करणे, हा चेतापेशीचा हेतू आहे. एक चेतापेशी दुसऱ्या चेतापेशीशी रसायनाच्या माध्यमातून संपर्क करते. रसायनातील अभिक्रियांमुळे विद्युतलहरी निर्माण होतात. या लहरी प्रसारित होत असताना आंतरजालांची निर्मिती होते. वास्तव जीवनात आपल्या अवतीभोवतीचे जग आपल्याला कसे पाहता येते, याचे प्रतिनिधित्व ही महाजाले करतात. आपल्यासमोर उभ्या असलेल्या व्यक्तीचे नाव आठवायचा आपण प्रयत्न करतो तेव्हा, चेतापेशीय महाजालांचा एक विशिष्ट संच उत्तेजित होतो. हे पुस्तक वाचताना तुमच्या मेंदूतील अनेक चेतापेशीय महाजाल निरंतर उत्तेजित होत असतात. संदेश प्रक्षेपित करीत असतात. चेतापेशीय महाजालात परिवर्तनही होऊ शकते. ही मेंदूची अद्‌भुत किमया आहे. लोकांसमोर बोलण्याचा जर तुमचा धीर होत नसेल तर त्यामागे असणाऱ्या चेतापेशीय महाजालाच्या कार्यात अडथळा निर्माण करून महाजालात बदल घडवून आणता येतो. महाजाल बदलले म्हणजेच तुम्ही वर्तनात बदल केला. अक्षतंतूचे विभाजन लहान तंतूंमध्ये होते. अक्षतंतूच्या टोकाला त्यांचा शेवट होतो. हे तंतू दुसऱ्या पेशींशी संपर्क स्थापित करतात, तेव्हा त्याला चेतासंधी म्हणतात.

अक्षतंतूचे टोक आणि दुसरी चेतापेशी किंवा वृक्षिका यांच्यामध्ये जी फट असते, तिला चेतासंधीय फट असे संबोधतात. ही फट ओलांडून पुढे जाण्यासाठी याला चेतापारेषकाची (Neurotransmitter) गरज असते. अशा प्रकारे संदेशाचे वहन पुढे सुरू राहते. असे संकेत संपूर्ण मेंदूत निरंतर सुरूच असतात.

स्मरणशक्ती एक कला

स्मरणशक्तीची तंत्रे २००० वर्षांहून अधिक पुरातन ग्रीक संस्कृतीपासून आपणास ज्ञात आहेत. स्मरणशक्ती तंत्रे कालमानानुसार कशी विकसित होत गेली, याची सुरस कथा फ्रान्सिस येटस या लेखिकेने *'द आर्ट ऑफ मेमरी'* या पुस्तकात सांगितली आहे. सुरुवात 'सिमोनिडिस ऑफ सिओस' यांच्यापासून होते. आपल्या यजमानांच्या (Thessalian Scopa) सन्मानार्थ एक कविता सादर केल्यानंतर, 'बाहेर दोन इसम त्याची वाट पाहत आहेत', असा एक संदेश त्याला प्राप्त झाला. मोठ्या मेजवानीतून उठून तो हॉलच्या बाहेर आला. त्याला बाहेर कोणीही दिसले नाही. त्याच क्षणी हॉलचे छत धाडकन कोसळले. त्याखाली हॉलमधील सर्व माणसे मरण पावली.

मातीच्या ढिगाऱ्याखाली दबलेल्या माणसांचे देह विद्रूप झाल्यामुळे त्यांचे आप्तेष्टदेखील ते ओळखू शकले नाहीत. परंतु सिमोनिडिसने मात्र त्यांतील प्रत्येकाला ओळखले; कारण प्रत्येक व्यक्तीला एक विशिष्ट जागा ठरवून दिली होती हे त्याच्या लक्षात होते. त्यामुळे मृत व्यक्तींच्या कुटुंबीयांना मृतदेहापर्यंत पोहोचवण्यास तो मदत करू शकला. यातून लक्षात आले की, लोक कुठे बसले होते त्याबद्दलची त्याची आठवण आणि हा प्रसंग यातून त्याची 'स्मरणशक्तीचा जनक' अशी पुढे ख्याती झाली. यातूनच पुढे वाढलेल्या तंत्रांचा पुढील काळात विस्तार झाला. रोमन लोकांकडून मिळालेला हा वारसा पुढे युरोपियन परंपरांचा भाग झाला. त्यातच पुढे (Giordano Bruno) त्यांनी स्मरणशक्तीच्या संदर्भात केलेल्या कार्यामुळे त्यांना गौरव प्राप्त झाला.

प्रचंड माहिती लक्षात ठेवण्यासाठी उपयुक्त तंत्रांची आवश्यकता भासणे आजच्या काळात अधिक सुसंगत आहे. जगाच्या प्रत्येक कानाकोपऱ्यातून अनेकविध मार्गांनी आज माहितीचा महापूर ओसंडत आहे. वेगवेगळ्या काळांपासून आजच्या काळापर्यंत संक्रमित होत आलेल्या स्मरणशक्तीच्या तंत्रांची ओळख स्मरणशक्ती क्षेत्रात कार्यरत असलेल्या बहुतेक तज्ज्ञांना आहे; परंतु शालेय विद्यार्थी व उद्योग क्षेत्रे, या संदर्भात त्यांचा कसा उपयोग होऊ शकतो याचा विचार क्वचितच झाल्याचे दिसेल. आपण पुढे जाऊ तसे काळाच्या कसोटीवर सिद्ध झालेल्या तंत्रांपैकी काही तंत्रांचा उपयोग आधुनिक युगात करण्यास भरपूर संधी असल्याचे लक्षात येईल. स्मरणशक्तीचे प्रकार, चेतापेशी आणि मेंदूचे अंतरंग हे विषय मूलतः या प्रकरणाच्या केंद्रस्थानी होते. यांच्या जोडीला काही मूलभूत सर्जनात्मक स्मरणशक्ती संकल्पनांची ओळख करून घेऊन सुसज्ज होण्याची संधी प्राप्त करून देण्यात आली आहे. आपण याआधी पाहिलेल्या कार्यात्मक स्मृती आणि मेंदू याविषयींच्या गोष्टी तुमच्या

लक्षात आहेत काय? असे लक्षात राहणे, हे या पुस्तकातील कृती तुम्ही किती मनापासून करत आहात त्यावर अवलंबून आहे. ते अगदी पूर्णपणे जमले नसले तरीही काही विचारांचे बीज तुमच्या मनात पडले आहे. ते निश्‍चित रुजेल, वाढेल आणि या पुस्तकातील उर्वरित भागांचा अभ्यास करताना तुमच्या विचारांना निश्‍चितच आधार मिळेल.

उच्च स्मरणशक्तीची गुरुकिल्ली

- तुमची स्मरणशक्ती कशी आहे याचे मापन १-१० बिंदू मापनपट्टीवर करा. तसेच या पुस्तकाच्या अभ्यासानंतर शेवटी तुमची स्मरणशक्ती किती चांगली असावी असे वाटते, ते ठरवा.
- व्यक्त स्मरणशक्ती म्हणजे जाणीवपूर्वक लक्षात ठेवणे (आयर्लंडच्या राजधानीचे नाव आठवणे किंवा पाहिलेला शेवटचा सिनेमा); अव्यक्त स्मरणशक्ती ही अजाणपणे केलेली कृती होय. (उदा. मोटारसायकलवर स्वार होणे.)
- अव्यक्त स्मरणशक्ती चाचणीत प्रारंभिक सुसज्जतेची भूमिका : चाचणीपूर्वी अभ्यासण्यासाठी एक शब्दसूची तुम्ही प्राप्त करता. शब्दसूचीतील शब्दांची काही अक्षरे दिली जातात. त्यावरून तुम्ही अभ्यासलेला शब्द पाहताक्षणी तत्काल ओळखता. उदा. ह---. अजाणतेपणाने शब्द ओळखल्याची ही कसोटी आहे. सोंड असलेल्या अजस्र प्राण्याचा विचार तुमच्या मनात आला, कारण याविषयी तुम्हाला यापूर्वी प्रारंभीच सुसज्ज करण्यात आले होते.
- अल्पकालिक स्मरणशक्तीचा सराव हवा. साधारणत: पाच ते नऊ वस्तू तुम्ही लक्षात ठेवू शकता. सराव केला नाही, तर १० सेकंदांत स्मरणाचा ऱ्हास होतो. अल्पकालिक स्मरणशक्तीअंतर्गत माहितीवर संस्करण करण्यास कार्यात्मक स्मरणशक्ती मान्यता देते. तसेच दीर्घकालिक स्मृतीतील माहितीचा उपयोग करण्यास सांगते. असे केल्याने, तुम्ही मूल्यमापन करण्यास व निर्णय घेण्यास सक्षम होता.
- व्यक्त स्मरणशक्ती ही ज्ञानात्मक व अनुभवात्मक स्वरूपात असते. अव्यक्त स्मरणशक्ती प्राप्त केलेल्या कौशल्यांशी निगडित असते. उदा.गाडी चालविणे (कार्यप्रणालीपर) किंवा दुकानातून खाद्य पदार्थ विकत आणणे. कारण याविषयी सकाळी एका जाहिरातीत तुम्ही हे पाहिले होते (Primed).
- मेंदूतील माहिती संस्करण संच म्हणजे चेतापेशी, याप्रकारे तुम्ही जे कोणी आहात तसे तुम्हाला बनविण्याचे काम त्या करतात. आठवण्यास व कृती करण्यास मदत करतात. मानवी मेंदूत १०० बिलियनपेक्षा अधिक चेतापेशी

असतात. प्रत्येक चेतापेशीला ५००० ते १०,००० बंध/जोड असू शकतात.

- चेतापेशीअंतर्गत संदेशवहन होते. अक्षतंतूंमार्फत संदेश पाठविले जातात. वृक्षिका संदेश प्राप्त करतात. (वृक्षिका काटे, चेतासंधी व अक्षतंतू यांच्या माध्यमातूनही संदेशवहन होऊ शकते).

- स्मरणशक्ती कलेचा शोध सिओस येथील सिमोनिडिज याने लावला असे मानतात.

- स्मरणशक्ती ही एक कला समजून तिच्या विविध प्रकारांचे आकलन करून घेऊन आधुनिक जगात आपल्या जीवनात या कलेचा उपयोग करण्यास प्रचंड संधी असून, भरपूर वाव आहे.

२

अध्ययन चक्र : तुमच्या स्मरणशक्तीवर नियंत्रण ठेवा

या प्रकरणात तुम्ही पुढील गोष्टी शिकाल-

- अध्ययनचक्र आणि त्याचे उपयोग
- चिंतनाचा उपयोग करून आकलन व स्मरणक्ती विकसित करणे
- स्वत: च्या अध्ययनाविषयी प्रश्नचिन्ह निर्माण करण्याचे फायदे
- स्वत: च्या कल्पनाशक्तीचे व विचारांचे मूल्यमापन करून अध्ययनचक्र पूर्ण करणे
- तुमच्या ज्ञानेंद्रियांची पूर्वतयारी करून ती सुसज्ज करणे

अनुभूती घ्या ⟶ चिंतन करा⟶ कृती करा

द आर्ट ऑफ चेंजिंग द ब्रेन या पुस्तकात जेम्स ई. झुल्ल यांनी शोध घेऊन अध्यापनाची एक नावीन्यपूर्ण पद्धती सुचविली आहे. या पद्धतीनुसार डेविड कोल्ब यांच्या अनुभूतिजन्य अध्ययनपद्धतीतील संशोधन कार्याचा प्रभावी उपयोग केला जातो. जीवशास्त्राचे अभ्यासक असलेले झुल्ल शिक्षक या नात्याने आपल्या ज्ञानाचा व अनुभवाचा उपयोग अध्ययन चक्राची उपयुक्तता आणि उपयोजनाचे प्रात्यक्षिक सादर करण्यासाठी करतात. आपल्या मेंदूच्या कार्याशी सुसंगत अध्ययनचक्राचे कार्य कसे घडते, आपण कसे शिकतो आणि अध्ययनचक्र या प्रतिमानाचा विद्यार्थ्यांच्या अध्ययनात सुधारणा घडवून आणण्यासाठी शिक्षकांना कसा उपयोग होऊ शकेल, हे त्यांनी स्पष्ट केले आहे.

या विषयाची व्याप्ती फारच मोठी आहे. पुढील प्रकरणात वर्णन केलेली तंत्रे विकसित करण्यासाठी अध्ययनचक्र प्रतिमान कसे उपयुक्त ठरेल, याची शक्याशक्यता आजमावण्याचा प्रयत्न करणे, हा या प्रकरणाचा मुख्य हेतू आहे.

अत्यंत मूलभूत स्तरावर अध्ययनचक्र कसे कार्य करते, याची कल्पना पुढील गृहीतकावरून स्पष्ट होईल.

ज्ञानेंद्रियांमार्फत आपण अनुभूती घेतो, चिंतन करतो, पूर्वज्ञान व नवे अनुभव यांची सांगड घालतो, मनातील कल्पना व स्मरणशक्ती यांच्यात साहचर्य स्थापित करतो, आपल्याच कल्पनाविलासाला अनेक प्रश्न विचारून स्वतःलाच आव्हान देतो, निष्कर्ष काढतो, शेवटी आपण काय शिकलो हे तपासून पाहण्यासाठी काहीतरी कृती करतो. अशा प्रकारे अध्ययनचक्र पूर्ण होते.

अनुभूती घ्या ⟶ चिंतन करा ⟶ कृती करा

अध्ययनचक्र ही एखाद्या काळ्या दगडावरची रेघ नाही. एकाच वेळी अशी अनेक चक्रे कार्यरत असू शकतात. नैसर्गिक अध्ययनप्रक्रिया ही अशीच असते. निरनिराळ्या व्यक्ती अध्ययनचक्राकडे वेगवेगळ्या दृष्टिकोनांतून पाहतील; वेगळ्या पद्धतीने विचार करतील. काही जण बुद्धिमत्तेच्या जोरावर उच्च पदे भूषवतीलही; परंतु त्यांची स्मरणशक्ती अत्यंत बेताची असल्याचे ते स्वतःच कबूल करतात. काही लोकांना खूप गोष्टी तोंडपाठ असतील, तरीही त्यांचे आकलन अत्यंत क्षीण असू शकेल. अशा व्यक्ती लक्षात असलेल्या कल्पनांचे व्यवहारात उपयोजन करू शकतीलच याची खात्री देता येत नाही. बहुतेक सर्व जणच अध्ययनचक्राच्या केवळ एका भागावर लक्ष केंद्रित करीत असतात. अध्ययनचक्राचे आकलन आणि योग्य जाण असल्यास आपण उत्तम प्रकारे कसे शिकू शकतो, संपादित ज्ञानाचा व कौशल्यांचा आपण कसा उपयोग करून घेतो, हे समजू शकेल.

कृती : अध्ययनचक्र- शोध आणि बोध

कालमर्यादा : ५ मिनिटे

याची जाणीव असो किंवा नसो, आपण निरंतर अध्ययन करीतच असतो. काही अनुभव आपल्यावर सकारात्मक तर काही नकारात्मक प्रभाव पाडतात. या उदाहरणात अध्ययनचक्राची संकल्पना स्पष्ट करण्यात आली आहे.

पुढील कृती पूर्ण करा.

- अध्ययनचक्राची आकृती अभ्यासा.
- आकृती पाहून तुम्हाला कशाची आठवण होते, याचा विचार करा. तुमच्या मते याचा अर्थ काय, तुमच्या मनात कोणत्या प्रतिमा किंवा कोणते शब्द उमटतात?
- तुमच्या दृष्टीने महत्त्वाची आणि उपयुक्त असलेली कल्पना समजण्यासाठी आणि ती लक्षात ठेवण्यासाठी अध्ययनचक्राचा उपयोग तुम्ही कसा करू शकाल, याचा विचार करा.

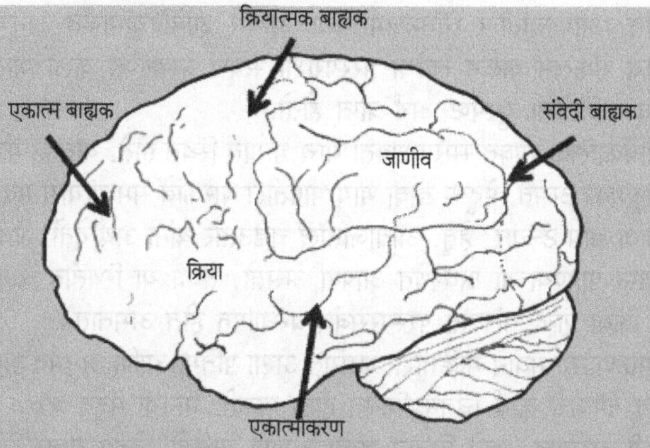

► तुम्ही तुमचे विचार आता लिहा किंवा चित्र काढा, त्याचा अर्थ तुम्ही तुमच्या एखाद्या मित्राला समजावून सांगा, किंवा स्वतःशीच मोठ्या आवाजात स्पष्ट करून सांगा.

वरील चारही टप्पे पूर्ण केल्यास अध्ययनचक्र पूर्ण होते. आधी सांगितल्याप्रमाणे आपण अशा अनेक अध्ययनचक्रांतून निरंतरपणे जात असतो, जसे- ज्ञानेंद्रियांच्या मदतीने नवीन माहिती प्राप्त करणे, चिंतन करून त्या माहितीचा अर्थ समजून घेणे, आकलन झाल्यानंतर सामान्य नियम किंवा एखादी परिकल्पना मांडणे, त्यावर चिंतन करणे, त्या परिकल्पना पडताळून पाहण्यासाठी काहीतरी कृती करणे, ज्ञानेंद्रियांमार्फत अधिक माहिती प्राप्त करणे इत्यादी.

आता आपण अध्ययनचक्राच्या प्रत्येक भागाचा सविस्तर विचार करू या.

मूर्त अनुभव (ज्ञानेंद्रियांमार्फत जाणणे)

आपल्या अवतीभोवती असलेल्या जगातून अनेकविध प्रकारची माहिती आपल्या ज्ञानेंद्रियांमार्फत अनुभवत असतो. ही माहिती मेंदूतील ज्ञानेंद्रियांसंबंधित माहिती-संस्करण केंद्राला पाठविली जाते. झुल्ल यांनी मेंदूच्या या भागाला संवेदी बाह्यक असे नाव दिले आहे. स्पर्शज्ञान, स्वाद, दृश्य, ध्वनी आणि गंधप्रतिमा अशा ऐंद्रिय संवेदनांनुसार मेंदूतील विविध प्रक्रिया करणाऱ्या पेशींच्या गटांचा या संकल्पनेत अंतर्भाव होतो. अशा प्रकारे ज्ञानेंद्रियांमार्फत प्राप्त संवेदना या मूर्त अनुभवाचे प्रतिनिधित्व करतात.

चिंतनात्मक निरीक्षण (एकात्मीकरण)

मेंदूतील एका भागात मिळालेल्या माहितीवर विचार व चिंतन सुरू होते. त्या भागाला कालिक एकात्मीकरण बाह्यक (Temporal Integrative Cortex)

म्हणतात. आपल्यातील चिंतनक्षमतांच्या आधारे ज्ञानेंद्रियांमार्फत अनुभवाधारित माहितीचे संकलन करून त्यांचा परस्पराशी संबंध प्रस्थापित केला जातो आणि एकूणच माहितीला सुस्पष्ट अर्थ प्राप्त होतो.

दीर्घकालिक व्यक्त स्मरणशक्ती याच भागात स्थित होते. यात हिप्पोकॅम्पसची प्रमुख भूमिका असते. मेंदूचा डावा भाग भाषेतील बारकावे समजण्यास मदत करतो, तर उजवा भाग उच्चार, हेतू, आवाजातील चढउतार यांना अर्थ देतो. जेव्हा एखादे दिवास्वप्न पाहण्याच्या अवस्थेत आपण असतो, तेव्हा या स्थितीत जाणवणाऱ्या प्रतिमा किंवा शब्द यांच्यात परस्परसंबंध प्रस्थापित होत असतात.

मिळणाऱ्या नवीन माहितीशी सुसंगत अशा प्रतिमा आणि अनुभव समोर ठेवून प्रतिसाद देण्याचे कार्य चिंतनप्रक्रियेत होऊ शकते. मानवी मेंदूत १०० बिलियन चेतापेशी असतात, असे विधान जेव्हा आपण वाचतो, तेव्हा यावर चिंतन सुरू झाल्याबरोबर १०० बिलियन झाडे असलेले एक घनदाट अरण्य आपणास आठवते. लगेचच त्या अफाट जंगलातील झाडांचे चित्र दिसते. असंख्य फांद्या-उपफांद्या व पेशीकेंद्रे दिसतात. झाडाचा बुंधा मेंदूतील अक्षतंतूसारखा दिसतो. कैक मैल दूरवर असलेल्या दुसऱ्या झाडाला ते संदेश पाठवीत आहेत, असे वाटते. रासायनिक व विद्युत क्रियेन्वये संपूर्ण जंगल जिवंत होते. क्षणात ही प्रतिमा परत येते. चिंतनात्मक प्रतिसादानंतर नवा अर्थ दिसू लागतो. काहीतरी नवीन अनुभवायला येते. मेंदूतील चेतापेशी महाजालाच्या अफाट पसाऱ्याचे आकलन होऊन त्याच्या भव्य परिणामाची कल्पना येते.

परिकल्पना (एकात्मीकरण) :

पूर्वज्ञानावर आधारितच पुढची वाटचाल आपण करीत असतो. हे कार्य मेंदूच्या पुढच्या भागात होते (Integrative Cortex). हा भाग नवीन संबोध निर्माण करतो, संभाव्यता शोधतो, पूर्वज्ञानाच्या कसोटीवर मूल्यमापन करून अर्थ लावतो, कार्यात्मक स्मरणशक्तीच्या आधारे माहितीवर संस्कार करून नवीन रूप देतो, प्रश्न विचारून मेंदूच्या चिंतन कप्प्याकडून अधिक माहिती मिळवितो आणि या सगळ्यावरून अनुभवांच्या आधारे प्राप्त माहितीचे मूल्यमापन करतो.

माहितीवरून काही अर्थबोध झाला नाही, तर मेंदूच्या मागील बाजूस असलेल्या चिंतनकप्प्याशी संवाद साधला जातो, प्रश्न विचारले जातात. संभाव्य अर्थ प्राप्त केला जातो, यामुळे नवीन प्रतिमा निर्माण होऊ शकतात. जर असे असते तर... अशा काल्पनिक प्रसंगातून नवीन स्मृतिप्रतिमांची निर्मिती होण्यास मदत होते.

थोडक्यात, हा कप्पा म्हणजे तुमच्या मेंदूचा दिग्दर्शक आहे. माहितीचा मालकी हक्क तुम्हाला मिळवून देतो. माहितीच्या संदर्भात योग्य ते निर्णय घेणे आणि कृती

करण्यास सुसज्ज बनवितो. तुमच्या मनाचा महान सिनेदिग्दर्शक स्टिव्हन स्पिलबर्ग तो हाच. निर्मिती, संपादन, प्रश्न उपस्थित करणे आणि कृती करण्यास शक्य आणि पोषक अशी परिस्थिती निर्माण करणे, हे त्याचे कार्य होय.

सक्रिय मूल्यमापन(कृती)

समोरील भागातील मेंदूचा एकात्म बाह्यक (front Integrative Cortex) जर दिग्दर्शक असेल तर गतिपूर्व व गतिबाह्यक हे कलाकार आहेत. शारीरिक हालचाल आणि संभाषण या स्वरूपात हे ऐच्छिक क्रिया करतात. अधिक माहिती मिळविण्यासाठी प्राप्त विचारांचे मूल्यमापन केले जाते. भाष्य करणे, उजळणी करणे, रचना करणे, लेखन किंवा हालचाल करणे, असे या क्रियांचे स्वरूप असू शकते.

कृती : अध्ययनचक्राचा उपयोग करणे

कालमर्यादा : ५ मिनिटे

- ज्ञानेंद्रियांद्वारा संवेदन : मादागास्कर या बेटाची राजधानी अंटानानारिवो आहे हे लक्षात ठेवण्यासाठी अध्ययनचक्राचा उपयोग तुम्ही कसा कराल?
- चिंतन : मादागास्कर आणि अंटानानारिवो संबंधात तुमच्याकडे कोणत्या आठवणी, प्रतिमा आणि माहिती आहे? तुमच्या मनात कोणते विचार येतात?
- परिकल्पना : तुमच्या संग्रही असलेली माहिती अधिक संस्मरणीय कशी करू शकाल? तुम्हाला अजून काय जाणून घेणे आवश्यक आहे?
- कृती : तुम्हाला काय माहिती असणे आवश्यक आहे ते प्रथम शोधा. माहितीची चित्ररूपात मांडणी करा. शब्दांत लिहा किंवा मातीपासून शिल्पाकृती बनवून तिचे मोठ्याने वर्णन करा. हे तुम्ही कसे केले ते आपल्या मित्राला समजावून सांगा. हीच गोष्ट मित्राने कशी केली असती, हे मित्राला विचारा.

हे करीत असताना कदाचित तुमचे अध्ययनचक्र अनेक वेळा पूर्ण होत राहील. तुम्हाला कृतिक्रमसुद्धा बदलावा लागेल. यात गैर असे काहीच नाही.

मर्मदृष्टी

स्मरणशक्ती तंत्रांचा उपयोग मी सर्वप्रथम सन १९९०च्या दशकाच्या सुरुवातीला करायला सुरुवात केली, तेव्हा पुढील सत्य उलगडले. एखादी गोष्ट खरोखरीच समजायला हवी असल्यास, प्रथम तिची अनुभूती घ्यायला हवी; त्यानंतर तो

अनुभव आठवायला हवा. असा अनुभव अर्थपूर्ण आणि सहेतुकच हवा. जर तुम्ही प्रोग्रॅमर असाल, तर केवळ विरामचिन्हे माहीत असणे पुरेसे नाही. तुम्ही स्वत: त्यांचा प्रत्यक्ष उपयोग करून सयुक्तिक मांडणी करायला हवी; तरच त्यातील बारकावे आणि कलाकुसर समजेल. तुम्ही एखादी भाषा शिकत असाल तर भाषेचा प्रत्यक्ष सराव केल्याने ती अंगवळणी पडेल. उपयोग होईल. इंग्रजीत एक म्हणच आहे. If you don't use it, you lose it. उक्ती अतिपरिचित म्हणून अर्थहीन वाटली तरी सत्य आहे. मेंदूच्या महाजालाच्या बाबतीत तर हे अधिकच खरे आहे. मेंदूतील महाजाल जितके मजबूत, तितके ते तेज राहील. सतत कृतिशील राहील. मेंदूतील कार्यगती थांबली, तर विचारांचे संपूर्ण महाजालच बंद पडेल.

भावभावना आणि प्रेरणा

अध्ययनचक्राची एकत्रित जोडणी म्हणजे भावना. सुख-दु:खाची अनुभूती मेंदूतील लिंबिक कॉर्टेक्स या भागामार्फत आपणास मिळते. भावभावना याच आपल्या प्रेरक आहेत. त्याच आपणास कृती करायला प्रेरित करतात. आपले लक्ष वेधून घेऊन दिशा देतात. आपल्या स्मृतीला बळ देतात आणि स्मृतिप्रतिमांना अर्थ देतात.

एखाद्या कामाची तुम्हाला खरोखरच आवड असेल तर ते तुम्हाला अधिक चांगले आठवते; ही उपजतच सहज प्रवृती आहे. त्याचप्रमाणे एखाद्या गोष्टीची भीती वाटते किंवा वेदनादायक अनुभव आहे असे वाटत राहिल्यास, ते टाळण्यासाठी तुम्ही निश्चितच ते लक्षात ठेवाल.

पुस्तकातील प्रमुख आशय, सादरीकरण, किंवा चर्चासत्रातील सार लक्षात ठेवण्यासाठी पूर्वतयारी करणे, याकरिता या ज्ञानाचा चांगला उपयोग तुम्ही करू शकाल. तुमची मस्तिष्कपटल प्रणाली तुमच्या मेंदूच्या (Stem) मध्ये स्थित असते. ती कायम कार्यरत असते. तुमच्या दृष्टीने जे महत्त्वाचे व उपयुक्त आहे त्याकडे तुमचे लक्ष वेधून ती तुम्हाला तिथपर्यंत घेऊन जाते. तुम्ही प्रथम नवा संगणक खरेदी केला तेव्हा, तुम्हाला हा अनुभव आलाच असेल. तुम्हाला तो खूप आवडला होता, प्रचंड आनंद झाला असणार. असा संगणक दुसऱ्या कोणाकडे तुम्ही पाहिला नव्हता. तुम्हीच असे पहिले आहात अशीच तुमची भावना होती; परंतु अचानक आज प्रत्येकाकडेच एक संगणक आहे, हे तुम्हाला दिसते. तुमची ज्ञानेंद्रिये एकूण स्थितीचे आकलन करण्याकरिता सुसज्ज होतात.

ज्ञानेंद्रियांची सुसज्जता

कृती : ज्ञानेंद्रियांची सुसज्जता

कालमर्यादा : ३ मिनिटे

- संपूर्ण खोली क्षणभर बघून घ्या.
- खोलीत जे काही हिरवे दिसले ते सर्व आठवण्याचा प्रयत्न करा.
- तुमच्या हातातील या पुस्तकाकडे एकटक पाहा- इतरत्र बघू नका.
- डोळे बंद करा. खोलीत दिसणारे निळे ते सर्व मोठ्या आवाजात सांगा.
- यातून तुम्ही काय शिकलात?

तुमच्या अध्ययनाची आखणी करणे

आकलनास साहाय्यभूत व संस्मरणीय अध्ययन कसे करावे, याची आखणी करण्यासाठी अध्ययनचक्र प्रतिमान एक प्रभावी साधन आहे. नवीन माहितीचा विचार करताना प्रत्येक टप्प्यावर सर्व पैलूंचा विचार सक्षमपणे केला जाईल, याची दक्षता हे साधन घेते.

स्मरणशक्तीचे कार्य कसे चालते व अध्ययनचक्र प्रतिमान कसे कार्य करते, याविषयीच्या ज्ञानाची मांडणी पुढील प्रकरणात करण्यात आली आहे. तसेच तुमची परिणामकारकता वाढवू शकतील अशी तंत्रे आणि आपली स्मरणशक्ती आणि आपल्या कृती यांना अधिकाधिक अर्थपूर्ण आणि परिणामकारक बनविणाऱ्या विचारप्रणालीचा विचार केला आहे.

ज्ञानेंद्रियांमार्फत प्राप्त माहितीचे अधिकाधिक ग्रहण कसे करू शकाल याचा आपण शोध घेऊ. अधिकाधिक माहिती ग्रहण करण्यासाठी पोषक आंतरिक आणि बाह्य वातावरण कसे निर्माण करता येईल, चिंतन प्रक्रिया सुधारून नियम/परिकल्पना कशा मांडता येतील यासाठी उपयुक्त तंत्रे तुम्हाला शिकायला मिळतील. त्याच्याच जोडीला पुढे कोणती कृती करता येईल यासाठी आवश्यक आकलनशक्ती आणि स्मरणशक्ती वाढण्यास मदत होईल.

उर्वरित पुस्तक हे एक अध्ययनचक्र म्हणूनच प्रत्यक्ष अनुभवावे असेही तुम्हाला कदाचित वाटू शकेल. नवीन माहिती किंवा एखादा नवा विचार तुम्हाला आढळला तर तुमच्या अनुभवानुसार त्यावर चिंतन करा, तुमच्या जीवनात हे कुठे उपयोगी पडेल याचा शोध घ्या. तुम्ही जे शिकलात त्याचा प्रत्यक्ष व्यवहारात उपयोग करून सक्रिय सहभाग घ्या.

उच्च स्मरणशक्तीची गुरुकिल्ली

- तुमच्या अध्ययन प्रक्रियेची आखणी अध्ययनचक्राचे मूलतत्त्व वापरून करा- अनुभूती – एकात्मीकरण – कृती (अध्ययन चौकट तयार करणे)
- ज्ञानेंद्रियांमार्फत ग्रहण केलेल्या माहितीतूनही तुमचा मूर्त अनुभव साकार होतो. तुमचे चिंतन तुम्हाला आधीच माहीत असलेल्या बाबींशी संबंध प्रस्थापित करते. सुधारित आकलन व अर्थाचा शोध घेते.
- प्रश्न विचारून संभाव्य-असंभाव्यतेचा शोध घेऊन तुमच्या स्मृतीतील माहितीसाठ्यात योग्य ठिकाणी ठेवण्यासाठी नवीन माहितीद्वारा प्राप्त घटकांसंबंधात अमूर्त अशा परिकल्पना, नियम यांचा उपयोग करा.
- तुमच्या अध्ययनाचे सक्रिय मूल्यमापन करून त्याचा व्यवहारात उपयोग करा. तुमच्या ज्ञानेंद्रियांद्वारा त्याची प्रतिक्रिया-प्रतिसाद ग्रहण करा. त्यातून अधिक शिका आणि विकसित व्हा.
- भावभावनांच्या प्रेरणांविषयी जिज्ञासू व्हा. तुमचा हेतू साध्य करण्यास नवीन माहिती कशी उपयुक्त ठरेल आणि तुम्हाला आनंद मिळून वेदना कशा टाळता येतील, हे पाहा.
- पुस्तक वाचण्यापूर्वी किंवा काही ऐकण्यापूर्वी तुमच्या दृष्टीने काय महत्त्वाचे आहे यावर विचार करून तुम्ही तुमच्या मनाची पक्की तयारी करा. सुसज्ज व्हा.
- अध्ययनप्रक्रियेत तुम्ही स्वतः सक्रिय सहभागी व्हा. अवगत केलेल्या प्रत्येक कौशल्याचा तुम्ही उपयोग करा.

विभाग २

विचार करण्याचा नवा मार्ग

स्वप्नरंजन हे सर्वस्व आहे. भावी जीवनातील आकर्षणांची ती नांदी/ झलक असते.

अल्बर्ट आईन्स्टाईन

३

सर्जनशील स्मरणशक्ती : तुमच्यातील सुप्त स्मरणशक्ती मोकळी करा.

या प्रकरणात तुम्ही पुढील गोष्टी शिकाल-

- सर्जनशील स्मरणशक्तीची प्रक्रिया
- चार गाभाभूत कौशल्ये कशी विकसित करावीत
- प्राप्त माहिती अधिक स्मरणात राहण्यायोग्य कशी करावी
- सर्जनशील स्मरणशक्तीचा प्रत्यक्षात उपयोग कसा करावा

स्मरणशक्ती आणि सर्जनशीलता

प्रत्यक्ष माहिती लक्षात ठेवणे, ती दीर्घकालीन स्मृतीत धारण करणे आणि किमान उजळणी करून ती माहिती पुन्हा सांगता येणे, यासाठी उपयुक्त अशा कौशल्यांचा संच स्मरणाच्या केंद्रस्थानी असतो. या अशा कौशल्यांच्या संचाला तुम्ही सर्जनशील स्मरणशक्ती म्हणू शकाल. या कौशल्यांवर एकदा प्रभुत्व प्राप्त केल्यावर एक संपूर्ण पुस्तक पाठ करणे, हॉलमध्ये उपस्थित असलेल्या ५० लोकांची नावे आठवणे किंवा तासभर चाललेल्या सादरीकरणातील तपशील लक्षात ठेवणे शक्य आहे. सर्जनशील स्मरणशक्तीच्या केंद्रस्थानी पुढील चार गाभाभूत कौशल्ये असतात-

- **आराम** - शारीरिक तणाव दूर करण्याची क्षमता
- **एकाग्रता** - स्थिरचित्त अवस्थेत प्रवेश करणे (समाधी अवस्था), सर्व बाधांपासून मुक्त होणे
- **कल्पकता** - ज्ञानेंद्रिये व भावना यांच्या आधारे स्मरणयोग्य अनुभवांची निर्मिती करणे
- **साहचर्य** - परस्परसंबंध स्थापित करणे, प्रश्न विचारणे, आणि विश्लेषण करण्याचे नवीन मार्ग शोधणे

मनात प्रवेश केलेली कोणतीही गोष्ट लक्षात ठेवण्याचे कौशल्य प्रत्येकात असतेच; ही एक चांगली जमेची बाजू आहे. ही कौशल्ये प्राप्त करण्यात अगदी बालपणापासून बराच वेळ तुम्ही खर्ची टाकलेला असतो; परंतु यांचा वापर न झाल्यामुळे त्यांपैकी काही कौशल्ये काळाच्या ओघात अंतर्धानसुद्धा पावली असतील. व्यक्तीच्या स्मरण आणि विस्मरणातील फरक हा सर्जनशील स्मरणशक्तीच्या गाभाभूत कौशल्यांची तीव्रता आणि उपयोग करण्याची पद्धती यांच्याशी संबंधित आहे.

मर्मदृष्टी

समजा बर्किना फासोची राजधानी वॉगडॉग आहे हे लक्षात ठेवायचे आहे. सर्जनशील स्मरणशक्ती तंत्रांचा उपयोग केल्यास भेसूर चेहरा असलेला भुंकणारा कुत्रा नसून, तो एक चांगला छान गोंडा घोळणारा कुत्रा आहे, असे चित्र आपल्या डोळ्यांपुढे येते (वॅगी डॉगी, वॉगडॉग). हे शब्द पुन्हा-पुन्हा मोठ्या आवाजात म्हणता, त्या वेळी ती प्रतिमा पाहण्याचा प्रयत्न करा. असे केल्यामुळे वस्तूची प्रतिमा आणि वर्णन यांच्यात तुम्ही एक घट्ट नाते निर्माण करीत असता. बर्किना फासोची राजधानी वॉगडॉग आहे हे आता तुम्हाला कळते.

कृती - तुमच्या स्मरणशक्ती कौशल्यांचे सद्य:स्थितीदर्शक मापन करा.

कालमर्यादा : ५ मिनिटे

पुढील प्रश्नांची उत्तरे लिहिण्यासाठी थोडा वेळ द्या :

- आराम करणे आणि तणावमुक्त होण्यासाठी सध्या तुम्ही कोणत्या गोष्टी करता?
- लक्ष केंद्रित करणे आणि चित्ताची एकाग्रता तुम्ही कशी साध्य करता?
- तुम्ही कल्पक होता, असा एखादा क्षण आठवा. तुम्ही कुठे होता, तुम्ही काय करीत होता, तुमच्यापुढे कोणती आव्हाने होती आणि त्याचे फलित काय?
- संबंध स्थापित करणे, समस्यांचे निराकरण करणे आणि त्यांचे वळण ओळखणे यांच्या बाबतीत तुम्ही कितपत सक्षम आहात? असे तुम्ही कधी केले, आणि त्याचे फलित काय?
- १-१० बिंदू असलेल्या मापनपट्टीवर (१० म्हणजे अत्युत्कृष्ट) मापन केल्यास प्रत्येक गाभाभूत कौशल्याच्या बाबतीत तुम्ही कितपत चांगले होता असे सांगाल?
- ए ४ आकाराच्या कागदावर गाभाभूत कौशल्यांची सूची तयार करा किंवा

ती दर्शविणारे चित्र काढा. सध्या कौशल्यसंपादन कितपत आहे हे दर्शविणारा अंक संबंधित कौशल्यापुढे लिहा. हा कागद सहज दिसू शकेल अशा ठिकाणी चिकटवा. या पुस्तकात दिल्याप्रमाणे अभ्यासक्रम पूर्ण केल्यानंतर तुमच्यात झालेली सुधारणा मोजण्यासाठी याचा उपयोग केला जाईल.

स्मरणशक्तीची तंत्रे सुमारे २००० वर्षांपासून वापरली जाताहेत आणि त्यांच्यात अनेक वेळा नव्याने शोध घ्यावा लागलेला आहे. साठवून ठेवता येतील अशी ठळक स्मृतिचित्रे निर्माण करणे आणि ती पुन्हा सहजपणे आठवणे शक्य होईल यासाठी आपली कल्पनाशक्ती आणि साहचर्य यांचा उपयोग करण्याची क्षमता ही सर्जनशील स्मरणशक्तीचा गाभा आहे.

कृती - तुमच्या साहचर्यविषयक क्षमता तपासा.

कालमर्यादा : ५ मिनिटे

पुढे दिलेली दहा शब्दांची सूची वाचा आणि त्यातील प्रत्येक शब्दाशी निगडित वाटणारा पहिला शब्द मोठ्याने म्हणा. तो शब्द लिहा. खूप विचार करू नका. तुमच्या डोक्यात निर्माण झालेल्या विचारांशी छेडछाड करू नका. भलेही तो विचार तुम्हाला हास्यास्पद वाटलेला असो- उदा. रिकी जार्विस म्हणजे गंमत, बटबटीत किंवा ऑफिस असे तुम्हाला वाटेल. शब्द वाचून त्याच्याशी साहचर्य दर्शविणारा विचार हा व्यक्तिसापेक्षच असेल :

- रिकी जार्विस-
- चॅप्लिन-
- अग्ली-
- कबूज-
- स्मोक-
- डम्बो-
- नेमो-
- फाईट-
- फ्रेंच-
- कारोवा-

या सूचीतील एकेक शब्द वाचताना प्रत्येक शब्दाशी साहचर्य सांगणारी एखादी प्रतिमा तुमच्या डोक्यात पटकन चमकून जाईल. नेमोचेच उदाहरण घेऊ. नेमो शब्द उच्चारताच फिश हा शब्द तुमच्या तोंडातून पटकन बाहेर येईल हे स्वाभाविक आहे. 'फाइंडिंग नेमो' नावाचा सिनेमा तुम्ही पाहिलेला असल्यामुळे असेल कदाचित. कारोवा हा मुळात रशियन भाषेतील शब्द असून, त्याचा अर्थ गाय असा होतो. हे माहीत नसेल तर कारोवा शब्द ऐकताच तुमच्या मनात कार ही प्रतिमा निर्माण होते, कारण या शब्दाचा पहिला भाग कार, कार-रोवा किंवा करोनाची बाटलीसारखा ध्वनित होतो. शब्दाचा अर्थ

माहीत नसला तरी तुमचा मेंदू साहचर्य संबंधांचा शोध घेतो आणि काहीतरी संबध जोडतोच. वरीलपैकी एखादा शब्द तुम्ही वाचलात आणि त्याचा अर्थ मला माहीत नाही असे तुम्ही स्वत:ला सांगितले, या बाबतीत प्रथम तुमच्या मनात त्या शब्दाची पुसटशी प्रतिमा तयार झाली असेल आणि नंतर साहचर्य संबंध शोधण्याचे कार्य तुमच्या मेंदूने थांबविले असेल कदाचित.

मर्मदृष्टी

तुम्ही जे बोलता त्याकडे तुमच्या मेंदूचे बारीक लक्ष असते. बऱ्याच काळापासून तुम्ही एखादया व्यक्तीला भेटलेले नाहीत, त्या व्यक्तीचा चेहरा ओळखीचा वाटतो, तुम्ही त्या व्यक्तीला ओळखता हे तुम्हाला माहीत असते, खूपच चांगले आठवत असेल कदाचित, परंतु तुम्हाला त्या व्यक्तीचे नाव आठवत नाही. एक-दोन दिवस किंवा आठवडे गेल्यानंतर त्याचे नाव तुमच्या मनात येते, असा तुम्हाला अनुभव आहे काय? तुम्ही उत्तराच्या अपेक्षेने एक प्रश्न विचारता, आणि तुमचा मेंदू उत्तराचा शोध सुरू करतो, हे यामागील कारण आहे. याउलट, 'मला आठवत नाही किंवा मला माहीत नाही असे स्वत:ला सांगितले असेल' तर तुमचा मेंदू साहचर्य संबंध शोधण्याचे कार्य थांबवितो.

मनाची निर्मितिक्षम अवस्था

कॉन्स्टंटिन स्टॅनिस्लावस्की, हे स्टॅनिस्लावस्की अभिनय तंत्रासाठी ओळखले जातात. शारीरिक तणाव मुक्त करणारी आणि नवनिर्मितीच्या मानसिक क्षमता पुष्ट करणारी अशी कलात्मक अवस्था, असे मनाच्या निर्मितिक्षम अवस्थेचे वर्णन ते करतात. (मेल गॉर्डनच्या 'द स्टॅनिस्लावस्की टेक्निक' या आधारे).

स्टॅनिस्लावस्की तंत्र

स्टॅनिस्लावस्की तंत्रात आराम, लक्ष केंद्रित करणे आणि कल्पनाशक्ती सुधारण्यासाठी उपयुक्त कृतींचा संच असतो, ज्याची परिणती स्टॅनिस्लावस्की ज्याला मनाची निर्मितीक्षम अवस्था म्हणतात तिच्यात होते. मेल गॉर्डन यांनी स्टॅनिस्लावस्की तंत्र या अभिनेत्यांसाठी लिहिलेल्या कार्यपुस्तिकेत स्टॅनिस्लावस्की यांनी जीवनभर जी तंत्रे वापरली त्यांचे संकलन केले आहे.

कॉन्स्टंटिन स्टॅनिस्लावस्की (मूळ नाव कॉन्स्टंटिन सर्गेईविच अलेक्सेयेव) यांनी सन १९१२मध्ये मॉस्को थिएटरचा पहिला स्टुडिओ उघडल. अनेक

वर्षांचे कार्य एकत्र करून विशिष्ट तंत्रे जुळवून त्या तंत्रांचा एक सघन संच बनविला. तीच स्टॅनिस्लावस्की तंत्रे या नावाने ओळखली जातात. येवजेनी वख्तांगोव आणि मायकल चेकाव स्टॅनिस्लावस्कीचे हे दोन महान शिष्य कॉन्स्टंटिन स्टॅनिस्लावस्कीच्या कार्यात विविधता निर्माण करून विश्वभरातील भावी अभिनेत्यांना प्रभावित करीत राहिले. यू.एस.ए.मध्ये ली स्ट्रासबर्ग यांनी अभिनयाची 'द मेथड' नावाची एक विशिष्ट पद्धती शोधून काढली. ही पद्धती स्टॅनिस्लावस्की तंत्रांवरून बेतलेली आहे. या पद्धतीचा परिचय डस्टिन हॉफमन, रॉबर्ट डी निरो, मर्लिन मन्रो, जेम्स डीन आणि पॉल न्यूमन यांच्या अभिनयातून पाहायला मिळतो. ही केवळ वानगीदाखल काही नावे आहेत.

प्रज्ञावंत अभिनेत्यांची स्टॅनिस्लावस्की तंत्रांविषयी भिन्न मते होती आणि पुढेसुद्धा राहिली. याचे एक उदाहरण येथे देता येईल. मॅरेथॉन मॅन (१९७६) या फिल्मच्या सेटवर डस्टिन हॉफमन (द मेथड नट) आणि लॉरेन्स आलिविअर यांच्यात एक सहज संवाद घडला. पळाल्यामुळे धाप लागते हे दृश्य चित्रित करायचे होते. पूर्वतयारी म्हणून हॉफमन हा खोलीच्या भोवताली धावत होता. हॉफमनचे हे वर्तन बघून ऑलिविअर चकित झाला. 'हे काय करतोयस तू?' असे त्याने हॉफमनला विचारले. 'याव्यतिरिक्त दृश्याची तयारी कशी करू शकतो,' असा प्रतिप्रश्न हॉफमनने केला. त्यावर ऑलिविअर उत्तरला, "प्रिय बाळा, अभिनय करायचा प्रयत्न कर." हे खरे खोटे काही असो, परंतु स्टॅनिस्लावस्की तंत्र किंवा द मेथड याविषयी अभिनयाच्यां वर्तुळात जेव्हा चर्चा होते, त्या त्या प्रसंगी ही गोष्ट पुन्हा सांगितली जाते. सर्जनशील स्मरणशक्तीची गाभाभूत कौशल्ये सुधारण्यासाठी यातील अनेक तंत्रे उपयुक्त अशी एक चौकट देतात.

मर्मदृष्टी

मनाच्या सर्जनशील अवस्थेत प्रवेश करण्यासाठी स्टॅनिस्लावस्कीच्या तंत्राने अनेक मार्ग दिले आहेत. माहितीचे आकलन, मनात साठविणे, धारण करणे आणि योग्य वेळी आठवणे, अशी इच्छा बाळगून तुम्ही योग्य मार्ग पकडला तेव्हा असलेली मनाची नेमकी अवस्था होय. बहुसंख्य महान नटांना अनेक नाटके शब्दशः पाठ असतात, आणि ते त्यातील स्वगते काही वर्षे उलटून गेल्यावरसुद्धा तोंडपाठ म्हणतात. हा केवळ योगायोग नाही. एका तासात २००० अंक लक्षात ठेवण्यात पारंगत असलेल्या व्यक्ती ज्या सर्जनशील स्मरणशक्ती कौशल्यांचा वापर करतात, तशीच कौशल्ये कलाकारसुद्धा अजाणतेपणे वापरतात. पुस्तके, कायदे, भाषणे आणि सादरीकरणाच्या संदर्भात अधिक प्रगत माहिती जेव्हा लक्षात ठेवायची असते, तेव्हा उद्दिष्टे, कृती, स्पष्टीकरण आणि घटक या संदर्भातील स्टॅनिस्लावस्कीची इतर तंत्रे, एक उत्कृष्ट चौकट प्राप्त करून देतात.

गाभाभूत कौशल्ये

आराम (Relaxation)

आरामदायी अवस्था प्राप्त करण्याचे अनेक मार्ग आहेत. नियमित ध्यानधारणा किंवा ताई-ची, योगाभ्यास, किगाँग आणि पायलेट्ससारखे व्यायाम तणाव दूर करणे, शरीर भारित करणे आणि स्वतःच्या शरीराविषयीची जाण (भान) निर्माण करण्यासाठी उत्तम आहेत. सर्जनशील स्मरणशक्तीसाठी शरीर आणि मन आरामदायी, पूर्णतः भारित आणि तणावरहित असणे, ही आदर्श अवस्था होय.

कृती- शक्ती आणि आराम प्राप्त करा.
कालमर्यादा : १० मिनिटे

- खोल श्वास घेण्याच्या व्यायामाचा प्रयत्न करा. यामुळे तुमचे शरीर सैल होईल, लक्ष केंद्रित होईल आणि तुमच्या शरीरात शक्तीचा संचार होईल. श्वास पुढील प्रमाणात घ्या- श्वास आत घेणे १, श्वास आत धरून ठेवणे ४ श्वास बाहेर सोडणे २- म्हणजे श्वास आत घेणे ८, श्वास आत धरून ठेवणे ३२ श्वास बाहेर सोडणे १६ असेही करू शकाल. ही कृती १० वेळा करा. शरीराला आराम देणे आणि शक्तिवर्धन करण्यासाठी हा सराव दिवसातून तीन वेळा करा. (टोनी रॉबिन्स यांच्या पर्सनल पॉवर यातून)
- खुर्चीत बसा, आरामदायी स्थितीत या आणि तुमचे शरीर खुर्चीवर खालच्या दिशेने दाब देते आहे हे जाणण्याचा प्रयत्न करा. खोल श्वास घेत असताना पायापासून सुरुवात करून गुडघे, मांड्या तसेच मस्तकाच्या वरपर्यंत तुमच्या शरीराच्या प्रत्येक भागाकडे लक्ष द्या. तुम्ही शरीराच्या वरच्या भागाकडे जात असताना तणाव कितपत आहे, याचे अवलोकन करा. प्रत्येक वेळी तुम्हाला थोडाबहुत तणाव जाणवेल. खोल श्वास घेऊन ताण सैल करण्यासाठी श्वास बाहेर सोडा.
- उजव्या हाताची मूठ घट्ट आवळा, खोल श्वास घ्या आणि श्वास बाहेर सोडताना सर्व तणाव जाऊ द्या. हीच कृती डाव्या हाताची मूठ आवळून करा आणि तुमच्या संपूर्ण शरीरातून तणाव नाहीसा होत असल्याचे अनुभवा.
- एखादी वस्तू उचला आणि ती उचलण्यासाठी किती शक्ती आवश्यक आहे याची नोंद घ्या. ती वस्तू खाली ठेवा. पुन्हा प्रयत्न करा आणि या

वेळी शक्यतो किमान शक्तीचा वापर करा. कोणते स्नायू प्रभावित होतात हे जाणा. वस्तू खाली ठेवा आणि स्नायूंवरील सर्व तणाव मोकळा करा. विविध वस्तू घेऊन हा व्यायाम पुन्हा पुन्हा करा. (मेल गॉर्डन यांच्या 'द स्टॅनिस्लावस्की टेक्निक्स' यातून)

एकाग्रता (Concentration)

आराम आणि एकाग्रता यांचा घनिष्ठ संबंध आहे. या दोन्हीच्या एकात्म परिणामाने स्मरणशक्तीसाठी आदर्श अशी अवस्था निर्माण होते. सरावाने येणारे सर्व अडथळे थोपवून धरण्यास तुम्ही स्वत:ला सक्षम बनवू शकता.

कृती- एकाग्रता आणि केंद्रीकरण
कालमर्यादा : १० मिनिटे

- तुमच्या आजूबाजूतून येणारा प्रत्येक आवाज टिपत असताना भिंतीवरील एका ठिपक्यावर तुमचे लक्ष केंद्रित करा. ठिपक्यावर लक्ष केंद्रित करीत असतानाच दुसऱ्या आवाजाकडे लक्ष देण्यापूर्वी पहिला आवाज कशाचा तो ओळखा. तुम्ही किती आवाज ओळखू शकता ते पाहा आणि ते कुठून येताहेत याचा अंदाज घेण्याचा प्रयत्न करा.
- पुस्तक वाचणे, ई-मेल लिहिणे किंवा प्रश्न सोडविणे असे एकाग्रतेची गरज असलेले काम तुम्ही करीत आहात; अशा वेळी टीव्ही- नंतर रेडिओ सुरू करा, आणि त्याच वेळी कोणीतरी तुमच्याबरोबर संभाषण करण्याचा प्रयत्न करीत आहे.
- अनेक उपक्रम सुरू करा : मासिकातील चित्रांकडे पाहा, संगीत ऐका, गणितातील प्रश्न सोडवा, एखादा खेळ खेळा, तुमचे ई-मेल वाचा, कोणाला तरी फोन करा. एका कृतीकडून दुसऱ्या कृतीकडे त्वरेने वळा. प्रत्येक कृती करताना दुसऱ्या कृतीकडे वळण्यापूर्वी पहिल्या कृतीवर पूर्णपणे लक्ष केंद्रित करा. (मेल गॉर्डन यांच्या 'द स्टॅनिस्लावस्की टेक्निक्स' यातून)
- तुमचे डोळे बंद करा आणि तुमच्या आवडीच्या स्थळी तुम्ही स्वत:ला घेऊन जा. त्या स्थळी असलेल्या वस्तू न्याहाळत सर्वत्र हिंडा. (मेल गॉर्डन यांच्या 'द स्टॅनिस्लावस्की टेक्निक्स' यातून)

कल्पकता (Imagination)

कल्पकता ही सर्जनशील स्मरणशक्तीचा पाया आहे. आपल्या पंचेंद्रियांचा

उपयोग करून केवळ ठळक प्रतिमा निर्माण करणे नव्हे, तर शक्य काय आणि कोणती गोष्ट अशक्य आहे, यावर मत व्यक्त करणे, स्वप्नरंजनाच्या विश्वात स्वत:ला घेऊन जाणे, उत्कंठा शिगेला पोहोचविणे आणि बालसुलभ स्फूर्तीक्षण पकडण्याची क्षमता म्हणजे कल्पकता.

आपण निर्माण केलेल्या स्मृती घट्ट करणे, त्या जागवणे, गडद करणे, स्मृतीत ताल आणि गती निर्माण करून अल्पकालीन स्मृतिक्षम बनविणे, त्या दीर्घकालीन स्मृतीत पाठविणे, या गोष्टी कल्पकता-कौशल्याचे प्रबलीकरण केल्यास शक्य होतात.

कृती- तुमची कल्पकता वृद्धिंगत करणे
कालमर्यादा : १० मिनिटे

- एका साध्या वस्तूवर लक्ष केंद्रित करा, ती अभ्यासा, त्या वस्तूची सविस्तर प्रतिमा तुमच्या मनात निर्माण करा. तुमच्या पाचही ज्ञानेंद्रियांचा उपयोग करा.
- एका वेगळ्या वस्तूवर लक्ष केंद्रित करा; त्या वस्तूचे बाहू, पाय आणि चेहरा पुढे सरसावलेले आहेत अशी कल्पना करा. तिला काय हवे आहे हे विचारा आणि ती काय म्हणतेय ते ऐका. आता तुमचे डोळे बंद करा आणि ती वस्तू पुन्हा मनात निर्माण करा. मनात ती वस्तू कोठे दिसतेय त्याची नोंद करा. मनातील वस्तूशी संवाद साधा. डोळ्यांची उघडझाप करून प्रयत्न करा.
- जमिनीतील एका बीपासून पूर्ण वाढलेल्या वनस्पतीला आलेल्या फुलाची कल्पना करा. डोळे बंद करा, त्याच्या वाढ आणि विकासप्रक्रियेचा पाठपुरावा करा (मेल गॉर्डन यांच्या 'द स्टॅनिस्लावस्की टेक्निक्स' यातून).
- तुम्ही दररोज ज्या मार्गावरून चालत जाता तो रस्ता किंवा मार्ग आठवा. स्वतंत्र खंडात त्याची विभागणी करा. रस्त्याच्या प्रत्येक खंडाशी निगडित असणारी एक गोष्ट निर्माण करा. (मेल गॉर्डन यांच्या 'द स्टॅनिस्लावस्की टेक्निक्स' यातून).
- एक वस्तू आणि विशिष्ट व्यक्ती यांच्यातील साम्य शोधा. निवडलेली व्यक्ती आणि प्राणी यांच्यातील साम्य शोधा. मनातल्या मनात त्यांचा अभ्यास करा. (मेल गॉर्डन यांच्या 'द स्टॅनिस्लावस्की टेक्निक्स' यातून)

प्रभावी स्मरणशक्ती

भाव आणि भावना निर्माण करण्याची क्षमता हे स्टॅनिस्लावस्की तंत्रातील एक प्रमुख कौशल्य होते. एका अभिनेत्यासाठी हे कौशल्य उपयुक्त आहे हे उघडच

आहे; स्मरणशक्ती अधिक पक्की करण्यासाठीसुद्धा ते उपयुक्त आहे. स्टॅनिस्लावस्की प्रभावी स्मरणशक्ती म्हणून जिचा उल्लेख करतात, तिची दोन भागांत विभागणी करता येते : ऐंद्रिय स्मरणशक्ती- जिचा उपयोग संवेदना निर्माण करण्यासाठी होतो, आणि भावनिक प्रतिसाद- जो भावना निर्माण करण्यात तुम्हाला मदत करतो.

मर्मदृष्टी

सर्जनशील स्मरणशक्ती ही तुमच्या मनातील प्रतिमेचे केवळ अवलोकन करण्याचे कौशल्य नसून, तिच्यात जाणीव, रुची, श्रवण आणि गंध यांचा अंतर्भाव होतो, त्याचबरोबर आनंद, विनोद, दुःख, भीती या भावनांची गुंफण करून माहितीचे रूपांतर केवळ चित्र/प्रतिमांमध्ये करण्याच्या पलीकडे जायला तुम्हाला संधी देते. यामुळे मूलतः शुष्क/नीरस किंवा क्लिष्ट असलेल्या माहितीचे रूपांतर संस्मरणीय अनुभवात करता येते.

कृती- तुमची ऐंद्रिय स्मरणशक्ती विकसित करा. (मूर्त अनुभव निर्माण करणे)

कालमर्यादा : १० मिनिटे

- एक कप चहा करताना तुमची प्रत्येक हालचाल आणि पंचेंद्रियांमार्फत होणाऱ्या जाणिवांवर बारीक लक्ष ठेवा. चहा पिताना तुमच्या शरीराला जाणवणाऱ्या विविध संवेदनांची नोंद घ्या. तुमची केवळ कल्पनाशक्ती वापरून आता दुसरा एक कप चहा तयार करा. सर्व पाचही ज्ञानेंद्रियांकडे लक्ष ठेवून प्रत्येक भावना सविस्तरपणे पुन्हा निर्माण करा.
- तुम्ही पावसात बस येण्याची वाट पाहत आहात अशी कल्पना करा. खूप थंडी पडलेली आहे आणि तुमच्याकडे जॅकेट नाही. डोळे बंद करून तुम्हाला कसे वाटते याचे चित्र निर्माण करा. वास्तव चित्र रेखाटा आणि तुमच्या पंचेंद्रियांशी सांगड घाला. आता बसस्टॉपवर दुसरे कोणी आहे अशी कल्पना करा. त्या व्यक्तीला काय वाटत असेल?
- आगकाडी पेटवा. प्रत्येक तपशील प्रकर्षाने जाणवेल तोपर्यंत हीच कृती पुन्हा पुन्हा करा. प्रत्यक्ष आगकाडी न घेता आता हीच कृती पुन्हा करा (मेल गॉर्डन यांच्या 'द स्टॅनिस्लावस्की टेक्निक्स' यातून).
- कोणत्याही खऱ्या वस्तूशिवाय पुढील कृती पूर्ण करा : तुमचे केस धुवा, अंगावर कपडे घाला, दाढी करा, सुईने शिवणकाम करा, पेन्सिलीला टोक करा, आता पेन्सिलीला चाकूने टोक करा. मूकाभिनय जमेल किंवा नाही याची चिंता न करता दुसऱ्याला पटेल अशी पूर्ण कृती करा (मेल गॉर्डन यांच्या 'द स्टॅनिस्लावस्की टेक्निक्स' यातून)

कृती- भावनिक प्रतिसाद विकसित करणे
कालमर्यादा : १० मिनिटे

- एक मूल म्हणून तुम्ही खाल्लेले सर्व खाद्य पदार्थ आठवा. त्यांच्या गंध आणि पोतांचे वर्णन करा. त्यांचा स्वाद आणि तुम्हाला ते कसे वाटले हे अनुभवा (मेल गॉर्डन यांच्या 'द स्टॅनिस्लावस्की टेक्निक्स' यातून).
- तुम्ही जिथे वाढलात ते घर किंवा फ्लॅट आठवा. त्याचे वर्णन करा. आता तुम्ही तिथे आहात अशी कल्पना करा आणि तुमच्या भावनांची नोंद करा. (मेल गॉर्डन यांच्या 'द स्टॅनिस्लावस्की टेक्निक्स' यातून)
- तुमच्या शाळेतील पहिला दिवस आठवा. आता एका वस्तूवर लक्ष केंद्रित कर. ती तुमची स्कूल बॅगसुद्धा असू शकेल. बॅगेचा वास आणि ती किती जड आहे याचा अंदाज घ्या. त्या काळातील एखादा प्रसंग आठवा आणि तुमच्या मनात उठलेल्या भावना अनुभवा.
- मध्यरात्र आहे आणि तुम्ही सोफ्यावर बसलेले आहात, त्या वेळी दुसऱ्या खोलीतून धमाका झाल्याचा आवाज तुम्हाला ऐकू येतो, अशी कल्पना करा. आवाज ऐकून तुम्हाला कसे वाटले, ते अनुभवा. फरशीचा कर्कश्श आवाज ऐकू आला आणि नंतर दिवे गेले, अशी कल्पना करा. तुम्ही अनुभवलेल्या भावनांचे विश्लेषण करण्यासाठी क्षणभर वेळ घ्या.
- मध्यरात्र आहे आणि दार ठोठावण्याचा आवाज येतो. तुम्ही दाराकडे जाता तेव्हा तुम्हाला तुमच्या मित्रांचे परिचित आवाज ऐकू येतात. तुम्ही दार उघडता आणि तुमच्या दोन मित्रांना चार धिप्पाड माणसांनी घट्ट बांधून (balaclavas) धरल्याचे तुम्हाला दिसते. तुमच्या संवेदनांची तीव्रता अनुभवण्यासाठी थोडा वेळ घ्या.

एक इंद्रिय स्मृती व्यवसाय आणि एक भावनिक प्रतिसाद व्यवसाय निवडा आणि आता तुम्ही कोठे आहात ते १-१० या मापनपट्टीवर मोजा.

- तुमची ज्ञानेंद्रिये आणि भावना क्षीण आणि तीव्र करण्यासाठी वरील मापनाच्या आधारे सराव करा.
- फरक अनुभवा आणि भावभावनांचा स्तर किती वेगाने तुम्ही बदलू शकता ते पाहा.

साहचर्य (Association)

आपण भूतकाळातील एखाद्या घटनेचा विचार करतो तेव्हा त्या घटनेशी संबंधित असलेले तपशील आपणास आठवतात. आपल्याला नाताळ, जन्मदिवस

आणि सुट्ट्या आठवतात, कारण त्यांच्याशी प्रखर साहचर्य असत. ते साहचर्य भावनात्मक असते आणि आपल्या संवेदना तीव्र होतात.

आपल्याशी निगडित घडलेल्या घटनांचा परिणाम आपणास कसे वाटते, आपण कसे वर्तन करतो आणि आपल्याला काय आठवते, यांच्यावर होतो. माहिती लक्षात ठेवण्यासाठी साहचर्य हे अत्यंत प्रभावी साधन आहे. कल्पकता ही सर्जनशील स्मरणशक्तीचा पाया असेल, तर साहचर्य हा त्या सर्व आठवणींना एकत्र बांधून ठेवणारा डिंक आहे. कल्पकता आणि साहचर्य हे परस्परांशी अंतर्गत जोडलेले असतात. आपण संपूर्ण जीवनभर सतत साहचर्य निर्माण करीत असतो; आठवणी, श्रद्धा किंवा लोक आणि वस्तूंप्रती असलेल्या भावना या विविध साहचर्यांमुळेच निर्माण होतात. साहचर्य जितके अधिक तीव्र, तितके ते संस्मरणीय होत; कारण आपले न्यूरॉन्स हे अत्यंत मजबूत असे सिनॅप्टिक बंध निर्माण करतात. साहचर्य हे डाव्या मेंदूच्या प्रमुख कार्यावर केंद्रित असते, जसे- प्रश्न विचारणे, विश्लेषणात्मक चिंतन करणे आणि पॅटर्न (नमुना) ओळखणे. माहितीचे रूपांतर प्रतिमांमध्ये करणे आणि ती संस्मरणीय होण्यासाठी त्यांची जुळणी करण्याचा उत्तम मार्ग शोधण्यात याची परिणती होणे, या गोष्टी सर्जनशील स्मरणशक्तीत घडतात.

नैसर्गिक प्रतिमा आणि ध्वनिप्रतिमा साहचर्य

एखादा शब्द किंवा माहितीचा अंश दर्शविण्यासाठी एखादी प्रतिमा शोधण्याचा विचार करतो तेव्हा, तत्काळ साहचर्य आढळत नाही किंवा किमानपक्षी सुस्पष्ट जाणवेल असे काही नसते. नैसर्गिक साहचर्य नसेल, तर मुख्य शब्द किंवा त्याच्या भागाच्या उच्चाराशी जुळणारी प्रतिमा आपल्याला निर्माण करावी लागते; यालाच ध्वनी-प्रतिमा साहचर्य असे म्हणतात आणि तुम्हाला सर्जनशील स्मरणशक्तीच्या प्रगत स्तरावर प्रगती करायची असेल, तर हे अति महत्त्वाचे कौशल्य विकसित करावे लागेल.

हे साध्य करण्याच्या दोन पद्धती आहेत. सरावामुळे त्या तुमच्या अंगवळणी पडतात. तुमच्या माहितीसाठी आवश्यक असलेली प्रतिमा निर्माण करण्यासाठी दोन्ही पद्धतींमध्ये शब्दाचा अर्थ अत्यंत महत्त्वाची भूमिका बजावू शकतो.

- नैसर्गिक प्रतिमा साहचर्य- स्मरणशक्ती, ज्ञानेंद्रिये किंवा भावना यांच्यामुळे उत्स्फूर्त प्रतिमानिर्मिती
- ध्वनी-प्रतिमा साहचर्य- पाठ करीत असलेल्या माहितीसारख्या ध्वनित होणाऱ्या प्रतिमा

नैसर्गिक प्रतिमा साहचर्य

या प्रकारातील सर्व प्रतिमा व्यक्तिसापेक्ष आहेत, म्हणून हे शब्द माझ्याशी

कशा प्रकारे संबंधित आहेत, याची मी तुम्हाला उदाहरणे देतो. तुमच्यासाठी त्यांचा अर्थ भिन्न असण्यास भरपूर वाव आहे.

- भयंकर- माझ्या मनात पहिली प्रतिमा येते ती भयंकर त्सुनामी लाट. म्हणून त्सुनामी लाट ही प्रतिमा मी वापरीन.
- निर्भय- निर्भय सिंह किंवा महात्मा गांधी, भगतसिंग अशा प्रतिमा मनात येऊ शकतात.
- धडकी भरविणारे- फ्रेडी क्रूगर, गब्बरसिंग, जेसीबी मशिन

ध्वना-प्रतिमा साहचर्य

- Madagascar - तुम्ही येथे गेला असाल तर तुमचे याच्याशी भावनिक साहचर्य असू शकते. जर गेला नसाल तर शब्द उच्चारताना तो कसा ध्वनित होतो हे पाहावे लागेल : Mad-gas-car हा ध्वनी Madagascar दर्शवील.
- Capitulate - या शब्दाचा पहिला भाग Cap आहे, म्हणून तुमची प्रतिमा Cap असू शकेल. Capitulate शब्दाचा अर्थ समर्पण करणे किंवा सोडून देणे असा होतो. म्हणून a Cap ही दोन्ही हात जोडून, गुडघे टेकून शरण आल्याचे किंवा समर्पण करीत असल्याची कल्पना करू शकाल. अशा प्रकारे तो शब्द तुमच्या लक्षात राहतो आणि त्याचा अर्थही कळतो.
- Accentuate - या शब्दाचा पहिला भाग सारखा ध्वनित होतो; म्हणून तुमची प्रतिमा असू शकेल. Accentuate म्हणजे to emphasize जोर देणे, highlight (उठाव देणे), अधिक लक्षवेधक बनविणे. म्हणून तुम्ही प्रकाशझोतात आपले नृत्यकौशल्यावर जोर देत आहात अशी कल्पना करू शकता.

तुमची शब्दसंपदा वाढविण्याचा एक उत्तम मार्ग म्हणूनही कदाचित तुम्ही याकडे बघू शकाल.

माहिती तोंडपाठ म्हणा

तुम्ही तुमच्या मनातील प्रतिमेकडे पाहता तेव्हा तो शब्द मोठ्याने म्हटला गेला पाहिजे. हा अत्यंत महत्त्वाचा मुद्दा आहे; शब्द जितका विचित्र तितकेच असे करणे महत्त्वाचे. असे केल्याने तुम्ही शब्दाची प्रतिमा आणि ध्वनी यांच्यात अधिक मानसिक बंध निर्माण करीत असता आणि तो शब्द मनात बंदिस्त करण्यात स्वत:ला मदत करीत असता. अध्ययन चक्राच्या संदर्भात, तुम्ही सक्रिय परीक्षण करीत आहात असे म्हणता येईल.

अशा प्रकारे लक्षात ठेवणे सुरुवातीला विचित्र वाटेल हे उघड आहे, परंतु कुठलीही नवीन गोष्ट शिकताना असेच घडत नाही काय? मी आधी सांगितल्याप्रमाणे,

एखाद्या गोष्टीचा भरपूर सराव करा म्हणजे पुढे ते आपोआप सहजच तुमच्या सवयीचे होईल; एकदा सवय झाली की ती गोष्ट करणे अगदी सहज होते.

कृती- नैसर्गिक प्रतिमा आणि ध्वनी प्रतिमा साहचर्य

कालमर्यादा : ५ मिनिटे

एखादा शब्द निवडून त्याचे प्रतिमेत रूपांतर करण्याचा सराव करीत राहणे हा हे कौशल्य विकसित करण्याचा अत्यंत सोपा मार्ग आहे. ध्वनिप्रतिमा ही खऱ्या शब्दासाठी चेतकाचे कार्य करते. शब्द अधिक संस्मरणीय करण्यासाठी ध्वनिप्रतिमा आणि नैसर्गिक प्रतिमा साहचर्य या दोन्हींचा वापर कसा करता येईल याचे एक उदाहरण येथे दिले आहे. पुढील शब्दांची कल्पना करताना तुम्ही पूर्णत: आरामात, ध्यानस्थ अवस्थेत असले पाहिजे आणि तुमची पाचही ज्ञानेंद्रिये कार्यरत असली पाहिजेत. तुमच्या मनात शब्दाची प्रतिमा दृश्य रूपात दिसण्यासाठी तो शब्द मोठ्या आवाजात बोलणे आवयक आहे.

- Chore - तुम्ही सिंड्रेलाचा पोषाख करून तिची कामे Chore करीत आहात. Chore शब्द मोठ्या आवाजात म्हणा (नैसर्गिक प्रतिमा)
- Astride - तुम्ही घोड्यावर बसला आहात you are astride a horse. Astride हा शब्द मोठ्या आवाजात म्हणा. (नैसर्गिक प्रतिमा)
- Subscript - Script वाचणारी एक SUBmarine. Subscript हा शब्द मोठ्या आवाजात म्हणा. (ध्वनिप्रतिमा)
- Misjudge - MISS JUDGE. Misjudge हा शब्द मोठ्या आवाजात म्हणा. (ध्वनिप्रतिमा)
- Purified - a purifying filteration unit. Purified हा शब्द मोठ्या आवाजात म्हणा. (नैसर्गिक प्रतिमा)
- Braised - a braised bit of beef. Braised हा शब्द मोठ्या आवाजात म्हणा. (नैसर्गिक प्रतिमा)
- Semblance - same Blinds. Semblance हा शब्द मोठ्या आवाजात म्हणा. (ध्वनिप्रतिमा)
- Covertly - special ops under a cover. covertly हा शब्द मोठ्या आवाजात म्हणा. (नैसर्गिक प्रतिमा)
- Bravo-Bravo म्हणत ओरडणे, टाळ्या वाजविणे. Bravo हा शब्द मोठ्या आवाजात म्हणा. (नैसर्गिक प्रतिमा)
- Mantel-Hanging off the mantel. Mantel हा शब्द मोठ्या आवाजात म्हणा. (नैसर्गिक प्रतिमा)

- August- Roman Emperor. August हा शब्द मोठ्या आवाजात म्हणा. (नैसर्गिक प्रतिमा)

प्रश्नांची शक्ती

साहचर्य संबंधांसाठी प्रश्न विचारणे ही एक मार्गदर्शक शक्ती आहे, म्हणून चांगल्या उत्तरासाठी अचूक प्रश्न विचारता येणे महत्त्वाचे आहे. प्रश्न विचारताना अपेक्षित उत्तराचा भाव निर्माण करायला हवा. तुम्ही उत्तराची अपेक्षा करीत असाल तर कुठेतरी तुम्हाला प्रत्याभरण मिळेल. तुम्हाला हवे असलेले ते उत्तर असेलच असे नाही; परंतु तुम्हाला प्रतिसाद मिळेल. केवळ साहचर्य संबंध स्थापित करण्यासाठी प्रश्न विचारण्याची शक्ती तुमच्यात असणे आवश्यक आहे असे नाही, तर ते आठवण्यासाठीसुद्धा प्रश्न आवश्यक आहेत.

कृती- तुमचे मुख्य प्रश्न कोणते आहेत?

कालमर्यादा : ५ मिनिटे

पुढील काही प्रश्नांवर चिंतन करा आणि त्यांपैकी कोणते प्रश्न सर्जनशील स्मरणशक्तीच्या संदर्भात उपयुक्त आहेत, ते प्रश्न स्वतःला विचारा.

- हे मी कसे करू शकतो?
- तर काय होईल?
- मी काय गमावतोय?
- हे जोडण्याचा उत्तम मार्ग कोणता?
- हे गमतीदार, भेसूर किंवा सेक्सी मी कसे करू शकेन?
- हे अधिक घट्ट मी कसे करू शकेन?
- पुढे काय घडते?
- पुढे काय घडायला नकोय?
- मी जर ती वस्तू / प्रतिमा असतो तर मी काय केले असते?
- यासाठी उत्तम जागा कुठे आहे?

सर्जनशील स्मरणशक्तीचा उपयोग करताना तुम्ही विचारणार आहात असे पाच प्रश्न निवडा किंवा निर्माण करा.

सराव

सर्जनशील स्मरणशक्तीचा अर्थ स्वयंस्पष्ट आहे- माहिती अधिक संस्मरणीय करण्यासाठी तुमच्या सर्जनशीलतेचा उपयोग करण्याची प्रक्रिया. जोड्या असलेला

खेळ हा एक साधा खेळ असून तो सर्जनशील स्मरणांतर्गत गाभाभूत कौशल्यांचे एकात्मीकरण करण्यास मदत करतो- आराम, एकाग्रता, कल्पकता, आणि साहचर्य. शब्दांच्या जास्तीत जास्त जोड्या लक्षात ठेवणे, हे या खेळाचे उद्दिष्ट आहे.

कृती- जोड शब्द खेळ

कालमर्यादा : ५ मिनिटे

- आराम आणि एकाग्रता साध्य करण्याची तुमच्या आवडीची तंत्रे वापरा; सरावाने तुम्ही या एकाग्रतेच्या अवस्थेत तत्काल प्रवेश करू शकाल.
- शब्दाच्या पहिल्या भागाकडे बघा आणि प्रत्येक शब्दाची प्रतिमा तुमच्या मनात येऊ द्या- पहिली नैसर्गिक प्रतिमा दिसेल असे पाहा. जर अशी प्रतिमा सरळ दिसत नसेल तर तुमचे प्रश्न विचारण्याचे कौशल्य वापरून चांगली ध्वनिप्रतिमा कशी असेल, ते पाहा.
- प्रत्येक शब्दासाठी एक प्रतिमा मिळाल्यावर त्या सर्व प्रतिमांमध्ये साहचर्य साधा- उदा. Krypton+Plug Kryptoniteने बनलेले Plug घातलेला आणि कोसळण्यापूर्वी ते फेकून देत असलेल्या सुपरमॅनची कल्पना तुम्ही करू शकाल.
- प्रतिमा अधिक गडद होण्यासाठी तुमची कल्पनाशक्ती वापरा आणि सर्वच ज्ञानेंद्रियांची मदत घ्या. तुम्ही स्वतः सुपरमॅन आहात अशी कल्पना करा आणि प्रत्यक्षात तसा अभिनय करा.
- शेवटी प्रतिमेवर लक्ष केंद्रित करताना ते शब्द ३-५ वेळा मोठ्याने म्हणा- शब्द आणि प्रतिमा यांच्यात साहचर्य संबंध प्रस्थापित करण्यासाठी हे आवश्यक आहे.

हा खेळ खेळण्यासाठी तुम्ही स्वत: पाच मिनिटे वेळ द्या. जोडीतील एक शब्द बघून त्याच्या जोडीचा शब्द सांगायचा; अशा तुम्ही किती शब्दांच्या जोड्या आठवू शकाल, याची परीक्षा खेळाच्या शेवटी घेतली जाईल. उदा. या शब्दाच्या जोडीचा शब्द कोणता?

krypton+ plug
pyramid + camera
laptop + ribbon
speaker + frustration
phone + ring
pencil + trumpet

cola + fast
establish + no
lightning + green
soft + consult
friend + armour
weight + sea
gift + product
radio + chris
section + blow

शब्दापुढे त्याच्या जोडीतील शब्द अचूक लिहा.

consult
camera
laptop
section
sing
pencil
cola
krypton
no
lightning
chris
armour
sea
gift
frustration

सर्जनशील स्मरणशक्तीमागील संकल्पना आणि कल्पना अत्यंत साध्या आहेत; तरीही त्यांच्यावर प्रभुत्व प्राप्त करण्यासाठी निर्धार हवा. या तंत्रांमध्ये तुम्ही स्वत:ला झोकून द्या, दैनंदिन जीवनात तुम्ही त्यांचा वापर करायला सुरुवात करू लागलात म्हणजे त्याचे फायदे आणि लाभ स्पष्ट होऊ लागतील.

उच्च स्मरणशक्तीची गुरुकिल्ली

- ज्ञानेंद्रियांमार्फत प्राप्त केलेली माहिती अधिक संस्मरणीय करण्यासाठी कल्पकता आणि साहचर्य यांचा उपयोग करण्याची क्षमता म्हणजे सर्जनशील स्मरणशक्ती.
- तुम्ही कौशल्याच्या कोणत्या स्तरावर आहात याची नोंद ठेवा, म्हणजे या ग्रंथाच्या शेवटी प्राप्त परिणामांशी तुम्ही तुलना करू शकाल.
- शिकण्यापूर्वी आराम मिळविण्याच्या काही सोप्या तंत्रांचा सराव करा, ज्यामुळे तुमचे शरीर तणावमुक्त होईल; किगाँग, ताई-ची किंवा योगाभ्यास अशा एखाद्या कृतीचा विचार करा.
- एकाग्रतेत सुधारणा व्हावी म्हणून तुम्ही विचलित झाल्याच्या अवस्थेत असताना एखादी गोष्ट आठवण्याचा सराव करा.
- कल्पनाशक्ती प्रखर करण्यासाठी तुमच्या पाचही ज्ञानेंद्रियांचा वापर करून दैनंदिन व्यवहारातील वस्तू पाहा आणि त्या वस्तूंच्या प्रतिमा तुमच्या मनात निर्माण करा.
- तुमची ऐंद्रिय स्मरणशक्ती विकसित करण्यासाठी चहा बनविण्यासारखा दैनंदिन व्यवहारातील कामाचा अभिनय करा.
- घटना आणि प्रसंग आठवायचा सराव करा आणि स्मृती पक्की करण्यासाठी भावना आठवा.
- ऐंद्रिय स्मरण आणि भावनिक प्रतिसाद यांचा सराव करताना १-१० या मापनपट्टीवर भावनांची तीव्रता वाढवून तीव्रतेच्या विविध स्तरांवर खेळत राहा.
- तुमची सर्जनशील स्मरणशक्ती कौशल्ये विकसित करण्यासाठी शब्दांचे रूपांतर नैसर्गिक प्रतिमा आणि ध्वनिप्रतिमेत करण्यासाठी खेळत राहा.
- माहितीचे साहचर्य स्थापित करून ती संस्मरणीय कशी करता येईल यासाठी प्रश्न विचारण्याच्या शक्तीचा मार्गदर्शक तत्त्व म्हणून वापर करा.

४

संदर्भगोष्टी : माहिती संस्मरणीय बनविणे

या प्रकरणात तुम्ही पुढील गोष्टी शिकाल-

- संदर्भगोष्ट कशी तयार करावी.
- माहिती सांकेतिक रूपात करताना आणि पाठविताना चोखंदळ (selective) कशी असावी.
- गोष्टी पक्क्या होण्यासाठी पुन्हा पुन्हा कशा फिरवीत राहाव्यात - (dialing)
- तुम्ही थकून जाता अशा वेळी प्रत्यक्ष दिवास्वप्न पाहण्याचा उपयोग कसा करावा.

सर्जनशील स्मरणशक्ती प्रक्रियेचा उपयोग करताना तुम्ही संदर्भगोष्टींचे प्रभावी सांकेतिकीकरण, साठवण आणि पुनर्प्राप्तीकरण करीत असता. प्रत्येक संदर्भगोष्ट ही तुम्हाला उपयुक्त ठरणाऱ्या प्रत्यक्ष माहितीचा संदर्भ म्हणून काम करील. नैसर्गिक आणि ध्वनिप्रतिमा साठवून ठेवणारे पात्रसंदर्भ म्हणजे संदर्भगोष्ट, अशी कल्पना तुम्ही करू शकता. या प्रतिमांचा अर्थ वास्तव जगतातील एखाद्या माहितीशी संदर्भ दर्शवितो, म्हणून संदर्भगोष्ट म्हणजे सर्जनशील स्मरणशक्ती या कौशल्याचा उपयोग करताना तर्कशुद्ध प्रतिमांची निर्माण केलेली गुंफण होय.

संदर्भगोष्टी निर्माण करताना दृक्प्रतिमांची मालिका किंवा कथन यांच्या वापराची मुभा असते. कथनामध्ये संदर्भ असतील आणि त्यातून एखाद्या लघुकथेचा भास होईल. दृक्प्रतिमांच्या गुंफणीत साहचर्य संबंध स्थापित करण्यासाठी एक विशिष्ट ढाचा पुन्हा पुन्हा वापरला जातो. स्मरणशक्तीपटू हे दुसऱ्या प्रकारच्या संदर्भगोष्टी वापरतात, त्यामुळे त्यांना स्पर्धेच्या वेळी दृक्प्रतिमांची, पूर्वनिर्धारित कृतींची डावीकडून उजवीकडे किंवा वरून तळापर्यंत गुंफण करून संख्यांची साठवण भराभर करता येते.

सांकेतिकीकरण (Encoding)

तुमच्याकडील माहितीचे संदर्भगोष्टीत रूपांतर करण्याची प्रक्रिया म्हणजे सांकेतिकीकरण. सर्जनशील स्मरणशक्ती कौशल्याचा वापर करून माहितीचे सांकेतिकीकरण करण्याकरिता उपयुक्त टप्पे इथे दिले आहेत :

- तुम्हाला लक्षात ठेवायची माहिती ओळखा.
- तुमच्या नैसर्गिक आणि/किंवा ध्वनिप्रतिमा यांच्यावर चिंतन करा.
- कथन किंवा दृक्प्रतिमा मालिका यांचा उपयोग करून एक संक्षिप्त संदर्भगोष्ट तयार करा.
- मोठ्याने तोंडपाठ म्हणणे, लिहून काढणे किंवा अन्य पद्धतीने तुमची गोष्ट ताडून पाहणे महत्त्वाचे : प्रत्यक्ष माहिती सांगताना तिची प्रतिमा तुमच्या मनात पाहा.

सांकेतिकीकरणाद्वारा माहिती पुन्हा प्राप्त करणे / माहितीचे रूपांतर - (Decoding)

Decoding म्हणजे संदर्भगोष्टींची उकल करून तिचे मूळ माहितीत रूपांतर करण्याची क्षमता. संदर्भगोष्टीचे Decoding करण्यासाठी तुम्हाला उपयुक्त असणाऱ्या टप्प्यांचे उदाहरण पुढे दिले आहे :

- एखादा प्रश्न विचारला जाईल किंवा तुम्ही माहिती आठवायचा प्रयत्न करा.
- संदर्भगोष्ट आठवण्यासाठी ही कृती चेतकाचे कार्य करील.
- संदर्भगोष्टीचे भाग करून उकल करा आणि अर्थ समजून घ्या.
- पुनरावृत्ती केल्याने तुम्हाला संदर्भगोष्ट टाळून सरळ माहिती कळू शकेल.

दृक्प्रतिमांची गुंफण (Visual Embedding)

माहिती लहान लहान भागांत लक्षात ठेवण्यासाठी दृक्प्रतिमांची गुंफण करणे हा वापरण्यायोग्य एक सोपा आणि निश्चित मार्ग आहे. साधारणत: डावीकडून उजवीकडे किंवा वरून खाली अशा प्रतिमांची सांगड घालण्याच्या एकच ढाचा/पद्धतीचा तुम्ही प्रत्येक वेळी अवलंब करीत असता.

कृती- दृक्प्रतिमांची गुंफण कशी वापरावी

कालमर्यादा : ५ मिनिटे

- तुमचा मुख्य मुद्दा घ्या. (इथे Cow)
- Cow संदर्भातील माहितीचे तीन तुकडे करून गुंफण करू शकता. (हे लहान असावेत.)
- तुकड्यांची गुंफण वरून खाली करण्याचे तुम्ही ठरवू शकता. (डोके, पोट, पाय)
- परस्परबंधांची अनुभूती घेण्यासाठी ऐंद्रिय स्मृतींचा उपयोग प्रतिमांची गुंफण करताना करा.
- प्रतिमांची गुंफण केल्यावर ती मोठी करा आणि मोठे चित्र पाहा.
- प्रतिमा पाहताना मोठ्या आवाजात म्हणा (प्रतिमा)- (अर्थ) : (Cow) - (Karova)
- हे ५-२० वेळा वेगाने म्हणा.

सांकेतिकीकरण Encoding

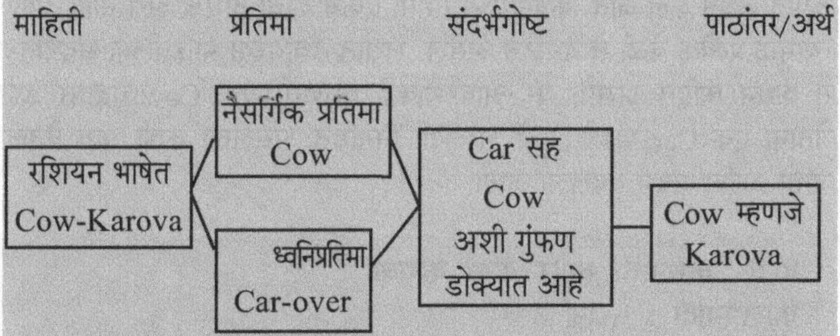

आकृती ४.१

सांकेतिक संदेशाचे मूळ मजकुरात रूपांतर करणे Decoding

विचार किंवा प्रश्न | संदर्भगोष्ट | पाठांतर/अर्थ

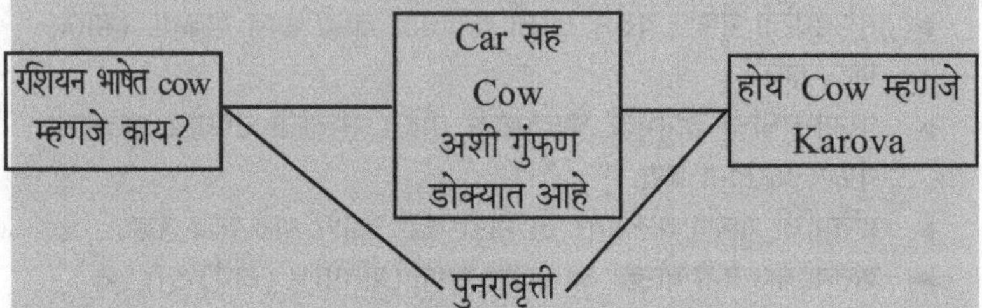

आकृती ४.२

कथन

माहितीची सुसूत्रपणे एकत्रित बांधणी करण्याचे काम एका लघुकथेच्या रूपात कथन केले जाते. कथनामध्ये नेहमी एकच ढाचा असेल असे नाही आणि त्यामुळे प्रत्येक वेळी ते वेगळेच असेल. लक्षात ठेवायच्या माहितीच्या संदर्भातच ते कथन केंद्रित असते. वर आकाशाकडे बघणारी एक Cow चंद्रावर उडी घेताना एक Car पाहते. पूर्वी शब्दांशी निगडित असलेला काही भाग घेतला जातो आणि संदर्भ बदलला जातो.

कृती- कथनाचा वापर कसा करावा
कालमर्यादा : ५ मिनिटे
तुमच्या कथनामध्ये कल्पनाशक्ती वापरावी

- तुमच्या ज्ञानेंद्रियांना सदैव गुंतवून ठेवा.
- तुमच्या प्रतिमा अतिशयोक्तीपूर्ण करा.
- प्रतिमा जिवंत करा. (भावभावना समाविष्ट करा.)

ऐच्छिक :

- गोष्टीत स्वतः सहभागी व्हा किंवा गोष्टीतील तुम्ही एक पात्र आहात अशी कल्पना करा.
- तुमच्यासमोर तुमच्या प्रतिमांची कल्पना करा.

साहचर्य :

- तुम्हाला सुचलेल्या साहचर्याचे अधिक विश्लेषण करू नका- काहीही शक्य आहे.
- एका वेळी दोन-तीन मुद्दे एकत्रित गुंफण्यावर लक्ष केंद्रित करा.
- कथनाद्वारा किंवा एक मुद्दा दुसऱ्या मुद्द्याशी साधा जोडून गुंफण करा.
- प्रवाहीपणा निर्माण करण्यासाठी हालचाली आणि कृतींचा वापर करा.

ऐच्छिक :

- अभिनय करा! तुमच्यासमोर प्रतिमा पाहताना गोष्टीतले एक पात्र तुम्ही असाल. तुमची गोष्ट ताडून पाहण्याचा हा एक वस्तुपाठ आहे.

सांकेतिकीकरण Encoding

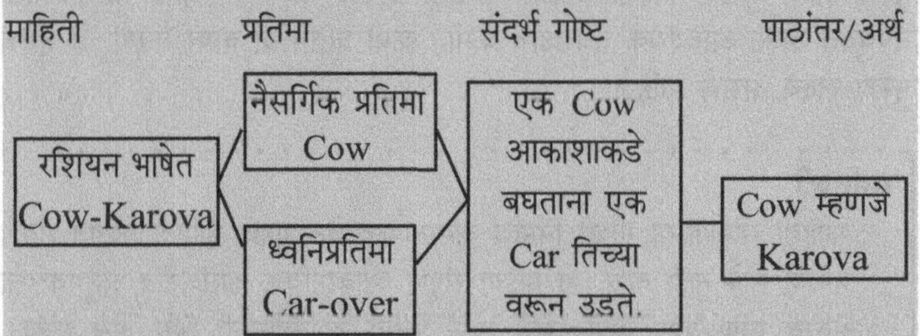

आकृती ४.३

सांकेतिक संदेशाचे मूळ मजकुरात रूपांतर करणे decoding

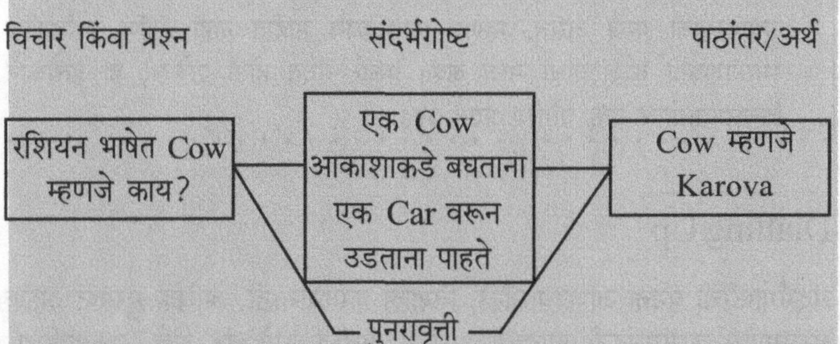

आकृती ४.४

निवडक स्मृती आणि किमान आवश्यक प्रतिमा (MIN)

सर्जनशील स्मरणशक्ती कौशल्याची आपल्या दैनंदिन जीवनात किंवा आपल्या व्यवसायात प्रगती करण्यासाठी मदत व्हावी याकरिता ती माहिती निवडक असणे आवश्यक आहे. प्रत्येक बाबीसाठी प्रतिमा निर्माण करण्याचा मोह होऊ शकतो; साहजिकपणे, ही कृती वैफल्याची भावना निर्माण करण्याकडे घेऊन जाण्याची दाट शक्यता असते. त्यामुळे पुढे नंतर केव्हातरी मुख्य माहिती पटकन आठवण्यास उपयुक्त आणि केवळ आवश्यक अशा किमानतम प्रतिमाच ग्रहण करणे, हे महत्त्वाचे व लाभदायीसुद्धा आहे.

सोप्या शब्दांत सांगायचे झाल्यास - जी गोष्ट तुम्हाला आधीच माहीत आहे अशा बाबींचे सांकेतिकीकरण (encoding) ग्रहण करण्याची आवश्यकता नाही. तुम्हाला हवी असलेली सर्व माहिती केवळ एका प्रतिमेने मिळत असेल तर तेवढे पुरेसे आहे. मुख्य माहिती आठवण्यासाठी आणि योग्य ती कृती करण्यासाठी उपयुक्त अशा आवश्यक तेवढ्याच कमीत कमी प्रतिमांचा वापर करणे, हे तुमचे मुख्य लक्ष्य असले पाहिजे.

मर्मदृष्टी

'माहिती सांगणाऱ्या गोष्टी निर्माण करण्यापेक्षा थेट मुख्य माहिती लक्षात ठेवणे अधिक सोपे नाही काय' हा माझ्या संपूर्ण व्यावसायिक कारकिर्दीत अनुभवलेला अत्यंत सोपा प्रश्न आहे. याचे उत्तर प्रत्येक व्यक्तीसाठी भिन्न असू शकेल. पुस्तकातील मजकूर, घटना, संख्या, नावे, इत्यादी गोष्टी सर्जनशील स्मरणशक्तीशिवाय तुम्ही आठवू शकताय असे वाटत असेल, तर तुम्ही तसेच करा. परंतु बहुसंख्य लोकांना हे शक्य नसते आणि काही विशिष्ट क्षेत्रांत त्यांना मदतीची किंवा सुधारण्याची गरज असते. म्हणून मला काय माहीत नाही आणि सर्जनशील स्मरणशक्ती कौशल्याची मला कशा प्रकारे मदत होऊ शकेल, हा प्रत्येकाने विचारण्यायोग्य एक चांगला प्रश्न आहे.

Dialling Up

संदर्भगोष्टींची घनता जाणण्यासाठी, विशाल करण्यासाठी, अधिक सुस्पष्ट आणि संस्मरणीय करण्यासाठी उपयुक्त असे हे अत्यंत सोपे तंत्र आहे. सुरुवातीला, अत्यंत सोप्या प्रतिमांच्या साहाय्याने सराव करू शकता आणि नंतर अधिक क्लिष्ट संदर्भगोष्टींकडे वळू शकता.

कृती- Dialling Up the Apple

कालमर्यादा : १० मिनिटे

तुमच्यासमोर किंवा मनगटावर १-१० अंक असलेले एक डायल आहे अशी कल्पना करा. थोडा वेळ घ्या आणि या डायलचा सविस्तर विचार करा.

- डायलचा चेहरा कोणत्या आकाराचा आहे?
- डायलवरील काटा कसा दिसतो?
- ते कशापासून बनलेले आहे?
- ते कसे भासते?
- ते किती मोठे आहे?
- ते गरम आहे की गार?
- तुम्ही अधिक वेळा फिरविल्यामुळे ते अधिक गरम होते काय?
- १-१० अंक वर-खाली हलवून डायलशी खेळत राहा.
- हे करताना अंक आपला रंग बदलतात काय?
- अंक वर आणि खाली करताना त्यांचा आकार मोठा किंवा लहान होतो काय?
- तुमचे डोळे बंद करा आणि डायलचे बारकाईने निरीक्षण करण्यात काही मिनिटे खर्च करा. तुमचे स्वत:चे डायल तयार करा, ज्याचा उपयोग कोणत्याही वेळी तुम्ही निर्माण केलेल्या स्मृतींची घनता वाढविण्यासाठी तुम्ही करू शकाल.
- एक साधी प्रतिमा अधिक सुस्पष्ट करण्यासाठी आपण डायलचा उपयोग करू या. तुमच्यासमोर एक अगदी साधे सफरचंद आहे अशी कल्पना करा. तुम्ही सफरचंदाकडे बघत असताना ते डायल आपोआप फिरत असल्याचे दिसू शकते. सफरचंदाची प्रतिमा सुस्पष्ट नसल्यास डायलवरील १ या अंकाकडे ओढा. प्रतिमा जर लख्ख आणि चकाकदार असेल, जर तुम्ही त्याची चव अनुभवू शकत असाल, जर ते सफरचंद मोठे आणि घट्ट दिसत असेल तर डायल वर १० या अंकाकडे सरकेल.
- सफरचंदाकडे बघताना डायल कुठे थांबते त्यावर लक्ष ठेवा. डायलवर नियंत्रण ठेवून ते डायल खालपर्यंत हळूहळू सरकवा. हे करताना पुढीलपैकी काय होतेय ते लक्षपूर्वक पाहा; प्रतिमा अंधूक होतेय का, रंग ओघळत दूर वाहतात का, कदाचित ते काळे आणि पांढरे होतात का, ते अधिक पारदर्शक किंवा अदृश्य होतेय का. थोडा वेळ घ्या, डायलवर नियंत्रण मिळविण्यासाठी थोडा वेळ घ्या आणि ते १ या अंकापर्यंत

हळूहळू सरकवत न्या.

- तुमच्या सोयीने, सफरचंदाच्या प्रतिमेची घनता हळूहळू डायल करायला सुरुवात करा. सर्व अंक वरच्या दिशेत सरकवत जा. सफरचंद कसकसे बदलत जाते त्याचे निरीक्षण करा. वर मोठ्या अंकाकडे जाताना ते कसे मोठे आणि तजेलदार दिसतेय, अधिक रंगीत आणि चकचकीत होतेय, याची नोंद घ्या. मूळ सफरचंदापेक्षा मोठे होईपर्यंत ते प्रत्यक्ष खऱ्याखुऱ्या सफरचंदासारखे कसे होत जाते, ते पाहा. कदाचित ते सफरचंद खरोखरीच जिवंतही होईल! तुम्ही १० या अंकाकडे सरकत असताना काय घडते? क्षणभर थांबा आणि तुम्ही निर्माण करीत असलेल्या स्मरणशक्तीच्या तीव्रतेचा आनंद घ्या.
- शेवटी डायल वर आणि खाली सरकवण्यासाठी काही मिनिटे खर्च करा. डायलवर संपूर्ण नियंत्रण मिळवाल तेव्हा ते सफरचंद तुम्ही नाहीसे कसे करू शकाल याचे निरीक्षण करा किंवा ते तुमच्यासमोर अगदी जिवंत झालेले पाहा.

देश आणि त्या देशाची राजधानी संबंधात ज्या संदर्भगोष्टी तुम्ही निर्मिल्या आहेत, त्यांच्यासाठी डायल करून प्रयत्न करा. ती संदर्भगोष्ट तुमच्या मनात वाचा आणि डायल कुठे आहे ते पाहा. तुमची तयारी होताच डायलवर नियंत्रण मिळवा आणि त्यावरील अंक फिरवत चला- जर ते ३ वर असेल तर ते ५ पर्यंत वर सुरुवातीला सरकवा आणि आता ती गोष्ट किती सुस्पष्ट होते तो फरक बघा. नंतर ७, नंतर ९, नंतर १० असे सरकवत राहा. मोठे अंक घेऊन गोष्ट पुढे-मागे करीत राहा.

मर्मदृष्टी

डायल करणे हे एक अत्यंत प्रभावी साधन आहे. एखादी माहिती दीर्घ काळ स्मरणात ठेवण्यासाठी किंवा माझी सादरीकरणे मनात बंदिस्त होऊन ती जिभेवर येत राहतील यासाठी मी हे साधन वापरीत असतो. सुरुवातीला ते अगदी साधे ठेवा अशी तुम्हाला सूचना आहे. ऐंद्रिय स्मरण स्वाध्यायांचा सराव करताना डायल केल्याने काय घडते, ते अनुभवा.

सक्रिय दिवास्वप्न/ स्वप्नरंजन

दिवास्वप्नाला अनेक नकारात्मक साहचर्य बंध असू शकतात. बहुतेक लोकांना

'दिवास्वप्न पाहणे बंद कर' असे त्यांच्या आयुष्यात कधीतरी सांगितलेले असते. कदाचित लोक तुमच्याकडे दिवास्वप्नं पाहणारा स्वप्नाळू म्हणूनही निर्देश करीत असतील. याचा सर्वसाधारणतः अर्थ असा की, तुमच्यात एकाग्रतेचा अभाव आहे आणि जे खरोखरीच महत्त्वाचे आहे त्यावर तुम्ही लक्ष केंद्रित करू शकत नाही.

दिवास्वप्न पाहणे हे एक अत्यंत शक्तिशाली कौशल्य असू शकते. थोडक्यात, दिवास्वप्न पाहणे ही समाधिस्थ अवस्थेत जाण्याची क्षमता आहे. तुम्ही स्वतः कार चालवीत आहात आणि अपेक्षित स्थळी पोहोचला आहात; परंतु शेवटच्या पाच मिनिटांतील तुम्हाला काहीही आठवत नाही, किंवा मीटिंगरूममध्ये तुम्ही बसला आहात आणि विचारांचा धागा सुटल्याचे लक्षात येते, असाही अनुभव तुम्हाला आलाच असेल. सादरीकरण सुरू असताना असे घडण्याची शक्यता अधिक असते. तुम्ही आपल्याच तंद्रीत हरवून जाऊन वेगळ्याच विश्वात विहरत असता.

तुमच्या विचारांना सहज दिशा देऊन सकारात्मक परिणाम साध्य करण्याची क्षमता असाही विचार सक्रिय दिवास्वप्नाच्या बाबतीत तुम्ही करू शकता. सचेतन मनातील विचारांचा अभाव आणि अचेतन मनातील विचारांना चालना देण्याचा बिंदू म्हणजे दिवास्वप्नाक्षमता.

मर्मदृष्टी

संमोहन शास्त्रज्ञ या नात्याने एखाद्या व्यक्तीला समाधिस्थ अवस्थेत घेऊन जातो, त्या वेळी मला हे कौशल्य उपयुक्त वाटते. संमोहनातील या अवस्थेची तुलना दिवास्वप्नांशी करता येईल. कारण हे प्रत्येकाने कमी-अधिक प्रमाणात अनुभवलेले असते आणि तुम्ही संमोहित होता त्या अवस्थेत काय अपेक्षित आहे, यासाठी उपयुक्त सुस्पष्ट संदर्भ निर्माण करता येतात. कल्पनानिर्मिती करताना, कूटप्रश्न सोडविताना किंवा संदर्भगोष्टी निर्माण करताना या अवस्थेत प्रवेश करायचा विचार मला स्वतःला खूप उपयुक्त ठरलेला आहे.

कृती- सेफ्टी पिनचे उपयोग किती?

कालमर्यादा : ३ मिनिटे

एका सेफ्टी पिनचे उपयोग किती असू शकतील? जर कसल्याच मर्यादा नसत्या आणि भौतिक शास्त्राचे नियमच अस्तित्वात नसते तर? पुढील प्रक्रिया समजून घेतल्यानंतर या संदर्भात दिवास्वप्न पाहण्यात तुम्ही सक्रिय व्हा.

- निश्चित परिणामाकडे घेऊन जाणारा प्रश्न स्वतःला विचारा. उदाहरणार्थ, सध्या सेफ्टी पिन मी कशासाठी वापरतो, सेफ्टी पिन मी कशासाठी

वापरू शकत नाही, (विमान उडविण्यासाठी ती तुम्ही वापरू शकत नसाल तर सेफ्टी पिन्स एकमेकांत अडकवून चाक आणि नियंत्रके तयार करता येतील अशी जाळी निर्माण करा).

- 'काहीही शक्य आहे', 'अशक्य असे काहीही नाही.' तुमच्या प्रश्नांची उत्तरे मिळू शकतील, अशाच अपेक्षा ठेवा.
- मनाला पूर्ण आरामावस्थेकडे घेऊन जा.
- तुमच्या विचारांना वाट मोकळी करून द्या.
- तुमच्या मनात एखादा विचार आला तर तो पकडून ठेवा (मनाचे नकाशे आणि दृक्-विचार यासाठी आदर्श कृती किंवा शब्द लिहा, रेखाटा आणि चित्रे काढा).
- मधूनच हळूच प्रश्न विचारणे सुरूच ठेवा आणि तुमच्या मनाला मनसोक्त भटकू द्या. तुमचे मन भरकटत जाईल त्या अनुभवाचा आनंद घेत तुमचा मेंदू साहचर्यसंबंध शोधत आहे, हे जाणा.

सराव

कृती- राजधान्यांचा वेळ

कालमर्यादा : ३० मिनिटे

पुढे दिलेल्या १७ देश आणि त्यांच्या राजधान्यांविषयी संदर्भगोष्टी निर्माण करण्यासाठी तुम्ही वेळेचा उपयोग करा. माहितीचे सांकेतिकीकरण करणे आणि शक्य तितक्या लवकर संदर्भगोष्टी तयार करण्यासाठी हा खेळ तुम्हाला प्रवृत्त करतो. आरामापेक्षा गती हे तुम्ही ध्येय ठेवले पाहिजे; तुम्ही कुठे अडलात तर न थांबता पुढे जा. तुमची स्वत:ची उदाहरणे अधिक उपयुक्त वाटत असली तरीही इतर उदाहरणांचा तुम्ही वापर करू शकता.

- पहिला देश बरंडी असून, त्याची राजधानी बिजंबरा आहे. ही माहिती दर्शविणाऱ्या प्रतिमा प्रथम निर्माण करा. प्रतिमा क्लिष्ट नसाव्यात; शब्द लक्षात ठेवण्यास सहायक ठरतील अशा त्या वेधक असाव्यात.
- बरंडी या शब्दाचा उच्चार ब्रँडीसारखा होतो (Brandy); ही आपली ध्वनिप्रतिमा म्हणून वापरू.
- बुजंबरा (Bujumbura) चा उच्चार बी जाम्ब्रासारखा होतो (Beejambra); ही दुसरी ध्वनिप्रतिमा मिळते.
- आता आपण एक संदर्भगोष्ट तयार करू- एक मधमाशी (Bee) चिकट

जॅममध्ये लडबडलेली आणि गुलाबी रंगाची ब्रा घालून ब्रँडीच्या मोठ्या ग्लासमधून पीत आहे अशी कल्पना करा किंवा ब्रँडीचा एक मोठा ग्लास, वरच्या भागावर एक (Bee) मधमाशी चिकटवलेली, बाजूला जॅम (jam) आणि मध्यभागी ब्रा (Bra).

- ही संदर्भगोष्ट खरी असल्याचा भास निर्माण करणे महत्त्वाचे आहे. सर्जनशील स्मरणशक्ती कौशल्याच्या आधारे आत्मसात केलेली प्रत्येक बाब विचारात घ्या. तुमच्या सर्व ज्ञानेंद्रियांचा उपयोग करा, प्रतिमांचा आकार अधिकच वाढवून दाखवा, हे सर्व तुमच्या दृष्टीसमोर घडतेय अशी कल्पना करा. तुम्ही स्वत:च एक मधमाशी (Bee) असाल कदाचित. कल्पनांशी खेळत राहा आणि चांगले काय वाटते ते पाहा. तुमच्या स्वत:च्या विचारांचे आणि अनुभवांचे सार काढा.
- संदर्भगोष्टींची कल्पना करताना तुम्ही त्या तपासून पाहा- Brandy पाहा, नंतर बरंडी शब्द म्हणा, असे केल्याने ध्वनिप्रतिमा प्रत्यक्ष शब्दाशी जोडली जाईल आणि अर्थ लावण्यात मदत होईल. पुढे Bee, jam, Bra पाहा आणि राजधानी बुजंबरा (Bujumbura) हा शब्द मोठ्याने म्हणा. माहिती पुन्हा सांगताना आणि प्रतिमा उच्चारताना शारीरिक कृती जरूर करा.
- ही प्रक्रिया किमान पाच वेळा करा.
- आता संदर्भगोष्ट उलट्या दिशेतून पाहा आणि प्रथम राजधानी सांगून देशाचे नाव नंतर सांगा. असे केल्याने माहितीशी संबंधित अनेक साहचर्यसंबंध निर्माण होतात.
- शेवटी देश आणि त्या देशाची राजधानी लिहा.
- पुढच्या पानांवरील तक्त्याच्या फक्त सुरवातीचे भाषांतर नमुन्यादाखल केले आहे.

ऐंद्रिय माहिती देश-राजधानी	प्रतिमांचे (नै/ध्व) एकत्रीकरण	संदर्भगोष्ट एकत्रीकरण	सक्रिय चाचणी
Burundi Bujumbura	Brandy(s) Bee jam Bra(S)	गुलाबी Bra घातलेली, jam मध्ये बुडलेली Bee - Brandyच्या ग्लासावर बसून Brandy पीत आहे	Burundi ची राजधानी Bujumbura

Sensory information Country Capital	Integrate images(n)/(s)	Integrate reference story	Active testing
Burundi - Bujumbura	Brandy[s]-BeeJamBra[s]	a large glass of **Brandy** is being drunk by a **Bee** covered in sticky **Jam** and wearing a pink **Bra**	Burundi's capital is Bujumbura
Comoros - Moroni	Cameras[s]-Moron]s]	lots of **Cameras** being used by a **Moron**	Comoros's capital is Moroni
Djibouti-Djibouti	JBoot[s]	2 **Boots** that are in the shape of a **J**	Djibouti's capital is Djibouti
Eritrea - Asmara	AirTree[s]-Asthma[s]	a tree is trying to get some air **AirTree** as it is suffering from **Asthma**	Eritrea's capital is Asmara
Ethiopia - Addis Ababa	Ethiopia[n]-AdidasBaby[n]	an **Adidas Baby** in **Ethiopia**	Ethiopia's capital is Addis Ababa
Kenya-Nairobi	Can[s]-NoRobe[s]	a **Can** covering up someone you know with **No Robes**	Kenya's capital is Nairobi
Madagascar - Antananarivo	Lion (Alex)[n]-Antenna[s]	**Alex the Lion** from Madagascar is wearing an **Antenna** on his head	Madagascar's capital in Antananarivo
Malawi-Lilongwe	MaleLawWee[s]-LongWee[s]	a **Male** who is involved in **Law** having a **Long Wee**	Malawi's capital is Lilongwe

Sensory information Country Capital	Integrate images(n)/(s)	Integrate reference story	Active testing
Mauritania - Nouakchott	MoriartyTan[s]-KnockShot[s]	**Moriarty** has a **Tan** and **Knocks** before taking a **Shot** at Holmes	Mauritania's capital is Nouakchott
Mozambique - Maputo	MossBeak[s]-MyPutter[s]	a bird with a **MossBeak** is eating **MyPutter**	Mozambique's capital is Maputo
Rwanda-Kigali	Rwand[s]-Giggly[s]	a wizard is holding an **R wand** and is very **Giggly**	Rwanda's capital is Kigali
Seychelles - Victoria	SeaShells[s]-Victoria[n]	**SeaShells** are being made into a statue of **Queen Victoria**	Seychelles's capital is Victoria
Somalia-Mogadishu	Semolina[s]-MuckyDish[s]	left over **Semolina** has made a **MuckyDish**	Somalia's capital is Mogadishu
Tanzania - Dar-es-Salaam	Tasmanian devil[n]-DoorsSlam[s]	**Tasmanian devil** in a hall full of **Doors Slamming** them	Tanzania's capital is Dar-es-Salaam
Uganda-Kampala	UGun[s]-CampPole[s]	a **UGun** (gun in the shape of a U) blasts a **Camp Pole**	Uganda's capital is Kampala
Zambia-Lusaka	ZoomBeer[s]-LooSack[s]	a **Zooming Beer** falls into a **LooSack**	Zambia's capital is Lusaka
Zimbabwe-Harare	ZoomBaby[s]-Hairy[s]	a **Zooming Baby** is very **Hairy**	Zimbabwe's capital is Harare

मर्मदृष्टी

एखादी व्यक्ती सर्जनशील स्मरणशक्ती कौशल्याचा वापर करायला सुरुवात करते आणि संदर्भगोष्टी निर्माण करू लागते. सुरुवातीला खरोखरच ते एक आव्हान वाटू लागते, असा माझा अनुभव आहे. मी ज्यांच्याबरोबर काम केले, त्या लोकांनी स्वत:ची सुरुवात कशी करावी याची अनेक उदाहरणे दिली, म्हणून ही पद्धती त्यांच्यासाठी अत्यंत फलदायी ठरल्याचे मला आढळले. माहितीचे स्वनिर्मित प्रतिमांमध्ये सांकेतिकीकरण करून संदर्भगोष्टी निर्माण करणे (अंतिम उद्दिष्ट हे असले तरी) यापेक्षा सुरुवातीलाच गती निर्माण करणे आणि प्रेरित होत राहणे, हे अधिक महत्त्वाचे आहे.

उच्च स्मरणशक्तीची गुरुकिल्ली

- सांकेतिकीकरणाचा उपयोग, माहितीचे रूपांतर प्रत्यक्ष माहितीचा संदर्भ ठरू शकतील अशा संस्मरणीय प्रतिमांमध्ये करण्यासाठी केला जातो.
- पुनर्सांकेतिकीकरणाचा उपयोग संदर्भगोष्टीतील प्रतिमांचा अर्थ समजण्यासाठी होतो. (साधारणतः तात्कालिक असते).
- दृक्प्रतिमा गुंफण ही एक प्रक्रिया असून, प्रतिमा संचांचे सांकेतिकीकरण करण्यासाठी डावीकडून उजवीकडे किंवा वरून खाली असा एकच क्रम आणि ढाचा वापरतात.
- माहिती संस्मरणीय होण्यासाठी कथन या प्रक्रियेत सूक्ष्म कथानके निर्माण केली जातात, काही वेळा शब्दाशी संबंधित पूर्वानुबंध वापरून संदर्भ बदलला जातो.
- तुम्ही जे लक्षात ठेवू इच्छिता, त्याचे मोल लक्षात घ्या आणि माहिती लक्षात ठेवण्यासाठी किमान आवश्यक प्रतिमा (MIN) ही व्यूहरचना वापरा.
- संदर्भगोष्टींची घनता आणि संस्मरणीयता वृद्धिंगत करण्यासाठी 'डायलिंग अप' तंत्राचा सराव करा. तुम्हाला जेव्हा संदर्भगोष्टी निर्माण करायच्या असतील, आणि तुमच्या मनातील निर्मितिक्षम सुप्त संसाधनांचा वेध घ्यायचा असेल, तेव्हा सक्रिय दिवास्वप्नांचा खेळ खेळा.

५

मेखला पद्धती : लक्षात ठेवण्याची क्षमता विकसित करा

या प्रकरणात तुम्ही पुढील गोष्टी शिकाल :

- मेखला पद्धतीच्या वापराचे फायदे
- माहिती पक्की करण्यासाठी उपयुक्त मार्गदर्शक तत्त्वे
- मेखला पद्धतीची वास्तव जगतातील उदाहरणे

मेखला पद्धती एक गाभाभूत स्मरणशक्ती तंत्र आहे. या ना त्या स्वरूपात तुम्ही याचा अनुभव घेतला असण्याची शक्यता आहे, किंवा हे नाव तुम्ही ऐकलेले असेल. हे खरे असेल तर तिच्या वापरासंबंधी काही साहचर्य संबंध, विचार, आव्हाने आणि व्यावहारिक उपयोग तुमच्याकडे आधीच तयार आहेत.

या प्रकरणात मेखला पद्धतीची मार्गदर्शक तत्त्वे आणि व्यावहारिक उपयोग यावर आपण लक्ष केंद्रित करणार आहोत. या पद्धतीने तुमच्या भावविश्वात जे मूल्यवर्धन होणार आहे, त्याचा शोध घेण्याचे आव्हान स्वीकारणार आहोत.

कडीला कडी जोडणे

संबंधित किंवा असंबद्ध माहितीचे छोटे छोटे पुंज तयार करणे, मध्य ते दीर्घकालीन स्मृतीत एकत्र साठविण्यासाठी त्या सर्व पुंजक्यांना क्रमाने कडीत जोडता येणे, हा मेखला पद्धतीचा (कडी प्रणाली किंवा कडी पद्धती/ शृंखला पद्धती असेही म्हणता येईल) मुख्य फायदा आहे. हे गाभाभूत तंत्र संदर्भगोष्टींच्या तत्त्वाचा विस्तार करते. मेखला पद्धतीचा विचार १०-२० प्रतिमा असलेल्या मोठ्या संदर्भगोष्टी म्हणूनही तुम्ही करू शकता.

मर्मदृष्टी

खरे तर संदर्भगोष्टी, कडी प्रणाली आणि मेखला पद्धती या एकच आहेत. प्रत्येक पद्धतीचा उद्देश स्पष्ट होण्यास मदत व्हावी म्हणून मी या नावांनी उल्लेख केलेला आहे. माहितीच्या स्वयंस्पष्ट छोट्या छोट्या पुंजक्यांचा संदर्भगोष्ट या नावानेच मी स्वतः वापर करतो. देश व राजधानी, इंग्रजी शब्द आणि विदेशी भाषेतील समानार्थी शब्द किंवा ऐतिहासिक घटना आणि सन ही याची काही उदाहरणे आहेत. क्रमबद्ध केलेल्या मुद्देसूद माहितीची सूची (जी बदलत नाही), पुस्तकातील अनुक्रमणिका किंवा रस्त्यालगतच्या दिशा इत्यादी लक्षात ठेवण्यासाठी मी मेखला पद्धतीला प्रथम पसंती देतो.

कृती- वास्तव की काल्पनिक

कालमर्यादा : १० मिनिटे

- झपाटून टाकणारी पुस्तकातील एखादी कथा किंवा कादंबरी वाचताना घडणाऱ्या नैसर्गिक प्रक्रियेविषयी विचार करा. त्यातील कितपत तुम्हाला आठवते? त्यातील घटना आणि घटनाक्रम तुम्हाला आठवतात का? त्यांतील पात्रांचे तपशील आठवतात का?
- तुमच्या मनात येईल ते गोष्टीचे पुस्तक निवडा आणि त्या पुस्तकातील विषय किती खोलवर तुम्हाला आठवतात हे मुद्द्यांच्या स्वरूपात, चित्रे, कथा मालिका किंवा मानसिक नकाशा (Mind Map) तीन मिनिटांच्या कालावधीत लिहून पूर्ण करा. त्यातील पात्रे कोण होती, मुख्य गोष्ट काय होती, आणि...
- वस्तुस्थितीचे वर्णन करणारे तुम्ही वाचलेले एखादे पुस्तक विचारात घ्या आणि शक्य तेवढे अधिक तपशील तुम्हाला देता येतील ते लिहून काढा.
- दोन्ही अनुभव कसे भिन्न होते, गोष्टीच्या पुस्तकातील मजकूर क्रमाने किंवा अधिक तपशीलवार आठवल्याचे तुम्हाला जाणवले काय, वस्तुस्थितीचे वर्णन असलेल्या पुस्तकात एखादी मुख्य माहिती पुढे आली असेल तर लक्षात राहण्यासारखे त्या माहितीत काय होते?
- काढलेले निष्कर्ष मनात धरून ठेवा आणि वस्तुस्थितीदर्शक माहितीचे पुस्तक अधिक संस्मरणीय कसे कराल, हे ओळखा.

तुम्ही एखादी कथा/ कादंबरी वाचत असता तेव्हा ती लक्षात ठेवण्याचा जाणीवपूर्वक प्रयत्न तुम्ही करीत नाही. तथापि, कथानक सुस्पष्ट/ दमदार असेल तर त्यातील सर्व घटना क्रमवार त्यातील तपशिलासह स्वाभाविकपणे संस्मरणीय

होते. त्यातील अनुभव वास्तवातील असल्यासारखे तुम्ही आठवू शकता आणि त्यातील स्थळे, पात्रे, तारखा आणि विशिष्ट वास्तवदर्शी संवाद यांच्यातील परस्परसंबंधांचा अन्वयार्थ काढू शकता.

वस्तुस्थितीदर्शक पुस्तकाच्या बाबतीत नेहमीच असे घडत नाही. अर्थपूर्ण माहितीचे आकलन झालेले असूनही ती माहिती आपल्या स्मरणातून पुसली जात असल्याचे दिसेल. जर ही माहिती अनुभवांशी निगडित नसेल, तर ती क्रमवार लक्षात ठेवणे कदाचित कठीण असते किंवा नंतर प्रश्न विचारला गेल्यास सुस्पष्ट अर्थ आणि पुरेसे साहचर्य असल्यास नंतर प्रश्न विचारताच तुमच्या मनातील ती माहिती उसळी घेऊन वर येऊ शकेल. अर्थपूर्ण माहितीचा संस्मरणीय अनुभव निर्माण करण्याची क्षमता प्राप्त होणे, हा मेखला पद्धतीचा मुख्य फायदा आहे.

तत्त्वे

मेखला पद्धतीचा वापर करण्यासाठी काही उपयुक्त तत्त्वे सांगितली आहेत. ही तत्त्वे सर्जनशील स्मरणशक्तीच्या चार गाभाभूत कौशल्यांच्या संदर्भात दिली आहेत- आराम, एकाग्रता, कल्पकता आणि साहचर्य.

पार्श्वभागात पडदा लावा (Backdrop)

पार्श्वभागात शुभ्र किंवा काळा पडदा ठेवून मेखला पद्धतीचा वापर तुम्ही प्रथमच करता, तेव्हा तुमच्या मेंदूच्या इथरमध्ये त्या मेखला मुक्तपणे तरंगत असल्यासारख्या वाटतात. काही वेळा हे ठीक असते; परंतु दुसऱ्या प्रसंगी सारख्या भासणाऱ्या वेगळ्या मेखलांना जन्म देऊन गोंधळ निर्माण करणे किंवा केवळ सुस्पष्टतेचा अभाव निर्माण करण्याकडे घेऊन जाईल.

पुस्तकात, खेळात किंवा चित्रपटात तयार केलेली पार्श्वभूमी (पडदा) असते तशीच पार्श्वभूमी तुमच्या मनात निर्माण झालेल्या गोष्टींना पार्श्वभूमी तयार करणे साहाय्यक ठरते. अशी पार्श्वभूमी निर्माण करणाऱ्या मेखला जहाजाच्या नांगराप्रमाणे कार्य करतात आणि गोष्टीत शिरायला मदत करतात.

प्रोग्रॅमिंगच्या पुस्तकातील विषय मला लक्षात ठेवायचे असतील तर कॅलिफोर्निया येथे काही वर्षांपूर्वी माझा सहभाग असलेली परिषद ही माझी पार्श्वभूमी असू शकेल (नोट : पार्श्वभूमी हा एक संदर्भबिंदू असला तरी तो पुढील प्रकरणात चर्चिली जाणारी फायलिंग प्रणाली नव्हे). हॉटेलच्या लॉबीत गोष्ट घडतेय अशी मी कल्पना करेन, किंवा एखाद्या कॉन्फरन्स रूममध्ये किंवा द सोशल नेटवर्क या चित्रपटातील मला

आठवणारे ऑफिस पार्श्वभूमी म्हणून मी वापरू शकेन. एखाद्या थिएटरमध्ये काल्पनिक मंच (अक्षरश:) मी उभारू शकेन आणि मंचावर रोबोनी सुसज्ज लॅपटॉप्स असलेले डेस्क्स वर्तुळाकार मांडलेले असतील.

एकदा पार्श्वभूमी तयार केल्यानंतर पुस्तकाविषयी मी जेव्हा विचार करतो, त्याच्या पार्श्वभूमीचा विचार करण्यात मी स्वत: ला गुंतवतो. काही साध्या दृक्-प्रतिमा आणि पुनरुक्ती यांच्या आधारे हे मी करतो- पुस्तक पाहतो, पार्श्वभूमीचा विचार करतो, पुस्तक पाहतो, पार्श्वभूमीचा विचार करतो, हे असे मी सुमारे ६० सेकंद करतो आणि दोघांची अंतर्गत जुळणी होते. एकदा पृष्ठभूमी तयार झाली की माझ्या जोडणीच्या मेखला निर्माण करण्यास मी सज्ज होतो.

मेखला किती मोठी असावी?

माहितीचा प्रकार, तुमचे नैपुण्य आणि तुम्ही ती कितपत संस्मरणीय करता यावर मेखलेची लांबी अवलंबून असते. लघू मेखला- पाच कड्या उत्तम. तरीही माहिती सुसंगत आणि न बदलणारी असेल, तर तुम्ही १० किंवा २० कड्या सहजपणे वापरू शकता. तुम्ही प्रयोग केले पाहिजेत आणि तुमच्यासाठी काय चांगले आहे याचा शोध तुम्हीच घेतला पाहिजे.

एकदा सुरुवात केली तर थांबू नका! पुढे जात राहा...

तुम्ही तुमच्या कड्या निर्माण करायला सुरुवात कराल तेव्हा प्रारंभी गतीवर लक्ष केंद्रित करा, तालबद्ध मांडणी करा आणि अति विश्लेषण करू नका. पुढे जाण्यापूर्वी प्रत्येक प्रतिमा परिपूर्ण करण्याचा किंवा प्रत्येक मुद्दा अर्थपूर्ण करण्याचा प्रयत्न कराल, तर तुम्ही थकून जाल किंवा प्रेरणा गमावून बसाल, निराश व्हाल. माहिती क्लिष्ट असल्यास अशी कृती तुम्हाला साधी पोपटपंची करण्याकडे मागे घेऊन जाईल.

मर्मदृष्टी

खेळ खेळताना, सादरीकरण करताना, डोळे मिटायला लावणारा पूल– टेबलावरील जोरदार फटका किंवा टेनिस कोर्टवरील जोरकस फटका किंवा एखाद्या मीटिंगमध्ये एखादी नवी कल्पना मांडणे आणि सभेतील सर्वांनी ती उचलून धरणे, अशा प्रकारे प्रचंड गतिमान अवस्थेत असल्याचा अनुभव बहुतेकांनी कोणत्यातरी बिंदूवर त्यांच्या जीवनात कधी तरी घेतलाच असेल. तुम्ही भूतकाळात हे अनुभवलेले असल्यास तुम्हाला विनाअडथळा वेगात पुढे जाण्याची भावना काय असते, हे आठवेल. सर्जनशील स्मरणशक्तीचा उपयोग करताना आणि या संदर्भात मेखला पद्धती वापरताना हीच भावना निर्माण व्हावी, अशी तुमची इच्छा असते.

डायलिंग करून तीव्रता वाढविणे

मागील प्रकरणात वापरलेलेच हे तंत्र आहे. अनुभवांची तीव्रता वाढविण्यासाठी तुमचे डायल वापरा आणि चमकदार, जिवंत प्रतिमा आणि अनुभव निर्माण करा.

चित्रपट पाहा

सर्व कड्या एकदा तुमच्या मेखलेत पूर्णतः जोडल्या गेल्या आणि तुमच्या मनात एक गोष्ट तयार झालेली आहे; अशा वेळी ती गोष्ट एखादा चित्रपट किंवा चित्रपटातील दृश्ये पाहत आहात त्याप्रमाणे पाहायला सुरुवात करा. अनुभव तीव्र करून आणि सर्व ज्ञानेंद्रियांचा अंतर्भाव करून ती गोष्ट पाच-दहा वेळा पाहा-तालबद्ध बांधणी करा. घटनाक्रमांविषयी एकदा आत्मविश्वास आला की, रिवाइंड बटण दाबून चित्रपटाच्या शेवटाकडून उलट दिशेत प्रत्येक मुद्दा अनुभवत चित्रपटाच्या सुरुवातीकडे जा.

वेगाने पुढे-मागे फिरवा

गोष्ट पुढे-मागे दोन्ही दिशांत करून आपण ती सहज पाहू शकतो; अशी अवस्था प्राप्त झाल्यानंतर त्यापुढील स्तरावर गोष्ट घेऊन जा. आणि वेगाने पुढे मागे फीत फिरवत राहा. ती गोष्ट १-२ मिनिटे पुढे-मागे अति वेगाने करीत राहा. अशा प्रकारे गोष्ट पाहिल्याने चेताबंध मजबूत होतात आणि सघन मेखला निर्माण होते.

अभिनय करा!

तुम्ही लक्षात ठेवलेल्या माहितीची ही खरी कसोटी आहे. विशेषतः भाषणे किंवा सादरीकरणे लक्षात ठेवताना ही आवश्यक पायरी आहे. चित्रपट पाहून जशीच्या तशी माहिती कथन करा, त्याचे नाट्यीकरण करताना मोकळेपणा ठेवा. तुम्ही जणू काय श्रोत्यांसमोर भाषण देत आहात किंवा मुलांच्या गटासमोर गोष्ट सांगताहात, असे समजून हातवारे आणि हावभाव करा. माहिती निरनिराळ्या प्रकारे तोंडपाठ म्हणा- जणू काही तुम्ही थरारकथा, नाट्य, कॉमेडी, करुणरस सादर करीत आहात. गोष्टीशी खेळत राहा. ती गोष्ट तुमची स्वतःची करा.

उजळणी

पहिल्या प्रकरणात उल्लेख केल्याप्रमाणे तुम्ही तयार केलेले बंध अभिसंधित करण्यासाठी उजळणी करणे महत्त्वाचे आहे. सुरुवातीच्या पाठांतरानंतर एक तास, नंतर एक दिवस, एक आठवडा, एक महिना, तीन महिने, सहा महिने, नंतर आवश्यकतेप्रमाणे उजळणीचा आराखडा सुचविण्यात येत आहे. तुमचे सुरुवातीचे बंध किती मजबूत आहेत, याबरोबरच सामग्रीचे महत्त्व आणि तुम्ही ती कशी

वापरणार आहात यावर उजळणीचे प्रमाण अवलंबून राहील.

मर्मदृष्टी

सर्व मार्गदर्शक तत्त्वांचे उपयोजन करण्यासाठी सुरुवातीला जाणीवपूर्वक प्रयत्न करा. हे तुम्ही वेळेत केल्यास ते पुढे सहज घडायला लागेल. अशा प्रकारे काम केल्याने चांगल्या सवयी लागतील आणि मजबूत पाया तयार होईल. अधिक क्लिष्ट माहिती लक्षात ठेवण्यासाठी तुम्हाला याची मदत होईल.

मेखला बांधणी

मेखला पद्धती आणि संदर्भगोष्टी तुमच्या जीवनात उपयुक्त ठरणार असतील तर मेंदू आणि खास करून तुमच्या न्यूरॉन्सना अशा प्रकारचे आकार तयार करण्याची सवय झाली पाहिजे, ज्यामुळे बंध निर्माण करण्याविषयी जाणीवपूर्वक विचार करण्याची गरज उरणार नाही. आणि तुमच्या अचेत /सुप्त मनातून भराभर विचार फेकले जातील आणि तुमचे कठीण काम सहज पार पडेल. नवीन प्रकारे विचार करण्याच्या मार्गाच्या आराखडाबांधणीच्या प्रवासाला सुरुवात करताना शक्य तिथे तुमच्या स्वत:च्या कड्या निर्माण करीत पुढील कृती करा.

कृती- दहा मूलद्रव्ये
कालमर्यादा : ५ मिनिटे

रसायनशास्त्रातील पिरिऑडिक टेबलमधील पहिल्या दहा मूलद्रव्यांची नावे लक्षात ठेवण्यासाठी मार्गदर्शक तत्त्वांचा अवलंब करा :

- पार्श्वभूमी तयार करा- कदाचित तुम्हाला एखादी प्रयोगशाळा दिसेल. पुढील गोष्ट या पार्श्वभूमीवर घडेल. गोष्ट पुढे सरकेल तशी कृतीनुसार पार्श्वभूमी बदलू शकेल.
- प्रत्येक शब्दासाठी एक प्रतिमा तुमच्या मनात निर्माण करा. (नैसर्गिक प्रतिमा (n) आणि ध्वनिप्रतिमा/ (S) :

१.	हैड्रोजन -	बॉम्ब (n)
२.	हेलियम-	बलून (n)
३.	लिथियम-	लिव्हज (S)
४.	बेरिलियम	बी (S)
५.	बोरॉन	बोअर (S)

६.	कार्बन	कार (S)
७.	नायट्रोजन	नायट्रो (S)
८.	ऑक्सिजन	ऑक्सिजन मास्क (n)
९.	फ्लोरिन	टूथपेस्ट (n)
१०.	निऑन	निऑन स्ट्रिप (n)

- प्रतिमा जिवंत करा; तुमच्या ऐंद्रिय स्मृतीचा प्रयोग करा.
- तुमची कल्पनाशक्ती आणि साहचर्य संबंध वापरून गोष्ट तयार करण्यासाठी तुमच्या स्वतःच्या कड्या वापरा.

उदाहरण

हातात एक बॉम्ब पकडून तुम्ही प्रयोगशाळेत चालत जाता आणि गरम हवेने भरलेल्या एका बलूनमध्ये फेकता. तो जसा वर जातो आणि स्फोट होतो तेव्हा हजारो हिरवी पाने (माणसाच्या आकारमानाच्या Bee ला झाकून टाकत जमिनीवर पडतात. ती Bee एका boar ला दंश करते. ते boar तुमच्याकडे धावत सुटते आणि ते दरवाज्याला धडकण्याआधीच तुम्ही कसेबसे एका car मध्ये शिरता. नायट्रो नावाचे बटण तुम्ही दाबता. प्रयोगशाळेच्या भोवती तुम्ही अत्यंत वेगाने जात असताना ऑक्सिजन मास्क खाली पडतो. तुम्ही थांबता तेव्हा डॅशबोर्डमधून एक भली मोठी टूथपेस्टची ट्यूब घेता, बाहेर येता आणि नियॉनच्या पट्टीभोवती शिंपडता.

- तीव्रता डायल करा.
- चित्रपट पद्धती वापरा.
- कृती/ अभिनय करा- सुरुवातीला थोडा वेळ तुम्ही निर्माण केलेली गोष्ट मोठ्याने तोंडपाठ म्हणू शकता. त्यानंतर तुमच्या मनात ती गोष्ट पाहताना फक्त वास्तव माहितीच तोंडपाठ म्हणा- हैड्रोजन, हेलियम, लिथियम, इत्यादी.

कृती- पुस्तकाचे आव्हान

कालमर्यादा : ५ मिनिटे

एखाद्या पुस्तकातील अनुक्रमणिका लक्षात ठेवण्यासाठी मेखला पद्धतीचा उपयोग तुम्ही कसा करू शकाल, याचे इथे उदाहरण दिले आहे. या उदाहरणातील पुस्तक पुढीलप्रमाणे आहे- Getting To Yes - Negotiating an agreement without going in by Roger Fisher and William Ury काही प्रतिमांच्या उदाहरणासह पुस्तकातील आशयाची आठ क्षेत्रे इथे दिली आहेत.

- पद बघून भाव करू नका- लोटस पोझिशन- पद्मासन
- समस्या आणि लोक यांना स्वतंत्र ठेवा- पीपल, प्रॉब्लेम ब्लॉब
- पदापेक्षा लोकांच्या आवडींवर लक्ष केंद्रित करा- इंटरेस्टिंग स्वीट्स
- परस्परांच्या लाभांसाठी पर्याय शोधा- इन्व्हेंट ऑप्शन्स अंडर थ्री कप्स
- वस्तुनिष्ठ निष्कर्षांचा आग्रह धरा- लिट्ल क्रिटर
- तुमची BATNA विकसित करा- (Best alternative to negotiation agreement) - a BAT
- वाटाघाटी जुजित्सू- जुजित्सू
- भाव करणाऱ्या व्यक्तीचे मन वळविणे- टेमिंग

मार्गदर्शक तत्त्वांच्या प्रत्येक टप्प्यातून जायचे आहे, हे लक्षात ठेवा.

मर्मदृष्टी

प्रत्येक टप्पा दर्शविणारी केवळ एक प्रतिमा मिळविण्याचा प्रयत्न करा. मेखला पद्धतीने गोष्ट तयार करण्यापूर्वी प्रत्येक वाक्याचे सांकेतिकीकरण झाल्याची खात्री करा. तुमच्या मनःपटलावर तुम्ही लोटस पोझिशन बघता, याचा अर्थ पदावरून भाव करू नये हे तुम्हाला माहीत पाहिजे. संपूर्ण मेखला एकसंध जोडली गेल्यानंतर वास्तव माहिती तोंडपाठ करणे खूपच सोपे जाईल.

उदाहरण

रेगन आणि गोर्बोचेव व्हाईट हाऊसमध्ये समोरासमोर उभे आहेत. (माझा पडदा- पृष्ठभूमी). मी पद्मासनात बसलो आहे. ते भांडू लागतात म्हणून मी हवेतून उडत जातो आणि वेढलेल्या प्रॉब्लेम ब्लॉबपासून त्यांना वेगळे करण्याचा प्रयत्न करतो. गोर्बोचेवच्या डोक्यावर मध्यभागी चिकटलेल्या मस्त स्वीट्सकडे माझे लक्ष वेधले जाते. ती मिठाई मी पटकावतो आणि एक खेळ शोधून काढतो, ज्यामध्ये ती मिठाई तीन कपांपैकी एका कपाखाली मी लपवून ठेवतो आणि त्यांना त्यातून निवडण्याचा पर्याय देतो. एक अदृश्य लिटल क्रिटर हातात धातूची एक मोठी बॅट पकडून कपांवर उड्या मारू लागतो आणि रेगन आणि गोर्बोचेव या दोघांना बदडायला सुरुवात करतो. ते सैन्य गोळा करतात आणि त्या लिटल क्रिटरवर चाणाक्ष चाल करतात, त्याला कुरवाळतात, त्याला त्याच्या पिंजऱ्यात परत अडकवून टाकतात आणि दोघे हस्तांदोलन करतात.

मर्मदृष्टी

इथे फारसा तपशील उपलब्ध नसला तरी मेखला पद्धती एका संदर्भाचे कार्य करते, ज्यामुळे पुस्तकाचे सार समजायला मला मदत होते. या विषयाच्या संदर्भात मला माहीत असलेल्या माहितीवर माझा मेंदू साहजिकच प्रतिक्रिया देईल आणि नवीन माहितीसाठी मला सुसज्ज करील. पुढे फारसे वाचन न करता मी याविषयी कोणाशीतरी संवाद साधू शकेन आणि माझ्या अनुभवाच्या आधारे प्रत्येक भागाच्या अर्थाचा मला काय विचार करता येईल, याचा मी शोध घेईन. यातून माझा हेतूसुद्धा स्पष्ट होईल- पुस्तकातून आणखी कोणता तपशील आता मला हवा आहे? माझ्या आवडीची मुख्य क्षेत्रे कोणती? या माहितीचे मी काय करणार आहे?

सराव

कृती- कोणत्याही गोष्टी लक्षात कशा ठेवाव्यात- मेखला पद्धतीतील गोष्ट

कालमर्यादा : १० मिनिटे

या पुस्तकाची अनुक्रमणिका चाळा आणि प्रत्येक प्रकरणाच्या शीर्षकातील एक मुख्य शब्द बाजूला काढा आणि जोडणी (कड्या) प्रणाली वापरून एक मेखला तयार करा, जी या पुस्तकासाठी तुमची संदर्भगोष्ट म्हणून कार्य करील. सर्जनशील स्मरणशक्तीच्या गाभाभूत तत्त्वांचा वापर करायची आठवण ठेवा आणि मेखला पद्धतीच्या मार्गदर्शक तत्त्वांचा अवलंब करा.

उच्च स्मरणशक्तीची गुरुकिल्ली

- मूलतः असंबद्ध माहिती दीर्घकालीन स्मृतीत साठविण्यात मेखला पद्धती मदत करते.
- मेखला पद्धती ही एखाद्या दीर्घ संदर्भगोष्टीसारखी असते.
- मेखला पद्धती वापरताना तुम्हाला जी माहिती लक्षात ठेवायची आहे, तिला संदर्भ देऊन पटलावर (मंचावरील पाठीमागचा पडदा) ठेवा.
- तुमच्या कड्या (पुंज) भराभर निर्माण करा आणि जास्त विचार करू नका. तुमच्या उत्साहाची पातळी उच्च ठेवण्यासाठी तुम्ही पुढच्या दिशेने अग्रेसर राहा.
- तुमची स्मृतिमेखला सघन करण्यासाठी डायलिंग तंत्राचा उपयोग करा.
- चित्रपट पाहात सराव करा- दीर्घकालीन स्मृतीत पक्के साठविण्यासाठी तुमच्या मेखला तुमच्या मनःपटलावर पुढे-मागे फिरवीत राहा.
- अभिनय करा! तुमच्या मेखलेतील एकूण एक माहिती तुम्हाला आठवते याची चाचणी घ्या.
- तुमच्या मेखलांचे वेळोवेळी पुनरवलोकन करा, पाठांतरानंतर एका तासाने, नंतर एक दिवस, एक आठवडा, एक महिना, किंवा आवश्यक तेव्हा.

६

स्मृती महाजाल : तुमची अमर्याद मानसिक साठवण प्रणाली

या प्रकरणात तुम्ही पुढील गोष्टी शिकाल-

- वर्गीकरणाच्या माध्यमातून तुमच्या माहितीचे संघटन कसे करावे
- लक्षात राहण्यासाठी छोट्या पुंजक्यांच्या मदतीने माहिती सोपी करणे
- संरचित स्वरूपात माहिती कशी साठवाल
- मानसिक फायलिंग प्रणालीचा उपयोग वास्तव जगतात कसा करावा

जवळपास अमर्याद माहिती साठवून परत ती आठवण्यासाठी स्मृती महाजालांची बांधणी कशी करावी, याचा शोध तुम्ही या प्रकरणात घ्याल. या तंत्रांच्या कार्यपद्धतीच्या खोलात शिरण्यापूर्वी माहितीचे वर्गीकरण आणि पुंजक्यांविषयी विचार करण्यात काही वेळ खर्च करणे हिताचे आहे.

वर्गीकरण (Classification)

समान गुणधर्म किंवा वैशिष्ट्यांनुसार वस्तूंचे वर्गीकरण करण्याची कृती किंवा प्रक्रिया

नवीन काम सुरू करताना, नवीन विषय शिकताना किंवा नवीन कौशल्य विकसित करताना तुम्हाला मिळालेल्या माहितीचे वर्गीकरण कसे करावे, हे समजणे मोठ्या आव्हानांपैकी एक आहे. तुम्ही सुरुवात कुठून करणार, तुम्ही काय वाचाल, सर्वप्रथम तुम्हाला काय शिकण्याची आणि लक्षात ठेवण्याची गरज आहे, तुम्ही काय लक्षात ठेवणार आहात, तुम्ही कधी पाठ करणार आहात, आणि कसे पाठ करणार आहात, यावर वरील प्रश्नांच्या उत्तरांचा प्रभाव पडणार आहे. तुम्ही अपेक्षिलेल्या फलितांच्या अनुषंगाने जाता येईल, अशा पद्धतीने माहितीचे वर्गीकरण करण्याचा तुमचा मार्ग असला पाहिजे.

ढाचा/ आकार/ मांडणी ओळखणे (Patterns)

मांडणी/ आकार ओळखणे याचा अंतर्भाव वर्गीकरणात होतो. याआधारे सारखी वैशिष्ट्ये असलेल्या माहितीचे गट करता येतात, ज्यामुळे आठवायला सोपे जाते.

मागच्या वेळी तुम्ही भेट दिलेल्या पुस्तकांच्या दुकानाचा विचार तुमच्या मनात आणा. पुस्तकांचे वर्गीकरण विविध साहित्यप्रकारांत केल्याचे तुमच्या लक्षात येईल- कादंबरी, सायन्स, मुलांसाठी इत्यादी. त्याच विभागांतर्गत त्यांचे पुढे आद्याक्षरांनुसार वर्गीकरण केलेले असते. याचा अर्थ असा की, तुमचा मेंदू त्या दुकानातील वेगवेगळे आकार/मांडणी भराभर ओळखू लागतो. प्रत्येक साहित्य प्रकारासाठी विशिष्ट जागा आहे, त्यामुळे लक्षात ठेवणे सुलभ होते. एका कार्यक्षम गटाची बांधणी करण्याच्या हेतूने तुमच्यात व्यवस्थापकीय कौशल्ये विकसित होणे अपेक्षित असल्यास, तुम्ही बिझनेस आणि सेल्फ डेव्हलपमेंट विभागाकडे जा. या दोन्ही विभागांत उपयुक्त माहिती मिळू शकेल.

काप करणे/ छेद घेणे (Slicing)

सुसूत्र मांडणीला बल देण्यासाठी उभे आणि आडवे छेद/ काप घेण्याच्या सोप्या तंत्राचा विचार करा.

पुस्तकातील अनुक्रमणिका ही उभा काप/ छेद आहे अशी तुम्ही कल्पना करू शकता. ती तुम्हाला लक्षात ठेवायची असेल तर पुस्तकातील समग्र विषयाच्या ज्ञानाचा दृश्यात्मक विशाल पट उभारावा लागेल.

एका किंवा अनेक पुस्तकांतील एका विशिष्ट मुद्द्याचा अंतर्भाव असलेला काप/छेद म्हणजे आडवा छेद, अशी कल्पना करू शकता. एका मुद्द्यासंदर्भात सविस्तर माहिती मिळून ज्ञानवृद्धी होईल आणि ती पाठ होईल.

स्मृतिसुधार विषयावरील चार पुस्तकांच्या संदर्भात हे चित्र कसे दिसते ते आपण पाहू या.

- ▶ कोणत्याही गोष्टी लक्षात कशा ठेवाव्यात?- How to Remember Anything? (Mark Channon)
- ▶ परीक्षेत उत्तीर्ण कसे व्हावे - How To Pass Exams - (Dominic O' Brien)
- ▶ परिपूर्ण स्मृती विकसित करा - Develop a Perfect Memory (Tony Buzan)
- ▶ आइन्स्टाइनबरोबर चांद्रसफर- Moonwalking with Einstein (Joshua Foer)

तुमची स्मरणशक्ती सुधारण्याविषयी अधिकाधिक जाणून घेणे हा तुमचा हेतू

असल्यामुळे, प्रत्येक पुस्तकातील माहितीचा उभा आणि आडवा असे दोन्ही काप घेण्याचे तुम्ही निश्चित करता. उभ्या छेदामुळे विशाल ज्ञानपट मिळेल आणि आडव्या छेदामुळे त्या संबंधातील तपशील कळेल.

प्रत्येक पुस्तकासाठी उभा छेद घेऊन लेखक या संवर्गात वर्गीकरण करता येईल. लेखकाचा विचार करता तेव्हा तुम्ही मागे जाता, आणि त्या पुस्तकाच्या नावाबरोबरच अनुक्रमणिका, विषय आणि काही मुख्य घटनांविषयी माहिती आठवते.

अपेक्षित विषयानुसार प्रत्येक पुस्तकाचा आडवा छेद घेऊन वर्गीकरण करता येईल. नावे लक्षात ठेवणे या विषयात तुम्ही तज्ज्ञ होऊ इच्छिता, असे आपण समजू या. प्रत्येक पुस्तकातील आणि सर्व पुस्तकांतील संबंधित प्रकरणे चाळून सविस्तर माहिती काढा; कदाचित इंटरनेटवर काय उपलब्ध आहे या संदर्भात संशोधनसुद्धा करावे लागेल आणि अधिक मर्मदृष्टी विकसित करणारे काही ग्रंथ विकतही घ्यावे लागतील. असे केल्यामुळे आडव्या छेदाचा सखोल असा दृश्यपट तयार होईल.

अध्ययनचक्राच्या संदर्भात उभे आणि आडवे दोन्ही छेद केले जातात- ऐंद्रिय माहिती तुम्ही पचवता, तुमच्याकडील माहितीवर तुम्ही चिंतन करता (प्रत्येक उभ्या आणि आडव्या छेदाबरोबर वृद्धिंगत होते), तुमच्या विचारांचे तर्कशुद्ध सार काढता आणि कृती करता. नावे लक्षात ठेवण्यात तुम्ही पटाईत होता आणि सर्वसाधारणपणे स्मृती सुधारण्याविषयीचे तुमचे ज्ञान पक्के होते– जे तुम्हाला दैनंदिन जीवनात वापरता येऊ शकते.

अर्थात, माहितीचा आडवा छेद तसाही तुम्ही घेऊ शकता. नावे लक्षात ठेवायची तुमची इच्छा आहे म्हणून तुम्ही एका पुस्तकातील एक प्रकरण नीट समजून घेता, मंथन करता, सार काढता आणि ते ज्ञान प्रत्यक्ष व्यवहारात वापरता; हा एक छोटासा आडवा छेद आहे. तुम्ही चारही पुस्तकांतील नावे असलेल्या प्रकरणांचा अभ्यास केला, तर तुमच्याकडे एक विशाल आडवा छेद आणि त्या विषयावरील अधिक सविस्तर माहितीचे भांडार असेल.

पुस्तकाच्या दुकानाच्या उपमेचा मागे वळून विचार केल्यास उच्च कामगिरी गटाच्या बांधणीविषयी शिकण्याचा तुमचा हेतू असल्याचे स्पष्ट होते. या प्रसंगी बिझनेस आणि सेल्फ डेव्हलपमेंट या दोन साहित्यप्रकारांतील पुस्तकांचा आडवा छेद घेऊ शकाल. त्यातील मुख्य माहिती पारखून आणि उच्च कामगिरी गट या शीर्षकाखाली तुमचे स्वतःचे वर्गीकरण निर्माण करू शकाल.

एखादी माहिती पुन्हा सहज उपलब्ध होण्यासाठी वर्गीकरण केलेल्या माहितीच्या संरचित साठ्यांचे प्रतिबिंब ज्यात दिसेल, अशा स्मृती महाजालांची निर्मिती आपण आपल्या मनात करू शकतो, हे तुम्हाला दिसेल.

मर्मदृष्टी

प्रत्येक गोष्ट लक्षात ठेवण्यासाठी स्मरणतंत्रे वापरून पाहण्याचा प्रयत्न करण्याचा मोह अनावर होऊ शकतो. मी स्वतः हे अनुभवलेले आहे, याचा तुमच्या निर्मितिक्षमतेवर विपरीत परिणाम होऊ शकतो. प्रत्येक गोष्ट तुम्हाला लक्षात ठेवायची नसते; तथापि, तुमच्या अपेक्षित उद्दिष्टांना पूरक कोणतीही गोष्ट लक्षात ठेवता यावी, अशी तुमची इच्छा मात्र असते. काही गोष्टी तुम्हाला आधीपासूनच माहिती असतील तर स्मरणतंत्रांचा वापर करून स्मृतींची पुनर्बांधणी करण्यात वेळ दवडू नका. या गतिमान जगतात स्वत:ला अधिक प्रभावी सिद्ध करण्यासाठी वर्गीकरण करणे आणि लक्षात ठेवणे याकरिता तुम्ही तुमच्या वेळेचा उपयोग करा.

कृती- माझे वर्गीकरण करा!

कालमर्यादा : ५ मिनिटे

- तुमच्यातील कौशल्ये ज्या क्षेत्रात विकसित करावयाची आहेत, त्याविषयी विचार करा.
- काय शिकणे तुमच्यासाठी अधिक महत्त्वाचे आहे? सर्वप्रथम प्रत्यक्षात कशाचा उपयोग तुम्ही करू इच्छिता? तुमच्याकरिता सर्वाधिक महत्त्वाचे काय आहे आणि ते कशासाठी?
- एखाद्या माहिताचा छेद घेणे आणि वर्गीकरण करणे, यावर चिंतन करून सार काढा.
- लिहून काढा किंवा प्राप्त माहिती दृश्य स्वरूपात दाखवा.

ज्ञानपुंज तयार करणे (Chunking)

एकदा माहितीचे वर्गीकरण झाले आणि तुम्ही अत्यंत छोट्या स्तरावर पोहोचलात, म्हणजे जे लक्षात राहायला सोपे आणि संदर्भगोष्टी म्हणून वापरू शकाल, अशा छोट्या-छोट्या ज्ञानपुंजांच्या स्वरूपात माहितीचे संकलन करण्याच्या उत्तम मार्गाचा शोध घ्यायला सुरुवात करा.

ज्ञानपुंज तयार करणे ही एक अगदी साधी कल्पना असून, माहितीचा एक गट घेऊन, आपल्या कार्यशील स्मृतीला सहज हाताळता येतील अशा तुकड्यांमध्ये तिचे (पुंज) विभाजन करण्याचा एक मार्ग आहे.

संख्या ही याचे एक अभिजात उदाहरण आहे - २४१८४९३८२. आहे तशा रूपात संस्कार करणे अवघडच दिसते; तिचे पुंज करा आणि ते तुमच्या कार्यशील

स्मृतीत साठवणे कसे सोपे होते ते पाहा, जसे- २४१, ८४९, ३८२ - अशा प्रकारे ही संख्या तिचे पुन्हा काम पडेपर्यंत दीर्घ काळ स्मरणात तुम्ही धरून ठेवू शकाल. त्यांचा अर्थ काय, त्यांचा वापर तुम्ही कसा करू शकाल, इत्यादीवर विचार करा.

पुस्तकाच्या दुकानाच्या उपमेपासून पुढे सुरू करू- केन ब्लँकर्डच्या 'वन मिनिट मॅनेजर' या पुस्तकाच्या प्रकरणातील *हाय परफॉर्मिंग टीम्स* ही माहिती तुम्ही मिळविली असेल, तर उच्च स्तरावर हाय परफॉर्मिंग टीम कशी दिसते, हे दर्शविण्यासाठी PERFORM हे सांकेतिक चिन्ह पाठ करून माहितीचा पुंज निर्माण करू शकता.

- ▶ Purposes — हेतू
- ▶ Empowerment — सबलीकरण
- ▶ Relationships — संबंध
- ▶ Flexibility — लवचिकता
- ▶ Optimal Performance — उच्चतम कामगिरी
- ▶ Recognition — दखल
- ▶ Morale — मनोधैर्य

PERFORM हा शब्द कशाचे प्रतिनिधित्व करतो याचे सुस्पष्ट चित्र निर्माण होण्यात मदत होणार असल्यास, तुम्ही संदर्भगोष्ट (मेखला) निर्माण करू शकता.

एक कर्ता PERFORMER प्रांजळ हेतूने Purpose आणि अलौकिक शक्तीने Power ज्याला स्वत:ची ओळख/चेहरा Recognition आहे अशा उच्चतम Optimal उत्पादनाच्या iPad घनिष्ट संबंधात Relationship असून त्यामुळे त्याला महानता Great वाटते, अशी कल्पना करा.

महाजाल

स्मृती कलेतून विकसित झालेल्या प्रणाली– समूहांविषयी विचार करण्याचा एक मार्ग म्हणजे स्मृती महाजाल, ज्यामुळे वर्गीकरण केलेल्या माहितीचा साठा करण्याचा आणि ती परत मिळविण्याचा मार्ग सापडतो.

स्मृती महाजाले ही खास जोडस्थळांनी (Node) निर्माण होतात. निश्चित अशी क्रमबद्धता असते आणि पुढील दुसऱ्या स्मृती महाजालाकडे निर्देश करण्याची सुप्त शक्ती त्यांच्यात असते. माहितीचे छेद, वर्गीकरण आणि पुंज तुम्ही कशा प्रकारे करता याचा प्रभाव, स्मृती महाजालांची निर्मिती तुम्ही कशी करता, यावर

पडतो. अधिक वाचत जाल तसे तुम्ही स्वत: ची महाजाले कशी निर्माण करू शकाल, याविषयी विचार कराल.

स्मृती महाजालांमध्ये खूप विविधता आहे. प्रसिद्ध महाजालांची एक सूची येथे दिली आहे :

- Peg List- शरीर प्रणाली, ताल प्रणाली, संख्या– आकार प्रणाली
- Method of Loci प्रवास पद्धती, मुद्दे प्रणाली (Roman Room Method), किंवा स्मृती महाल
- मुख्य किंवा ध्वनिशास्त्रीय प्रणाली (संख्यांसाठीसुद्धा वापरतात).

माहितीची साठवण करण्यासाठी विविध महाजाले एकाच प्रक्रियेचा अवलंब करतात.

१. क्रमबद्ध (शरीराचे भाग, संख्यांशी मेळ दर्शविणारी चित्रे, तुमच्या घरातील वस्तू, रस्त्यालगतची स्थळे इत्यादी) प्रतिमांचे (याच महाजालातील जोडस्थळसे) महाजाल ओळखा.
२. तुमच्या जोडस्थलांचा क्रम लक्षात ठेवा/तोंडपाठ करा.
३. लक्षात ठेवायची तुमची इच्छा असलेली माहिती तुमच्या जोडस्थळांना जोडा.

मर्मदृष्टी

स्मृती महाजाल ही संकल्पना तशी नवीन प्रणाली नाही; मनात माहिती साठवून ठेवण्यासाठी साहाय्यभूत अशा कोणत्याही स्मृती तंत्राकडे निर्देश करण्याचा केवळ एक मार्ग आहे. या पुस्तकभर वापरलेल्या विविध स्मृती महाजालांचे आदान-प्रदान करता यावे यासाठी एका सामाईक भाषेची निर्मिती करणे, हा इथे माझा हेतू आहे. तसेच जोडस्थल हे प्रवासमार्गावरील एखादे स्थळ, घरातील एखादी वस्तू किंवा अंकाचा आकार आणि चित्रप्रणाली दर्शवील. स्मृती महाजाले तुमच्या मेंदूतील चेतापेशीय महाजालांना प्रभावित करतील. स्मृती महाजालाच्या माध्यमातून अंतर्गत चेताबंध प्रतिबिंबित होतील.

खुंटी सूची (Peg List)

खुंटी सूची हे स्मृती महाजालाचे एक सर्वांत सोपे उदाहरण आहे. वस्तूंची यादी एका खुंटीला तुम्ही लटकवू शकता, अशी ही कल्पना आहे. खरे तर लक्षात ठेवायचे मुद्दे आणि खुंटी यांच्यात तुम्ही सहज साहचर्य निर्माण करीत असता.

शरीर प्रणाली ही खुंटी सूचीचे एक सरळ उदाहरण आहे.

- पाय

- गुडघे
- मांड्या
- नितंब
- कंबर
- छाती
- मान
- चेहरा
- केस
- छत

शरीराच्या अवयवांना दृक् खुंट्या म्हणून वापरल्याचे दिसेल. तुम्हाला लक्षात ठेवावयाच्या माहितीचे यातील प्रत्येक प्रतिमेशी साहचर्य स्थापित केल्याने क्रमाने किंवा क्रमाशिवाय वेगाने लक्षात ठेवणे व पुन्हा आठवणे, यास मदत होते.

कृती- स्मृती महाजाल लक्षात कसे ठेवावे?
कालमर्यादा : ५ मिनिटे

स्मृती महाजाल लक्षात ठेवण्याची एक सोपी प्रक्रिया आहे. पुढील टप्प्यांचा संबंध सर्व प्रकारच्या स्मृती महाजालांशी येतो :

१. स्वतः आरामदायी आणि ध्यानस्थ अवस्थेत बसा.
२. पहिल्या ठळक प्रतिमेची कल्पना करा आणि त्या जोडस्थलाचे नाव मोठ्याने म्हणा.
३. स्मृती महाजालाच्या प्रत्येक जोडस्थलासाठी ही प्रक्रिया पुन्हा करा.
४. आता हीच प्रक्रिया उलट दिशेत करा.
५. २ ते ४ या पायऱ्या तीन वेळा पुन्हा करा.
६. छोट्या गटात फाईल्सचे पुंज तयार करा (उदा. १ ते ५).
७. चित्रपट पद्धती वापरा- प्रत्येक गट तुमच्या मनात शक्य तितक्या वेगाने पुढे मागे फिरवा.
८. चित्रपट पद्धती वापरा- स्मृती महाजालातील क्रमाविषयी खात्री पटेपर्यंत संपूर्ण महाजाल तुमच्या मनात शक्य तितक्या वेगाने पुढे-मागे पळवा.

कृती- ६० सेकंदांचे आव्हान!
कालमर्यादा : १ मिनिट

वर सांगितलेली प्रक्रिया वापरून प्रथम शरीर प्रणाली लक्षात ठेवा :

नंतर काही सोपी माहिती लक्षात ठेवून वरीलप्रमाणे कृती करा. पुढील दहा मुद्द्यांचे शरीराच्या दृक् जोडस्थळांबरोबर साहचर्य स्थापित करा. हे सर्व ६० सेकंदांत पूर्ण करण्याचा प्रयत्न करा- आवश्यकता असल्यास उदाहरणे आहेत; परंतु तुमच्या स्वत:च्या उदाहरणांनी तुम्ही प्रथम प्रयत्न करा :

- पाय आणि ग्लास
- गुडघे आणि फोन
- मांड्या आणि विजेचा दिवा
- नितंब आणि मेणबत्ती (Ouch!)
- कंबर आणि बोट
- छाती आणि आइस्क्रीम
- मान आणि पाना
- चेहरा आणि पुतळा
- केस आणि स्पॅघेटी
- छत आणि रोपटे

संदर्भगोष्टींची उदाहरणे

- प्रचंड मोठा पाय ग्लासावर पडतो.
- चकचकीत तांबडा फोन तुमचे गुडघे आवळून जोरजोरात खणखणतोय.
- तुमच्या मांड्यांना विजेचे दिवे चिकटलेले असून उघडझाप करीत चमकत आहेत.
- मेणबत्ती तुमच्या नितंबाला जाळतेय.
- नाजूक डिझाइन केलेली बोट तुमच्या कंबरेभोवती डोलतेय.
- गोठलेला बर्फ तुमच्या छातीवर ओतला.
- धातूच्या मोठ्या पान्याने तुमच्या मानेभोवती बोल्ट आवळले जाताहेत.
- तुमचा चेहरा संगमरवरापासून पुतळ्यासारखा घडवला आहे.
- भरपूर सॉस ओतलेल्या स्पॅघेटीपासून तुमचे केस बनवलेले आहेत.
- उष्ण कटिबंधातील रोपटी छतापासून खाली वाढत आहेत.

संदर्भगोष्टी तुमच्या ज्ञानेंद्रियांना कशा प्रकारे गुंतवून ठेवतात हे पाहा- तुमचे पाय केवळ ग्लासचे बनलेले नाहीत, ते मोठे आणि केसाळ आहेत. या बाबी तुमच्या ज्ञानेंद्रियांना वेधून घेत असल्याने, परिणामी प्रतिमा ही तत्काल संस्मरणीय होते. तीच गोष्ट चकचकीत आणि खणखणणाऱ्या फोनलाही लागू पडते.

स्मृती महाजाल पुसून टाकणे

साध्या कामांसाठी स्मृती महाजालांचा तुम्ही पुन्हा पुन्हा वापर करीत असाल. तात्पुरती स्मृती महाजाले म्हणून तुम्ही यांचा विचार केलेला असू शकेल; अर्थात, मुख्य माहिती दीर्घकालीन स्मरणात साठवली जावी अशी तुमची इच्छा आहे, या हेतूने तिची मांडणी झालेली नसते. अशा प्रकारच्या स्मृती महाजालाच्या मदतीने तुमचे काम पूर्ण करण्याहून अधिक काळ ती माहिती तुमच्या स्मरणात राहावी अशी तुमची इच्छा नसते.

करावयाच्या कामांची सूची साठवायचे एक सोपे उदाहरण घेतले, तर एकदा ती सूची पूर्ण झाली की त्या माहितीचा तुम्हाला अजिबात उपयोग नसतो. काही दिवस या स्मृती महाजालांचा विचार सोडून दिला, तर स्मृतिप्रतिमा बऱ्याच अंशी पुसट झाल्याच्या तुम्हाला आढळून येतील. ही माहिती पाठ केली त्या वेळी-मुख्यत्वेकरून ती अल्प काळ स्मरणात ठेवण्याचा तुमचा हेतू होता; निर्माण झालेले बंध कमी घट्ट होते, म्हणून ते कमी संस्मरणीय होते. काही दिवसांनी तुम्ही याच्याही पुढे जाऊ शकता आणि तत्सम माहिती साठविण्यासाठी तीच प्रणाली वापरू शकाल.

स्मृतिपटलावर प्रतिमा चिकटून राहण्याची वेळ येते किंवा प्रतिमा पुसल्या जाण्याइतपत तुम्हाला वेळ मिळण्याआधीच तेच स्मृती महाजाल पुन्हा वापरायची तुमची इच्छा असू शकेल. या प्रसंगात तुमच्या फाईल्सबरोबर साहचर्य संबंध स्थापित करता, ती माहिती अंधूक करणे किंवा पूर्णतः पुसून टाकणे, हा एक मार्ग आहे.

स्मृती महाजाल पुसून टाकायचे असेल, तर खोड प्रतिमा निर्माण करा : उदा. हे सेलोफेनसुद्धा असू शकेल. ते पारदर्शक असते, काहीही नाही याचा आभास होतो, आणि खोडून टाकल्याचा परिणाम देते. तुमच्या प्रत्येक फाईलभोवती सेलोफेन गुंडाळा आणि 'पुसून टाक' हा शब्द उच्चारा.

सूर सूची (Rhyme list) आणि संख्या आकार प्रणाली

सूर सूची आणि संख्या आकार प्रणाली यांचा समावेश खुंटी सूचीत होतो. संख्या लक्षात ठेवताना यांचे काही साधे उपयोग आहेत, जे नंतरच्या भागात आपण पाहणार आहोत.

सूर सूची (Rhyme list) आणि संख्या आकार प्रणाली निर्मितीतील पायऱ्या ० ते १० यांतील प्रत्येक संख्येच्या सुरात सूर मिसळणारी प्रतिमा निर्माण करा :

संख्यासदृश प्रतिमा (इंग्रजी उच्चारानुसार)

० हिरो

१ बन

२ शू
३ ट्री
४ डोअर
५ हाइव
६ स्टिक्स
७ हेवन
८ प्लेट
९ वाईन
१० हेन

संख्या आणि आकार प्रणालीसाठी संख्येसारखी दिसणारी प्रतिमा निर्माण करा :

संख्या	आकार
०	पोलो
१	पेन्सिल
२	स्वान
३	बम
४	शीड
५	हुक
६	बॅग
७	नाक
८	ट्रॅक
९	बलून
१०	लॉरेल ॲण्ड हार्डी

कृती- तुमच्या दैनंदिन मीटिंग्ज

कालमर्यादा : ५ मिनिटे

तुमच्या दैनंदिन मीटिंग्जमधील घटनाक्रम लक्षात ठेवण्यास मदत होणे, हा या प्रणालीचा उपयोग आहे. अर्थात, तुम्ही कितपत व्यस्त आहात यावर त्याचे मूल्य अवलंबून आहे.

ही माहिती तुमच्या फोनवर, टॅब्लेट किंवा लॅपटॉपवर जरी साठवून ठेवता येत असली तरी याचे ज्ञान तुमच्या ओठांवर असल्यास, विशेषत: घाईच्या वेळी, पुढे काय घडणार आहे हे जाणून घेण्यात सुनिश्चितता आणि नियंत्रण प्राप्त केल्याचा भास निर्माण होतो.

मीटिंग्जमधील घटनाक्रम लक्षात ठेवण्यासाठी प्रत्येक दिवसाच्या सुरुवातीला तुम्ही पाच मिनिटे घ्या.

पुढील काल्पनिक मीटिंग्ज लक्षात ठेवा :

तुमच्या टीममधील एकाला पकडून ठेवा. निकट संपर्क ठेवा.

- ▶ तुमच्या मॅनेजरबरोबर बसून प्रकल्पाचा आढावा घ्या.
- ▶ संभाव्य ग्राहकाला फोन करा.
- ▶ नव्या वेबसाईट डिझाईन्सच्या संदर्भात तुमच्या डिझाइनरबरोबर मीटिंग करा.
- ▶ तुमच्या सहकाऱ्याबरोबर जेवण घ्या.
- ▶ तुमच्या लाभार्थ्यांबरोबर मासिक मीटिंग घ्या.
- ▶ कार्यालयाबाहेर तारांकित हॉटेलात मीटिंग घ्या.
- ▶ ई-मेल करा.
- ▶ नवीन प्रकल्पासाठी एखाद्या कल्पनेवर काम करा.
- ▶ स्थानिक हॉटेलात किंवा पबमध्ये व्यावसायिक डिनर करा.

दैनंदिन मीटिंग्जचे उदाहरण

मीटिंग होतेय त्या स्थलाच्या संदर्भात प्रसंगदृश्याची कल्पना करा आणि सूरसूची किंवा संख्या आकार प्रतिमांचे साहचर्य स्थापन करा- दोन मिनिटांपेक्षा अधिक वेळ घेऊ नका. साहचर्य संबंध बरेच सोपे असल्यामुळे या तंत्राचा उपयोग अत्यंत वेगाने करा.

- ▶ तुमच्या मीटिंगमधील सदस्य एक मोठा बन खात आहे.
- ▶ जिथे त्याच्याबरोबर मीटिंग करणार आहात तो तुमचा मॅनेजर मोठे विचित्र शूज घालून खोलीत बसलेला आहे. (तुमचे आकलन आणि मानसिक अवस्थासुद्धा बदलू शकेल).
- ▶ तुमचा संभाव्य ग्राहक ***झाडाला*** फोन करीत आहे.
- ▶ तुमचा डिझायनर तुम्ही ज्या ठिकाणी भेटणार आहात तिथल्या ***दाराला*** रंग देतोय.
- ▶ ***मधमाश्यांनी*** वेढलेल्या तुमच्या सहकाऱ्याबरोबर तुम्ही लंच घेताहात.
- ▶ हातात मोठ्या लाठ्या घेतलेल्या तुमच्या ग्राहकांबरोबर मीटिंगमध्ये आहात.
- ▶ तारांकित हॉटेलात ***देवदूत*** आला आहे अशी कल्पना करा.
- ▶ डेस्कवरील तुमच्या ***प्लेट***मध्ये तुम्ही ई-मेल पकडत आहात.
- ▶ तुमच्या नवीन प्रकल्पावर ***वाईन*** ओतत आहात.
- ▶ पुष्कळ ***कोंबड्यां***बरोबर डिनर घेत आहात.

सोपे साहचर्य संबंध निर्माण करण्यासाठी दररोज दोन मिनिटे वेळ दिल्यास

तुम्ही लक्ष्यकेंद्रित राहाल आणि पुढच्या मीटिंगसाठी पूर्ण तयार आहात, याची खात्री करू शकाल. तुमच्या व्यवसायानुसार या तंत्राचे मूल्य बदलत जाईल.

मर्मदृष्टी

या मीटिंग्जसाठी मी कोणतीही वेळ दिलेली नाही, हे तुमच्या लक्षात येईल. साधारणतः मीटिंग्ज या ३० मिनिटांच्या किंवा एका तासाच्या असतात; त्यामुळे काही वेळा याची गरजही नसते. तुम्ही वेळेचा समावेश यात केल्यास, अशा प्रसंगी संख्याप्रणाली आदर्श राहील. उपरोक्त पद्धती वापरायचीच असल्यास सूरसूची आणि संख्या आकार प्रणाली यांच्यात दररोज बदल करण्याची शिफारस मी करेन.

स्थल पद्धती (The Method Of Loci)

तुम्ही लक्षात ठेवू इच्छिता त्या माहितीचे साहचर्य संपूर्ण प्रवासात आढळलेल्या सुपरिचित ***स्थळांशी*** स्थापित करण्याच्या तत्त्वांचा अवलंब स्थल पद्धतीमध्ये केला जातो; स्थले हीच तुमच्या महाजालातील ***गाठी (जोडस्थळे)*** आहेत.

रोमन रूम मेथड आणि स्मृती महाल पद्धतीत तुमच्या घरातील साध्या साध्या वस्तू , किंवा प्रवास प्रणालीत घरापासून कार्यालयापर्यंतच्या प्रवासातील महत्त्वाची ठिकाणे महाजालातील जोडस्थळे होऊ शकतील. दोन्ही पद्धतींचा संयोग करूनसुद्धा तुम्हाला उपयोग करता येईल.

स्थल पद्धतीचा उपयोग करून पुढील भागात तुम्ही तीन वेगवेगळ्या स्मृती महाजालांची निर्मिती कराल. पहिले महाजाल रोमन रूम मेथड किंवा स्मृती महाल यावर आधारित राहील, दुसऱ्यात प्रवास पद्धतीचा वापर करण्यात येईल, आणि तिसरे तुमच्या पसंतीचे असेल.

या प्रकरणाच्या शेवटी साठ मुख्य व्यवस्थापन प्रतिमाने लक्षात ठेवून तुम्ही या स्मृती महालांचा प्रत्यक्षात व्यवहारिक उपयोग कराल.

कृती- तुमचा स्मृती महाल निर्माण करणे

कालमर्यादा : ५ मिनिटे

स्मृती महाल (रोमन रूम मेथड) या तंत्राचा उपयोग करून २० स्थळांची निर्मिती करा.

- स्मृती महाल निर्मितीसाठी प्रथम तुम्हाला तुमचे एक स्थळ निवडणे आवश्यक आहे. हाच तुमचा महाल. या कृतीसाठी तुमच्या घराची निवड करावी, असे मी सुचवू इच्छितो.

- ▶ तुमच्या घराच्या (तुमचा स्मृती महाल)समोरच्या दाराने तुम्ही प्रवेश करताय, अशी कल्पना करा. महालातून चालत जाताना तुम्ही ओलांडलेल्या पहिल्या चार खोल्या आणि त्यांचा क्रम लक्षात ठेवा.
- ▶ तुमच्या महालातील प्रत्येक खोलीतील फक्त पाच वस्तू तुम्हाला निवडायच्या आहेत. तुमच्या डाव्या हाताची पहिली वस्तू उचलत आणि घड्याळाच्या काट्यांच्या दिशेत सभोवार पाहत पुढच्या चार वस्तू क्रमाने निवडायच्या आहेत, अशी कल्पना करा. या वस्तू दृश्य स्वरूपातील तुमच्या महाजालाची जोडस्थळे आहेत. ते काहीसे असे असेल- खुर्ची, पडदे, टेबल, टीव्ही आणि पुस्तकाचे कपाट.
- ▶ प्रत्येक खोलीतून पाच वस्तू निवडा.
- ▶ खोली आणि त्यातील वस्तू पुढील तक्त्यात लिहा.

खोली १	**खोली २**
१	६
२	७
३	८
४	९
५	१०

खोली ३	**खोली ४**
११	१६
१२	१७
१३	१८
१४	१९
१५	२०

या प्रकरणाच्या सुरुवातीला ***स्मृती महाजाल कसे लक्षात ठेवावे*** यासाठी दिलेल्या कृतिपेटिकेत सांगितलेल्या पायऱ्यांचा उपयोग करा.

स्मृती महाल हे तुमचे घरच असले पाहिजे असे नाही; ते तुमचे कार्यालय, बार किंवा रेस्तराँ असू शकेल- एक खोली असणे आवश्यक. त्या खोलीतील वस्तू घड्याळाच्या काट्यांच्या दिशेत क्रमाने निवडा. (दृश्य स्वरूपातील जोडस्थळे). संख्या किती आहे हे जाणण्यासाठी अधीर होऊ नका; त्यांचा क्रम लक्षात ठेवून सांगता येणे हे महत्त्वाचे आहे.

प्रवास पद्धती

स्थळ पद्धतीचा उपयोग ज्या स्मृती महाजालात करतात, त्याचेच दुसरे नाव प्रवास पद्धती. अतिविशाल महाजाले तयार करणे शक्य असल्यामुळे प्रचंड माहिती अति वेगाने लक्षात ठेवणे शक्य होते. इतर पद्धतींच्या तुलनेत या पद्धतीचा हा फायदा आहे.

एका विशिष्ट प्रवासात विविध स्थळांची दृक्-जोडस्थळे म्हणून निवड करणे या तत्त्वावर ही पद्धती बेतलेली आहे. तुम्ही सुरुवातीचे स्थळ आणि अंतिम स्थळ घ्या आणि या दरम्यान तुम्हाला जितकी स्थळे निवडणे शक्य आहे, तेवढी निवडा. प्रत्येक स्थळ काहीही असू शकेल- खोली, हॉटेलकडे जाणारा मार्ग, बाग, रस्त्याचा कोपरा, बसस्टॉप, बस, बागेतील झाड. मूलतः तुमचे स्थळ हे तुम्ही तत्काल ओळखू शकाल असे अवकाशातील कोणतेही क्षेत्र असते. प्रत्येक स्थळाच्या विशिष्ट बिंदूवर तुम्ही लक्ष केंद्रित करणे महत्त्वाचे आहे.

घरापासून तुमच्या कामाच्या स्थळापर्यंतचा प्रवास हे *प्रवासाचे* उदाहरण होऊ शकेल. तुम्ही तुमच्या जोडस्थळांची संख्या लक्षात ठेवण्याची आवश्यकता नाही, केवळ त्यांचा क्रम लक्षात ठेवा. आता एक काल्पनिक उदाहरण पाहू या :

- घर
- बाग
- कार
- दिवा असलेला कोपरा
- कुंपण
- केमिस्ट
- चक्रीय पथ
- टेस्को
- रेल्वेचे प्रवेशद्वार
- स्टेशनच्या आत
- भुयारी पायऱ्या

अशा प्रकारे तुमच्या कामाच्या स्थळी पोहोचेपर्यंत स्थलनिर्मितीचे काम सुरू ठेवा.

मर्मदृष्टी

सुरुवातीच्या आणि अंतिम टप्प्यांची निवड करणे हा नव्या प्रवासाचा एक उत्तम मार्ग आहे असे मला आढळले; तुम्ही तुमचा प्रवास सुरू करून मधल्या जागा नंतर भरू शकता. जर तुम्हाला ५० स्थळे पाहिजे आहेत आणि तुम्ही ३० वरच थांबलात तर पुन्हा प्रवास सुरू करून सुटलेली स्थळे शोधत जा. उदाहरणार्थ,

स्टेशनच्या आत आणि ***भुयारी पायऱ्या*** दरम्यान एखादा वृत्तपत्र प्रतिनिधी असेल हे तुम्ही जोडा. आवश्यकता असल्यास तुम्ही तुमचा प्रवास वाढवू शकता- कार्यालय ते कॉफी शॉप, इत्यादी.

कृती- प्रवासाची बांधणी करणे

कालमर्यादा : ५ मिनिटे

प्रवास पद्धतीचा उपयोग करून ३० स्थळे निर्माण करा. शेवटपर्यंत गेल्यावर यापेक्षा अधिक स्थळे मिळालीत, असे तुम्हाला दिसू शकेल. तसे तुम्ही केलेत तरीही ते योग्यच; या प्रकरणाच्या शेवटपर्यंत कृतीकरिता आपण फक्त पहिली ३० स्थळे विचारात घेऊ.

- तुमच्या प्रवासाला एक नाव द्या- घर ते कार्यालय असा प्रवास असेल तर त्याला ***घर-कार्यालय*** असे नाव द्या.
- तुमची सुरुवातीची आणि शेवटची स्थळे निवडा.
- या दरम्यान येणाऱ्या स्थळांचे १० मिनिटांपेक्षा कमी वेळ घेऊन मनात मंथन करा. तुमची स्थळे शक्य तितकी जवजवळ केल्याने लक्षात ठेवणे सुलभ होते.
- आधीच्या प्रकरणात वर्णन केलेल्या- ***स्मृती महाजाल लक्षात कसे ठेवावे***- यात सांगितलेल्या पायऱ्यांचा उपयोग करा.

तुमची कल्पनाशक्ती आणि स्मरणशक्तीच्या मगदुराप्रमाणे तुम्ही अनेक प्रवास निर्माण करू शकता. जीवनभर केलेल्या प्रवासांचा विचार करण्याची तुमची इच्छा असू शकेल- तुमची शाळा किंवा कॉलेजपर्यंत, नोकरीच्या जुन्या ठिकाणापर्यंत, विमानतळ, रेस्तराँ, सुट्टीतील स्थळे किंवा सागरकिनाऱ्याची सफर. अक्षरशः हजारो स्थळे तुम्ही निर्माण करू शकाल.

मर्मदृष्टी

स्मृती महाजालांची निर्मिती करणे लोकांसाठी फार कठीण होत असल्याचे गेल्या काही वर्षांत मला दिसले आहे. नवीन प्रवासाचा विचार करताना त्यांना ते एक मोठे आव्हान वाटते किंवा त्यांच्याकडे अजिबात वेळ नाही, असे त्यांना वाटते. तथापि, अत्यंत वेगाने अमर्याद अशी स्मृती महाजाले निर्माण करण्यासाठी गुगलवरील रस्तेदर्शक नकाशे हा एक मोठा स्त्रोत आहे.

सराव

मुख्य व्यवस्थापन प्रतिमाने

स्मृती महाजालांचे उपयोजन हे अत्यंत मौल्यवान आहे. प्रचंड माहिती अत्यंत वेगाने लक्षात ठेवायला ती मदत करतात. शिक्षण किंवा उद्योगधंद्यातील तुमची व्यावसायिक प्रगती साधण्याची वेळ येते, तेव्हा तुम्ही किती वेगाने माहिती लक्षात ठेवू शकता, हे एक अत्यावश्यक आणि व्यावहारिक साधन म्हणून उपयुक्त ठरते.

तुमची स्मृती महाजाले वापरात कशी आणता येतील, त्यांच्या वापराच्या मूल्याचे प्रात्यक्षिक समजण्यासाठी पुढील ***कृती*** असेल. बर्ग आणि पिटर्समा यांची ***की मॅनेजमेंट मॉडेल्स*** यात दिलेली ६० व्यवस्थापन प्रतिमाने लक्षात ठेवण्यासाठी तुम्ही ज्या तीन फायलिंग प्रणाली निर्माण केल्या आहेत, त्यांचा उपयोग कसा करायचा हे शिकवील. व्यवस्थापन प्रतिमानांचे वर्गीकरण व्यूहरचना, टॅक्टिकल आणि कार्यात्मक असे करू या. आपल्याला पुढील संख्येच्या प्रमाणात जोडस्थळांची (फाईल्स) गरज आहे -

- पहिल्या प्रणालीतील व्यूहरचनात्मक प्रतिमाने लक्षात ठेवण्यासाठी १८ फाईल्स
- दुसऱ्या प्रणालीतील युक्तिसंगत प्रतिमाने लक्षात ठेवण्यासाठी २९ फाईल्स
- तिसऱ्या प्रणालीतील कार्यात्मक प्रतिमाने लक्षात ठेवण्यासाठी १२ फाईल्स

पुस्तकाचा उभा छेद घेऊन त्यांपैकी प्रत्येक प्रतिमानाचे नाव तुम्ही लक्षात ठेवाल.

ही प्रतिमाने कसे कार्य करतात हे समजण्यासाठी तुम्ही त्यांचा अनुभव घेतला पाहिजे आणि त्यांचा व्यवहारात उपयोग करायला हवा. प्रतिमानाचे नाव लक्षात ठेवून प्रत्येक प्रतिमानासाठी तुमच्या मनात प्रभावीपणे संदर्भबिंदू निर्माण करीत राहिले पाहिजे.

मर्मदृष्टी

ही प्रतिमाने प्रथम मी पाठ केली तेव्हा प्रतिमानांची नावे लक्षात ठेवायला मला फक्त ६० मिनिटे लागली- प्रत्येक प्रतिमानाशी खेळत खेळत ती समजण्यासाठी पुढे मला दोन आठवडे लागले. हा कालावधी तुलनेने अल्पच म्हणता येईल आणि माझ्यासाठी तो मूल्यवान होता. माझ्या सहकाऱ्यांबरोबर काम करीत असताना नेतृत्वाच्या दृष्टिकोनातून विचार केल्यास कोवे यांनी सांगितलेल्या सात सवयी या संदर्भ म्हणून घेणे मोलाचे होते, असे मला दिसले. अधिक उपयुक्त असतील अशीच प्रतिमाने तुम्ही निवडण्याची शक्यता आहे. तुमच्या व्यावसायिक प्रगतीवर प्रभाव पाडण्यास मदत करणाऱ्या सर्वोच्च दहा बाबी कोणत्या?

व्यूहरचनात्मक प्रतिमाने

स्मृती महाजाल जोडस्थळ (गाठ)	ऐंद्रिय माहिती संदर्भ व्यवस्थापन प्रतिमान	गोष्टीशी सांगड (उदाहरणे)
	अन्सॉफचे उत्पादन/ बाजार चौकट	बाजारात मुंग्या
	बीसीजी चौकट	बोस्टन रेड सॉक्स कन्सल्टिंग
	नील सागर व्यूहरचना	नील सागर स्पर्धोत्सुक
	हमाल पाच शक्ती	पाच बोटे असलेला हात
	गाभाभूत क्षमता	सफरचंदाचा गाभा
	ग्रिनरचे विकास प्रतिमान	प्रतिमानाचे दळण
	केच्या अतुलनीय कार्यक्षमता	केचे वेगळेपण
	बाजारप्रेरित संघटना	व्यापार गती
	किनाऱ्यापासून दूर / बाह्य साधनांची मदत	किनाऱ्यापासून दूर मालवाहू जहाज (ट्रक)
	रस्ते नकाशा तयार करणे	रस्तेदर्शक नकाशा
	दृश्य/प्रसंगाचे नियोजन करणे	आकर्षक प्रसंगचित्र
	व्यूहरचनात्मक संवाद	अत्यंत कूटनीतीच्या दोन व्यक्तींमधील संवाद
	व्यूहरचनात्मक एचआरएम प्रतिमान	संसाधने तयार करण्याची प्रतिमाने
	व्यूहरचनात्मक मानव्य भांडवल नियोजन	भांडवली नियोजनात मानवीयता
	स्वॉट विश्लेषण	ए स्वेटर
	मूल्य साखळी	महागडी मूल्यवान साखळी
	मूल्याधारित व्यवस्थापन	मौल्यवान पसरट भांड्यात व्यवस्थापन
	ट्रेसी आणि वाईरसेमा याची मूल्य शिस्त	डिक ट्रेसी सॅमोलिनाला भीती दाखवितो

युक्तिसंगत प्रतिमाने

स्मृती महाजाल गाठी(जोडस्थळ)	ऐंद्रिय माहिती संदर्भ व्यवस्थापन प्रतिमान	गोष्टीशी सांगड (उदाहरणे)
	७-एस चौकट	
	कृतिप्रधान कॉस्टिंग	
	बिअर आणि नोहरिया : इ आणि ओ सिद्धान्त	
	स्थितीदर्शक मूल्यमापन	
	उद्योग प्रक्रियेची पुनर्मांडणी	
	संघटनात्मक प्रभावाची स्पर्धात्मक मूल्ये	
	गाभा चतुर्थक	
	अत्यंत प्रभावी व्यक्तींच्या सात सवयी	
	करीचे पिरॅमिड : ग्राहकसंबंध व मार्केटिंग व्यवस्थापन	
	ड्यूपाँट विश्लेषण	
	कारखान्याच्या दारात किंमत ठरविणे	
	हेंडरसन आणि व्यंकटरमनचे व्यूहरचना सात्मीकरण प्रतिमान	
	हॉफ्स्टेडची सांस्कृतिक परिमाणे	
	खरेदी आणि पुरवठा घर	
	नवोन्मेष वर्तुळ	
	कोटलरच्या मार्केटिंगमधील ४ P	
	कोटलरचे परिवर्तनविषयक आठ टप्पे	
	क्राल्जिकचे क्रय प्रतिमान	
	तात्कालिक विचार / अगदी वेळेवर	
	एमएबीए विश्लेषण	
	मिल्कोविचचे नुकसानभरपाई प्रतिमान	

मिण्टझबर्गच्या संरचना
मॉन्क्झाचे क्रय प्रतिमान
वरखर्च मूल्य विश्लेषण
तत्काल प्रतिसाद निर्मिती
सेंगेची पाचवी शिस्त
सिक्स सिग्मा
इएफक्यूएम सर्वोत्कृष्टता प्रतिमान
मर्यादा/बंधनाचा सिद्धान्त
विक्रेत्याची व्यवस्थापन सूची

कार्यात्मक प्रतिमाने

स्मृती महाजाल गाठी (जोडस्थळ)	ऐंद्रिय माहिती संदर्भ व्यवस्थापन प्रतिमान	गोष्टीशी सांगड (उदाहरणे)
	संतुलित गुणपत्र (बी.एस.सी.) बेल्बिनच्या टीम भूमिका पेंटॅग्रामचे ब्रँडिंग चतुर्थक बदल पैशांचा कमी ओघ काईझन/ गेम्बा मिण्टझबर्गच्या व्यवस्थापकीय भूमिका धोका-पारितोषिक विश्लेषण मूल कारण विश्लेषण/ पारेटो विश्लेषण डी बोनोच्या विचार करणाऱ्या सहा टोप्या डेमिंग चक्र : नियोजन-कार्यवाही-तपासणी-कृती मूल्यप्रवाहाचे चित्रण (मॅपिंग)/आराखडा	

मर्मदृष्टी

स्थळ स्मृती महाजालांचा सराव करण्यासाठी तुमच्याकडे वेळ असेल तर ती कमालीची प्रभावी ठरतात. स्वतंत्रपणे किंवा अधिक गुंतागुंतीची/क्लिष्ट महाजालांची निर्मिती करण्यासाठी ती एकत्र करून वापरू शकता. रस्त्याच्या कडेला असलेल्या दुकानांचा आतला भाग पुस्तकाच्या मुख्य प्रकरणासारखा ठेवू शकाल आणि त्या दुकानातील वस्तू त्या प्रकरणातील तपशील म्हणून वापरू शकाल. जवळपास अमर्याद विविध वस्तू लक्षात ठेवण्यासाठी तुम्ही हे वापरू शकता- नृत्याचे टप्पे, भाषणे, पुस्तके, जागतिक स्मृती चॅम्पियनशिपसाठी असलेले खेळसुद्धा. यांच्या मदतीने खेळातील कार्डांचा संच लक्षात ठेवायला मला १ मिनिट २४ सेकंदे लागली. (अनधिकृत वेळ), विक्रमवीर सायमन रिचर्ड हेच काम केवळ १९ सेकंदांत करू शकला.

उच्च स्मरणशक्तीची गुरुकिल्ली

- माहितीचे वर्गीकरण करताना, समान गुणधर्मीच्या वस्तू एकत्र करताना एक आकृतिबंध/ ढाचा शोधा.
- माहितीच्या वर्गीकरणाचा विचार करताना तिचे छेद घेणे, हा एक सुलभ मार्ग आहे. उभा छेद एक बृहद् चित्र देतो, तर आडव्या छेदातून विषय किंवा आशयाचा तपशील प्राप्त होतो.
- लहान लहान तुकड्यांच्या स्वरूपात माहितीचे पुंज तयार करण्याचा सराव करा; असे करणे तुमच्या कार्यात्मक स्मृतीसाठी अधिक सुकर होते.
- स्मृती महाजाल हा शब्द, माहिती साठविणे आणि ती परत मिळविण्यासाठी उपयुक्त प्रणाली समूहाच्या एका सूत्रबद्ध मार्गाचे प्रतिनिधित्व करतो.
- खुंटी सूची, स्थळ पद्धती आणि मुख्य प्रणाली यांचा काही मुख्य स्मृती महाजालांमध्ये समावेश होतो.
- खोडप्रतिमा निर्माण करून स्मृती महाजाले तुम्ही पुसून टाकू शकता. (खोडप्रतिमा खोडरबरासारखे काम करते).
- सूरसूची आणि संख्या आकार प्रणालींचा उपयोग दैनंदिन मीटिंग्ज लक्षात ठेवण्यासाठी करा.
- स्मृती महाजाले निर्माण करण्याची सवय करा, सुरुवातीला आठवड्यातून किमान एकदा नवीन महाजाल निर्मितीचे लक्ष्य ठेवा.
- स्मृती महाजालांचा अमर्याद स्रोत म्हणून गुगल मॅप्सचा उपयोग करून लाभ उठवा.

७

संख्याप्रणाली : संख्या लक्षात ठेवण्याचे महत्त्व (Value) शिका

या प्रकरणात तुम्ही पुढील गोष्टी शिकाल :

- संख्या लक्षात ठेवण्याचे फायदे
- संख्येसाठी दृक्-शब्द प्रतिमा कशी निर्माण करावी
- तात्पुरत्या आणि कायम स्वरूपाच्या संख्याप्रणाली
- योग्य हेतू साध्य करण्यासाठी अचूक तंत्रे केव्हा वापरावीत
- संख्याशास्त्राची चौकट कशी बांधावी/स्थापित करावी

संख्येत काय आहे?

तुमच्या नोकरी -व्यवसायाच्या संदर्भात आकडे लक्षात ठेवण्याची क्षमता एक मोठी भूमिका बजावू शकते. अनेक लोकांसाठी हे एक मौल्यवान कौशल्य आहे. एखाद्या पार्टीत इतरांवर प्रभाव पाडणे किंवा तुमच्या संपर्कसूचीतील सर्व फोन नंबर्स पाठ करणे, ही त्याच्याही पुढची पायरी आहे. आजच्या काळात यातील जवळजवळ सर्वच माहिती तुमच्या फोनमध्ये आणि माहितीच्या ढगात (The Cloud) साठवून सहज मिळविण्याची सोय उपलब्ध आहे.

संख्या लक्षात ठेवण्याच्या क्षमतेची किंमत व्यक्तीच्या व्यवसायावर अवलंबून असल्यामुळे ती व्यक्तीनुसार बदलेल. तुमचा स्वत:चा उद्योग असेल, प्रकल्प किंवा उत्पादन प्रक्रियेत गुंतलेले असाल, मार्केटिंगचे काम असू शकेल, विक्रीकायदा किंवा कदाचित राजकारण असेल तर मुख्य तारखा, आकृत्या आणि सांख्यकी तुमच्या मेंदूतून बाहेर काढण्याचे हे अत्यंत शक्तिशाली तंत्र आहे. तुमच्या ज्ञानाचे ते द्योतक आहे आणि तुमच्या क्षेत्रातील विद्वान म्हणून तुम्हाला प्रस्थापित करते, ताज्या घडामोडी आणि अद्ययावत प्रवाहाबरोबर असल्याची ग्वाही देते. ***त्यांना भेटा***

असेही तुम्ही व्हाल. सभा आणि व्यावहारिक बोलणी करताना दुसऱ्यांवर आपली छाप सोडू शकाल. तुमच्या बाबतीत वरीलपैकी काहीच लागू पडत नसले तरीही संख्या लक्षात ठेवण्याची क्षमता तुमच्या जीवनातील काही मुख्य क्षेत्रांत फरक पाडू शकेल.

मर्मदृष्टी

बीबीसीवर उत्पादन व्यवस्थापक म्हणून कार्य करताना अद्ययावत आकडे आणि (केवळ मी सादर करीत असलेल्या उत्पादनांचेच नाही- तर स्पर्धकांचेसुद्धा) भराभर सादर करण्याचा तत्कालीन फायदा झाल्याचे मी अनुभवले आहे.

कृती - तुमचे संख्या विश्व

कालमर्यादा : ५ मिनिटे

- संख्या लक्षात ठेवण्याची क्षमता तुम्हाला कोणत्यातरी प्रकारे लाभप्रद होईल, अशी तुमच्या जीवनातील क्षेत्रे ओळखा. तुमच्या वैयक्तिक जीवनापासून सुरुवात करा, नंतर तुमच्या सध्याच्या कामाचा विचार करा आणि शेवटी तुमच्या भावी व्यवसायावर लक्ष केंद्रित करा. तुमच्या भावी ध्येयाच्या पूर्तीसाठी आवश्यक अशा कौशल्यांची कल्पना करा.
- हे विचार तुमच्या मनात पकडून ठेवण्यासाठी पाच मिनिटे वेळ घ्या.

नवीन शब्दसंपदा

सर्जनाशील स्मरणशक्तीच्या चार गाभाभूत कौशल्यांचा उपयोग संख्या संस्मरणीय करण्यासाठी केला जातो. त्याचप्रमाणे वास्तव जगताशी संबंधित माहितीसाठी आपण ध्वनिप्रतिमा, नैसर्गिक प्रतिमा आणि संदर्भगोष्टींचा उपयोग करतो. संख्या संचांसाठी संख्याप्रतिमांची दृक्-शब्दसंपदा निर्माण करतो.

सूरसूची आणि संख्या आकार प्रणाली

अधिक गुंतागुंतीच्या आणि क्लिष्ट प्रणालींचा अभ्यास करण्यापूर्वी संख्या लक्षात ठेवण्याच्या दोन अत्यंत सोप्या संख्याप्रणाली आहेत, हे लक्षात घ्या. यापूर्वीच्या प्रकरणात काम करताना, या प्रणालींशी तुमचा परिचय झाला आहे- सूरसूची आणि संख्या आकार प्रणाली. त्यांचा उपयोग मर्यादित असला तरीही संख्यांसाठी दृक्-शब्दसंपदा निर्मितीच्या संकल्पनेचा पाया पक्का करण्यासाठी त्या उत्तम आहेत.

कृती - तुमचे PINs आठवणे
कालमर्यादा : ५ मिनिटे
पायऱ्या

या उदाहरणात आपण दृक्-गुंफण उपयोगात आणणार आहोत. क्रेडिट कार्ड PIN : 3801 - सूरसूची आणि संख्या आकार प्रणाली यांचा आलटूनपालटून आपण उपयोग करू, म्हणून 3801 हे पुढीलप्रमाणे असेल- Tree (3), Track(8), Hero (0), Pencil(1). याकरिता एक कथन निर्माण करण्याऐवजी तुम्ही साधी दृक्-गुंफण वापरू शकता :

- तुम्ही तुमच्याच घरातील खोलीत आहात अशी कल्पना करा. तुमचे क्रेडिट कार्ड तुमच्याच आकाराचे आहे. ऐंद्रिय स्मृती वापरून त्याचे सखोल निरीक्षण करा. आता टेबलावर किंवा फरशीवर प्रत्येक अंकासाठी चार प्रतिमा निर्माण करा- त्या वास्तव दिसण्यासाठी पुन्हा ऐंद्रिय स्मृतीचा उपयोग करा.
- क्रेडिट कार्डावर तुम्हाला चार जागा मिळतील; त्या ठिकाणी तुम्ही या प्रतिमांची गुंफण करू /डकवू शकता; यात प्रत्येक वेळी तोच क्रम राहील- वरचा भाग, बाजू, मध्य भाग, खालचा भाग.
- कल्पना करा Tree (3), हे वरच्या भागात डोक्याप्रमाणे डकवले/गुंफले, कार्डाच्या दोन्ही बाजूंना बाहूप्रमाणे दोन Tracks(8) डकवले, मध्यभागी एखाद्या बेल्टप्रमाणे Hero (0) डकवले, खालच्या भागात पायाप्रमाणे Pencils (1) डकवल्या.
- प्रत्येक प्रतिमा मोठी करा आणि तुमची ऐंद्रिय स्मृती वापरून त्यांचा तपशील अनुभवा.
- एक पाऊल मागे जा आणि Tree, Tracks, Hero, Pencils यांची मिळून एक प्रतिमा समजून क्रेडिट कार्डाकडे तसे पाहा.
- प्रतिमेकडे पाहून **Hi Credit Card ! तुझा नंबर** 3801 आहे असे म्हणा, नंतर त्याच्या डोक्याला स्पर्श करा, हस्तांदोलन करा, बेल्ट आवळा आणि त्याचे शूज साफ करा.

वरील कृती करताना माहितीचा एकेक छोटा भाग लक्षात ठेवण्यासाठी निरनिराळ्या चेतापेशीमार्गांना तुम्ही यामध्ये गुंतवत असता. पुढे चालून ही माहिती दीर्घकालीन स्मृतीत जाण्याची अधिक शक्यता आहे. अंतिमतः दृक्-शब्दसंपदा विकसित करण्याची आपली इच्छा असते, ज्यामुळे लांबलचक संख्या क्रमाने लक्षात ठेवता येतील. दृक्-शब्दसंपदा विकसन अनेक मार्गांनी

करता येऊ शकते. सूरसूची आणि संख्या आकार प्रणालीत हा हेतू साध्य करण्याची बीजे आहेत; परंतु एक अंकी संख्येपेक्षा मोठ्या संख्यांसाठी हे तंत्र फारसे व्यवहार्य नाही.

आदर्शवत बोलायचे झाल्यास 3801 पर्यंतच्या प्रत्येक दोन अंकी संख्यांकरिता आपणास एका प्रतिमेची आवश्यकता आहे. अशा रीतीने विस्तारित भिन्न संख्याक्रम असलेल्या संख्या लक्षात ठेवण्याची क्षमता आपल्यात येऊ शकेल.

नैसर्गिक प्रतिमांच्या माध्यमातून तुम्ही हे साध्य करण्याचा प्रयत्न करू शकता.

- 13 ही संख्या Black Cat आहे.
- 18 ही संख्या Key आहे.
- 88 ही संख्या म्हणजे Fat Lady
- 10 ही संख्या म्हणजे Prime Minister
- 64 ही संख्या 64 Zoo लेन मधील Georgina the Giraffe आहे.

तुम्ही 00 ते 99 या सर्व संख्यांसाठी 100 विभिन्न प्रतिमांचा विचार करू शकलात तर ही एक चांगली सुरुवात आहे. तरीही, हे अत्यंत आव्हानात्मक असू शकेल.

मर्मदृष्टी

संख्या प्रतिमानिर्मितीसाठी फार मोठ्या प्रणालीची गरज नाही. वर दिलेले उदाहरण लहान मुले आणि प्रौढांसाठी खरोखरच उपयोगी आहे. मुलांबरोबर काम करताना १० संख्यांचा एक गट करून मी संख्याप्रतिमा निर्माण करतो (१०- Hen, २०- Penguin, ३०- Snake); ही केवळ उदाहरणे आहेत आणि मुले कशीही असली तरी उत्तम प्रकारे कार्य करतात. नंतर या प्रतिमांची सूरसूचींशी सांगड घालतो. म्हणून ३३ म्हणजे सापाने (३०) झाडाला ३ विळखा घातला - वेळापत्रक शिकविताना मी या प्रणालीचा त्यांच्याशी परिचय करून देतो. म्हणून त्याचे प्रत्यक्ष व्यवहारात उपयोजन होते.

मुख्य प्रणाली

संपूर्ण संख्यांसाठी दृक्-शब्दसंपदा निर्माण करण्याकरिता मुख्य प्रणालीची मदत होते. ०० ते ९९ यांतील प्रत्येक संख्येसाठी संख्याप्रतिमा निर्माण करण्याकरिता सांकेतिक चिन्हांचा उपयोग केला जातो (तीन आणि चार अंकी संख्यांसाठीसुद्धा

तुम्ही ही पद्धती वापरू शकता; परंतु येथे आपण दोनच संख्यांवर लक्ष केंद्रित करू). एकच गोष्ट विविध प्रकारे करण्याच्या दुसऱ्या अनेक प्रणाली आहेत. अनेक लोकांनी विशेषतः स्मृतिपटूंनी स्पर्धेसाठी हजारो संख्या क्रमवार लक्षात ठेवण्यासाठी आपली स्वतःची प्रणाली निर्माण केली आहे. एकदा तुम्हाला संकल्पना समजली की, स्वतःची प्रणाली निर्माण करायची आहे, असे तुमच्या लक्षात येईल.

मर्मदृष्टी

सन १९९५च्या जागतिक चॅम्पियनशिपच्या वेळी एका तासात ७३२ संख्या क्रमवार लक्षात ठेवण्यासाठी मी मुख्य प्रणाली वापरली होती. मूलभूत प्रणाली वापरण्याचा हा प्रकार होता. तासाभरात ४०० प्रतिमा मी लक्षात ठेवू शकलो. मी त्या वेळी वापरल्या होत्या त्यापेक्षा अधिक प्रगत प्रणाली सध्याच्या स्मृतिपटूंकडे आहेत. त्यामुळे त्यांना दोनपेक्षा सहा अंकी संख्या दर्शविणारी प्रतिमा निर्माण करणे शक्य होते. हे पुस्तक लिहिताना उपलब्ध असलेला जागतिक स्मरण चॅम्पियनशिपचा विक्रम वँगफेंग याच्या नावावर असून, एका तासात त्याने २२८० अंक आश्चर्यकारकरीत्या म्हटले.

सुलभता आणि आकलनासाठी आपण मुख्य प्रणाली, तसेच संख्या प्रणाली यांवर लक्ष केंद्रित करणार आहोत. एकदा मुख्य प्रणाली कळली, की इतर दुसऱ्या प्रकारच्या माहितीसाठी स्मृतिवर्धक चिन्हे निर्माण करणे, अत्यंत उपयुक्त ठरते. याचा शोध आपण तेराव्या प्रकरणात (माहितीचा डोंगर) घेणार आहोत. भरपूर सराव केल्यावर ०० ते ९९ या दरम्यानची कोणतीही संख्या निवडून लागलीच तिची प्रतिमा मिळविण्याची क्षमता तुमच्यात येईल.

या प्रणालीचे कार्य कसे चालते

० ते ९ यांतील प्रत्येक संख्येला एक (उच्चार) ध्वनी असतो किंवा त्या संख्येशी निगडित अनेक ध्वनी असतात. या तत्त्वाचा आधार मुख्य प्रणालीतील सांकेतिक चिन्हांना आहे (पुढे आपण यालाच मुख्य प्रणाली चिन्हे या नावाने संबोधणार आहोत). या ध्वनींच्या साहाय्याने तुम्ही शब्द (प्रतिमा) निर्माण करू शकता. परिणामतः संख्यांचे प्रतिनिधित्व करणाऱ्या प्रतिमांची शब्दसंपदा तुम्ही निर्माण करीत असता.

पुढे ० ते ९ या दरम्यानची प्रत्येक संख्या आणि तिचे उच्चारध्वनीशी असलेले साहचर्य दर्शविले आहे-

- ▶ 0 हे Z, S या इंग्रजी अक्षरांचे ध्वनिमूल्य आहे. जसे - Zorro, Snake

- ▶ 1 हे T, D या दोन इंग्रजी अक्षरांचे ध्वनिमूल्य आहे. जसे - Teddy, Diamond
- ▶ 2 हे N या इंग्रजी अक्षराचे ध्वनिमूल्य आहे. जसे - Nuts
- ▶ 3 हे M या इंग्रजी अक्षराचे ध्वनिमूल्य आहे. जसे - Mike
- ▶ 4 हे R या इंग्रजी अक्षराचे ध्वनिमूल्य आहे. जसे - Rats
- ▶ 5 हे L या इंग्रजी अक्षराचे ध्वनिमूल्य आहे. जसे - Light
- ▶ 6 हे J, Sh, Ch या इंग्रजी अक्षरांचे ध्वनिमूल्य आहे. जसे - Jam Ship Chips
- ▶ 7 हे K, G, NG या इंग्रजी अक्षरांचे ध्वनिमूल्य आहे. जसे - Cat, Gum, riNG
- ▶ 8 हे F, V या इंग्रजी अक्षरांचे ध्वनिमूल्य आहे. जसे - Five, Van
- ▶ 9 हे P, B या इंग्रजी अक्षराचे ध्वनिमूल्य आहे. जसे - Pea, Bite

A, E, I, O, U, W, H, Y यांना कोणतेही मूल्य देण्यात आलेले नाही. हे उच्चार मूल्यरहित शब्द निर्माण करायला मदत करतात.

अक्षराचे नाव महत्त्वाचे नसून, संख्येशी जुळणारा त्या अक्षराचा उच्चार महत्त्वाचा आहे, म्हणून CeDaR या शब्दांसाठी प्रत्यक्षात 014 ही संख्या होईल, 714 ही संख्या होणार नाही, कारण C या अक्षराचा उच्चार See या शब्दातील S सारखा होतो (S=0, D=1, R=4).

उदाहरण

▶ 22	म्हणजे NuN	N=2,	U ला मूल्य दिले नाही,	N=2
▶ 37	म्हणजे MaC	M=3	a ला मूल्य दिले नाही,	C=7
▶ 59	म्हणजे LaB	L=5	a ला मूल्य दिले नाही,	B=9

कृती- मुख्य प्रणालीतील सांकेतिक चिन्हे शिकणे

कालमर्यादा : १५ मिनिटे

० ते ९ यांमधील प्रत्येक संख्येशी निगडित उच्चार लक्षात ठेवण्यासाठी पुढील नैसर्गिक साहचयसंबंधांचा उपयोग करा. सरावाने तुम्हाला ही सर्व तोंडपाठ होतील.

१. उच्चाराच्या दृष्टिकोनातून प्रत्येक ध्वनिगट तोंडातील त्याच भागात निर्माण होतो. उदाहरणार्थ,

- ▶ Z आणि Sचा ध्वनी (उच्चार) तोंडाच्या पुढील भागात दातांच्या मागील बाजूस निर्माण होतो.
- ▶ T आणि Dचा ध्वनी (उच्चार) तोंडाच्या पुढील भागात वरील भागात होतो.
- ▶ J, Sh, Chचा ध्वनी (उच्चार) तोंडाच्या पुढील भागात होतो. तोंडाचा

आकार तोच राहतो.

- K, G, NGचा ध्वनी (उच्चार) तोंडाच्या मागील भागात निर्माण होतो.
- F आणि Vचा ध्वनी (उच्चार) वरचे दात आणि खालचा ओठ यांच्या मदतीने निर्माण होतो.
- P, Bचा ध्वनी (उच्चार) ओठ विलग होऊन होतो.

२. वरीलपैकी प्रत्येक ध्वनिगटाचा विचार करून तुमच्या तोंडात ते कुठे निर्माण होतात, याच्या निरीक्षणासाठी थोडा वेळ खर्च करा. असे केल्याने साहचर्य संबंधांना अधिक अर्थ प्राप्त होईल.

३. पुढील नैसर्गिक साहचर्यसंबंध डोळ्यांपुढे आणा आणि ते मोठ्याने म्हणा. हे करताना तुमच्या तोंडाचा कोणता भाग वापरला जातोय, याचे निरीक्षण करा. तुम्ही हे सर्व सहज करताहात आणि प्रत्येक संख्येचा उच्चार तुम्ही आठवू शकाल असे तुम्हाला वाटेपर्यंत ही कृती ५-१० वेळा करा.

- 0 ची सुरुवात Z ने होते.
- 1 मध्ये T, D प्रमाणे एक उभा दंड आहे.
- 2 मध्ये N प्रमाणे २ उभे दंड आहेत.
- 3 हा आडवा केलेल्या M प्रमाणे दिसतो.
- 4 हा Four मधील Rच्या उच्चाराप्रमाणे आहे.
- हाताला 5 बोटे. तळहात समोर धरून अंगठा बाजूला ताणून पाहा. इंग्रजीतील L हे अक्षर तयार होते.
- 6 ला फिरविल्यास J अक्षरासारखे दिसते.
- 7 मागच्या बाजूला चिकटविल्यास K अक्षर तयार होते.
- 8 हे हस्ताक्षरातील F सारखे दिसू शकेल.
- 9 हे P किंवा B सारखे दिसेल.

हे सर्व साहचर्यसंबंध तात्कालिक आहेत. जसे, तुम्ही थोडा वेळ देऊन सराव केल्यास या संख्या कोणता ध्वनी निर्माण करतात, हे तुम्हाला सहज कळेल.

कृती - संख्या शोधा.

कालमर्यादा : ५ मिनिटे

पुढील कोष्टक तोडून त्याचे रूपांतर योग्य संख्याकोष्टकात करा. अक्षराचा नव्हे; शब्दाचा उच्चार त्या संख्येचे प्रतिनिधित्व करतो हे लक्षात ठेवा, जसे- Mummy हा शब्द म्हणजे ३३३ नव्हे तर ३३ ही संख्या होईल तसेच Cage हा शब्द म्हणजे ७७ नव्हे तर ७६ ही संख्या.

Lab duck	bin	fish	cape	
mayor	roar	tail	can	phone
chief shot	sail	net	leaf	
beer map	bash	nag	leach	

प्रणाली संख्याकोष्टक (Matrix)

मुख्य प्रणालीच्या साहाय्याने तयार केलेल्या एका संख्याकोष्टकाचे उदाहरण पुढील कोष्टकात तुम्ही पाहू शकाल. यांपैकी प्रत्येक प्रतिमा 00- 99 मधील संख्येचे प्रतिनिधित्व करते. केवळ याच प्रतिमा तुम्हाला वापरता येतील असे नाही. मुख्य प्रणालीचा उपयोग करून 65 ही संख्या Cello (Chello सारखा उच्चार) किंवा Agile (ajile सारखा उच्चार) अशी असू शकेल.

तुमचे स्वत:चे संख्याकोष्टक तयार करण्यात अध्ययनचक्र कार्यरत असते; तरीही, तुम्ही तुमचे उद्दिष्ट निश्चित केले असल्यास ते अत्यंत मौलिक असून, खूप फायद्याचे आहे.

मुख्य प्रणाली संख्याकोष्टकाचे उदाहरण

00	01	02	03	04	05	06	07	08	09
Sauce	sit	sin	Sam	Soar	Sail	Sash	Sack	Safe	Zip
10	11	12	13	14	15	16	17	18	19
Daisy	Data	Dan	Dam	Door	Doll	Dash	Duck	Toffee	Tanp
20	21	22	23	24	25	26	27	28	29
Noose	Net	Nun	Nam	Nero	Nail	Nash	Nag	Knife	Nappy
30	31	32	33	34	35	36	37	38	39
Mace	Mat	Minnie	Mummy	Marry	Mail	Mash	Mag	Mafia	Mop
40	41	42	43	44	45	46	47	48	49
Race	Rat	Rain	Rum	Roar	Rail	Rash	Rake	Raf	Rope
50	51	52	53	54	55	56	57	58	59
Lace	Lead	Alien	Lamb	Lara	Lilly	Lash	Lake	Leave	Lab
60	61	62	63	64	65	66	67	68	69
Jaws	Shot	Chain	Jam	Chair	Chilli	Gigi	Chuck	Chief	Chap
70	71	72	73	74	75	76	77	78	79
Case	Cat	Can	Gum	Car	Claw	Cash	Cake	Cafe	Cap
80	81	82	83	84	85	86	87	88	89

Vase	Fat	Vine	Foam	Fur	Fool	Fish	Fag	Viva	Phoebe
90	91	92	93	94	95	96	97	98	99
Boss	Bat	Bin	Beam	Beer	Bill	Bash	Bag	Beef	Poppy

मर्मदृष्टी

प्रत्येक दोन संख्यांसाठी दोन प्रतिमा निर्माण करणे अत्यंत उपयुक्त असल्याचे मला आढळले. ही पद्धती अधिक प्रगत असून, अनेक स्मृतिपटू वापरतात. प्रत्येक दोन अंकी संख्येसाठी तुम्ही एक व्यक्ती आणि एक वस्तू अशा दोन प्रतिमा निर्माण करू शकता. उदाहरणार्थ, ४९ या संख्येसाठी एक आणि Rope, ९४ या संख्येसाठी बिअर (Beer) पीत असलेला Homer Simpson अशा प्रतिमा मी निर्माण करू शकतो. एका संख्येसाठी वापरलेली व्यक्तिप्रतिमा दुसऱ्या प्रतिमेच्या वस्तूशी जोडता येऊ शकेल- ४९९४ म्हणजे बिअर पीत असलेला Cowboy होऊ शकेल आणि ९४४९ म्हणजे रोप घेतलेला होमर सिम्पसन असू शकेल. याच्याही पुढे तुम्ही जाऊ शकता आणि व्यक्ती -कृती- वस्तू अशा प्रतिमा प्रत्येक दोन अंकी संख्येसाठी तुमच्याकडे असू शकतात. याला थोडे कसब लागते आणि जर स्मरणस्पर्धेत भाग घ्यायचा तुमचा मानस असेल किंवा तुमच्या व्यवसायात भरपूर संख्या लक्षात ठेवाव्या लागत असतील, तर कदाचित हे खरोखरीच उपयुक्त ठरेल.

संख्या कोष्टक लक्षात ठेवणे (भाग १)

कालमर्यादा : ३० मिनिटे

- मुख्य प्रणाली वापरून तुम्ही स्वतःचे संख्याकोष्टक तयार करा.
- वरीलप्रमाणे तयार केलेल्या संख्याकोष्टकात तुम्हाला अर्थपूर्ण वाटतात असे शब्द लिहा.
- तुम्ही लिहिलेले शब्द वाचण्यात थोडा वेळ खर्च करा आणि त्या शब्दांचे परत संख्येत रूपांतर करू शकाल, याची खात्री करा.
- तुम्ही लिहिलेल्या शब्दांमधून एक शब्द द्यायला दुसऱ्या कुणाची मदत घ्या, आणि ती संख्या कोणती हे त्याला सांगा.

संख्याकोष्टक लक्षात ठेवणे (भाग २)

कालमर्यादा : ३० मिनिटे

प्रतिमा लक्षात ठेवायचा वेग वाढविण्यासाठी छोटे स्मृती महाजाल (१० जोडस्थळे) आणि मेखला पद्धती संयुक्तपणे वापरा.

- एक छोटे स्मृती महाजाल (१० जोडस्थळे) तयार करा (कदाचित हा

एक सोपा प्रवास).

- 00-99 मधील संख्यांसाठी निर्माण केलेल्या प्रतिमा लक्षात ठेवण्यासाठी मेखला पद्धती वापरा. यामुळे तुम्ही तयार केलेले कोष्टक न पाहता तुमचे संख्याकोष्टक पाहण्यास आणि मजबूत चेताबंध निर्माण होण्यास मदत होईल.
- उदाहरण- एक प्रचंड मोठी सॉसची (SauCe-00) बाटली हातात पकडून सिनच्या (SiN-02) घरात सॅम (SaM-03) बरोबर तुम्ही बसला (SoT- 01) आहात आणि लाल सॅटिन कपड्या (SaSh-06) पासून बनलेल्या अण्विक शक्तीवर चालणाऱ्या शिडाच्या बोटीतून (SaiL-05) तरंगत जात (SoaR-04) आहात; परंतु तुमची एका सॅकशी (SaCK-07) टक्कर होते आणि एका झिपने (ZiP-09) बंद केलेल्या कपाटात (SaFe-08) तुम्ही बंदिस्त होता.
- पुढे २०-२९ आणि तसेच ९०-९९ पर्यंत प्रत्येक गटासाठी हीच कृती पुन्हा करा.

सात दिवसीय आव्हान

तुमच्या मनातील संख्याकोष्टक चाळताना त्यातील संख्येची प्रतिमा दिसताच ती संख्या मोठ्याने म्हणा आणि दररोज १० मिनिटे खर्च करून हा नित्यक्रम पुढील सात दिवस सुरू ठेवा. दिवसभरात तुम्हाला दिसलेल्या कोणत्याही संख्येकडे लक्ष द्या आणि ती संख्या तुम्ही निर्माण केलेल्या प्रतिमांच्या रूपात कशी दर्शविता येईल, याचा विचार करा.

संख्या दर्शविणाऱ्या प्रतिमा सरावाने सवयीच्या होतात; तुम्हाला खरोखरच प्रभावी व्हायचे असेल तर संख्यांचे सांकेतिकीकरण (Encode or Decode) अजिबात करीत नाही, अशी अवस्था तुम्ही प्राप्त करणे आवश्यक आहे. २४ म्हणजे निरो (Nero) किंवा तुम्ही निर्मितीसाठी निवडलेली कोणतीही प्रतिमा असो, हे तुम्हाला तत्काळ समजते. असे जेव्हा घडते, तेव्हा संख्या लक्षात ठेवणे हे प्रतिमा लक्षात ठेवण्याइतपत सोपे होते.

कृती- १०० अंक

कालमर्यादा : १५ मिनिटे

नवीन संख्याकोष्टकाशी तुमचा परिचय करून देण्यासाठी ही ***कृती*** मदत करील. संख्याकोष्टक अद्यापही तुम्हाला तोंडपाठ झालेले नसेल म्हणून

त्याचा संदर्भ घ्यायला अजिबात संकोच करू नका.

- २० गाठी असलेले स्मृती महाजाल निर्माण करा (२० स्थळांचा प्रवास).
- एका स्थळाचे एका प्रतिमेशी साहचर्य साधून पुढील ४० संख्या पाठ करा.
- उदाहरण
  समजा पहिले स्थान तुमची बैठकीची खोली, किंवा त्या खोलीतील एखादी वस्तू आहे; आणि पहिले दोन अंक ९२ आहेत, बिन (Bin)चे साहचर्य तुमच्या बैठकीच्या खोलीशी साधता येईल. पुढच्या दोन अंकांचे साहचर्य तुमच्या पुढील फाईलशी साधता येईल, अशाच पद्धतीने उर्वरित सर्व संख्यांसाठी करता येईल.
- ९२०१९८२५४७ ३८४७५०९३७७ ५४१९१५२४३० ९६०७९२७१५२

अस्थायी की स्थायी

उद्दिष्टानुसार तुमच्या संख्याकोष्टकासाठी निर्माण केलेली दृक्-शब्दसंपदा प्रत्येक प्रसंगी तंतोतंत जुळू शकणार नाही. उच्च वेगाने संख्या लक्षात ठेवायच्या असतात तेव्हा पूर्वनिर्धारित प्रतिमांचे कोष्टक तुम्हाला अत्यंत उपयोगी ठरू शकते. काही प्रसंगी- विशेषतः एखाद्या विषयातील ज्ञानाचा विस्तार करायचा असेल तर घटना आणि सनावली यांसारख्या माहितीशी घनिष्ठ साहचर्य दर्शविणारी एखादी रेखीव प्रतिमा घडविणे, अधिक लाभदायक होऊ शकेल.

- सर्फ लोकांची मुक्तता, १८६१
- सर्फ लोकांना रशियातून हुसकावून (FiSHeD ८६१) मुक्त केले.
- घटना कोणत्या इसवी सनात घडली याची तुम्हाला कल्पना असते त्यामुळे शेवटच्या तीन अंकांसाठीच तुम्हाला एका प्रतिमेची गरज असते.

त्यामुळे प्रत्येकी विशिष्ट हेतू ठेवून दोन प्रकारच्या प्रणालींचा तुम्ही विचार करू शकता. तुमच्या संख्या कोष्टकाचा उपयोग करणाऱ्या अस्थायी संख्या असतात आणि लक्षात ठेवायच्या माहितीशी अत्यंत निगडित असा शब्द तयार करण्यासाठी ध्वनिसंकेतांचा वापर करून स्वहस्ते तयार केलेल्या प्रतिमा म्हणजे स्थायी संख्या. स्थायी संख्याप्रणाली थोडा अधिक वेळ घेते; कारण एकमेव स्वतंत्र असा शब्द तयार करायचे आव्हान तुमच्यासमोर असते; तथापि, माहिती दीर्घकालीन स्मरणात अधिक सहजतेने पाठविली जाते आणि म्हणून पुनरावृत्ती कमी करावी लागते.

मर्मदृष्टी

विशेष करून वेगाने लक्षात ठेवण्यासाठी मी निर्माण केलेल्या कोष्टकातील प्रतिमांचा उपयोग- जसे, सभेच्या खोल्यांचे क्रमांक, वेळा, तारखा, सांख्यिकी इत्यादी किंवा मानसिक विषयपत्रिका, प्रात्यक्षिके, सादरीकरणे आणि स्पर्धा यांच्यासाठी करतो. दुसऱ्या बाजूला एखादी संख्या प्राधान्याने सामान्यज्ञान (इतिहास, भूगोल, मनोरंजन, इ.) वस्तुस्थिती आणि निगडित तारीख- असे काहीही माझ्या दीर्घकालीन स्मृतीत घट्ट बसावे म्हणून साधारणत: मुख्य प्रणालीचा वापर करून मी विशिष्ट प्रतिमा घडवीन.

कृती- स्थायी संख्या

कालमर्यादा : १५ मिनिटे

उच्चार संकेतचिन्हांचा उपयोग करून पुढील शोध आणि त्यांच्या तारखा उच्चार संकेतचिन्हातील प्रतिमा वापरून पाठ करा.

शोध	**संदर्भगोष्ट (उदाहरणे)**
मायक्रोस्कोप - १५९०	मोठ्या LiPSचे मायक्रोस्कोप
व्हॅक्यूम क्लिनर -१९०१	BiSTo चे कण स्वच्छ करणे
पिस्टल - १५४०	LaRS पिस्तूल झाडतो.
एअरोप्लेन -१९०३	BoSoM मध्ये विमान उडते.

शोध	**संदर्भगोष्ट (उदाहरणे)**
टेलिस्कोप - १६०८	
रडार -१९०४	
ग्लायडर-१८५३	
बायसिकल- १८६१	
इलेक्ट्रिक बॅटरी- १८००	
उष्ण हवेचे बलून -१७०९	

मर्मदृष्टी

www.got2know.net या वेबसाईटवर एक अत्यंत उपयुक्त २Knowनावाचे सॉफ्टवेअर उपलब्ध आहे. तुम्ही एक संख्या टाईप करायचा अवकाश आणि ते सॉफ्टवेअर उच्चार संकेतांवर आधारित अनेक संख्या प्रतिमा आपोआप निर्माण करते आणि त्यातून अति योग्य असलेली प्रतिमा निवडता येते. अर्थात, प्रतिमांचे स्थलांतर संख्येमध्ये वेगाने करणे शक्य व्हावे यासाठी तुम्हाला तुमची सांकेतिक चिन्हे अत्यंत उत्तम प्रकारे माहिती असणे आवश्यक आहे; परंतु हे उपलब्ध वेळ आणि सरावाने साध्य होईल.

सराव

सांख्यिकीसाठी एक चौकट तयार करा.

यापूर्वी आपण फायलिंग प्रणाली आणि वर्गीकरण आणि संदर्भगोष्टींचा साठा करण्याची क्षमता आणि विविध कडी प्रणालींचा उपयोग सहजपणे करता येतो, हे पाहिले. संख्या आठवण्याच्या फायद्याचे प्रात्यक्षिक, बीज स्वरूपातील वास्तव जगतातील सांख्यिकी लक्षात ठेवण्यासाठी एक प्रसंग पाहू या.

ह्या काल्पनिक कंपनीची ऐतिहासिक सांख्यिकी तुमच्या मनात साठवून ठेवण्यासाठी या चौकटीचा उपयोग होईल आणि आठवड्याच्या कालांतराने ही माहिती अद्ययावत करून साठविता येईल किंवा मुख्य बैठका किंवा सादरीकरणांसाठी दैनंदिन माहिती अद्ययावत करता येऊ शकेल.

काल्पनिक कंपनी

नेमो कॉर्प - (Mnemo Corp) हे एक विशाल आणि अत्यंत यशस्वी सामाजिक महाजाल स्थळ असून, ते मेंदूविषयक संशोधन, स्मृतिसुधार आणि व्यक्तिमत्त्वविकास या संदर्भातील ताज्या घडामोडींच्या माहितीची देवाण-घेवाण करणे, त्यावर अभिप्राय देणे या बाबींना प्रोत्साहन देते. नेमो कॉर्पने लोकांच्या त्यांच्याकडील माहितीच्या देवाणघेवाणीची गुंफण सामाजिक कार्यात्मकतेशी केली आहे.

कामगिरीचे मुख्य निदर्शक KPIs (Key Performance Indicators)

त्यांच्याकडून मिळविली जाणारी सांख्यिकी पुढीलप्रमाणे असते :

- दर आठवड्याच्या शेअर्सची संख्या
- त्या शेअर्सवर दर आठवड्याला प्राप्त झालेल्या अभिप्रायांची संख्या

चार आठवड्यांच्या कालावधीतील काही ऐतिहासिक सांख्यिकीचे एक उदाहरण येथे दिले आहे :

२१/०३/२०११ ते २७/३/ २०११

शेअर केलेली माहिती : २३,५७६ - ११७% वर/चढ

प्रति शेअर अभिप्राय : ९ - १९% वर/ चढ

२८/०३/२०११ ते ०३/०४/ २०११

शेअर केलेली माहिती : ६५,६०४ - १७८% वर/चढ

प्रति शेअर अभिप्राय :	९	- ४.४% घसरण

०४/०४/२०११ ते १०/०४/ २०११

शेअर केलेली माहिती :	८९, ०५४	- ३६% वर/चढ
प्रति शेअर अभिप्राय :	१०	- ८.१% वर/ चढ

११/०४/२०११ ते १७/०४ /२०११

शेअर केलेली माहिती :	७६,५७१	- १४% घसरण
प्रति शेअर अभिप्राय :	६	- ३३% वर/ घसरण

स्मृती महाजाल

या उदाहरणासाठी प्रवास पद्धती आणि वस्तू प्रणाली यांची संयुक्त अशी एक प्रणाली तयार करू शकाल. एका वर्षात ५२ आठवडे असतात म्हणून वर्षभरासाठीची सांख्यिकी साठवून ठेवण्याची क्षमता ५२ स्थळे तुमच्यात निर्माण करतील. महिनानिहाय, तिमाही, शेकडा प्रमाणात झालेल्या वाढीचे निवेदन करण्याची क्षमता कालांतराने यामुळे निर्माण होईल आणि विविध पद्धतींनी सांख्यिकीचे सादरीकरण करण्याची संधी तुम्हाला मिळेल.

ही सांख्यिकी बऱ्याच काळापासून तुम्ही संग्रहित करीत असल्यामुळे सर्वच्या सर्व ५२ स्थळे निर्माण करण्याची आवश्यकता नाही; तुम्ही चारापासून सुरुवात करू शकाल. गेल्या चार आठवड्यांतील सांख्यिकी तुम्ही पकडू शकाल. खरेच असे घडल्यास, तुम्ही दुसऱ्या चार स्थळांची निर्मिती करण्याची शक्यता असल्यामुळे तुम्ही महिनाभर आधीच सज्ज राहता.

चार आठवड्यांसाठी चार स्थळे आहेत, अशी कल्पना करू या : प्रत्येक स्थळाला महिन्याचे नाव द्या आणि तारीख ही त्या स्थळाच्या केंद्रस्थानाशी निगडित संख्यप्रतिमा होईल. प्रत्येक स्थळाचे चार बिंदू (ह्याच महाजालातील जोडस्थळे) असतील.

उदाहरण (अंतिम तीन स्थळांसाठी तुम्ही तुमची जोडस्थळे ठरवू शकाल):

- कॉफी शॉप (मार्च), संख्या प्रतिमा : NeT (२१)
- कॉफी मशिन, शेअर केलेली माहिती : NaM (२३), LuGGaGe (५७६)- नाम त्याच्या लगेजबरोबर कॉफी पीत आहे.
- केक स्टँड, वर : TooTHaCHe (११७)- दातदुखी झालेला केक
- सोफा, प्रति शेअर अभिप्राय : SoaP (०) -साबणात भिजलेला सोफा
- खुर्ची : वर : DeBBie (१९)- Debbie Reynolds खुर्चीवर नाचतोय.

- मार्क ॲण्ड स्पेन्सर (मार्च), संख्या प्रतिमा : NaVy (२८)
- W.H.Smith (April) : संख्या प्रतिमा : SoaR (०४)
- BooTs (April) : संख्या प्रतिमा : DaTa (११)

वरील माहितीवरून २१ मार्चचे प्रतिनिधित्व कॉफी शॉप करीत असल्याचे दिसते. माहिती शेअर केलेल्या लोकांची संख्या २३,५७६ असून ११७% चढ दर्शविते आणि प्रति शेअर अभिप्रायांची संख्या ९ असून ती १९% वाढ दर्शविते.

कृती- सांख्यिकी लक्षात ठेवणे
कालमर्यादा : ३० मिनिटे
प्रत्येक स्थळासाठी तुम्ही तुमची जोडस्थळे तयार करा.
उर्वरित माहिती तोंडपाठ करा.

माहिती	संदर्भगोष्ट (तुमच्या गोष्टी)
२८/०३	
६५,६०४ - १७८% वर/चढ	
९ - ४.४% घसरण	
०४/०४	
८९, ०५४ - ३६% वर/चढ	
१० - ८.१% वर/ चढ	
११/०४	
७६,५७१ - १४% घसरण	
६ - ३३% वर/ घसरण	

परीक्षण करा (Test it)

- २८/३ वरून माहिती शेअर करण्याचे शेकडा प्रमाण वाढले आहे.
- ११/४ प्रमाणे किती माहिती शेअर करण्यात आली, हे प्रमाण मागील आठवड्याच्या तुलनेत वाढले की घसरले?
- कोणत्या आठवड्यात सर्वांत अधिक माहिती शेअर केली गेली?
- ४/४च्या आठवड्यात प्रति शेअर सरासरी अभिप्राय किती होते?

अर्थातच, प्रत्येक आठवड्यात सांख्यिकी सतत व-खाली होत राहते, यालाही एक कारण आहे. याबरोबर एखादी कहाणी दडलेली असेल, तर तुमच्या स्थळांतर्गत

येणारी ही कथा तुम्ही सहज पकडू शकता. उदाहरणार्थ, ११/४च्या आठवड्यात सांख्यिकी कमी आली, कारण त्याचे मापन करणारे सॉफ्टवेअर त्या आठवड्यात एक दिवस काम करीनासे झाले- अशी घटना विशद करणाऱ्या आणि तुमच्या स्थळातील एखाद्या वस्तूशी निगडित असलेला घटक लुप्त होण्याच्या प्रसंगाची कल्पना करा.

अंततः सांख्यिकीच्या मागे दडलेल्या कथेला खऱ्या अर्थाने महत्त्व आहे, कारण कोणत्या गोष्टी कार्य करीत आहेत आणि कोणत्या नाहीत, यांचे ज्ञान तुम्हाला त्यामुळे होते.

मर्मदृष्टी

इथे प्रत्येक स्थळासाठी फक्त चार जोडस्थळे तुम्ही वापरली असली तरी वास्तव जगतातील प्रसंगी जवळपास १० जोडस्थळे तुम्ही निर्माण करा, असे मी सुचवीन. तुम्हाला तितकी अधिक आधीच निर्माण करण्याची गरज नसते, ही याची एक चांगली बाजू आहे.

उच्च स्मरणशक्तीची गुरुकिल्ली

- संख्या लक्षात ठेवण्यास सक्षम बनल्यामुळे मूल्यवर्धन होईल, अशी तुमच्या जीवनातील क्षेत्रे ओळखा.
- संख्याप्रतिमा संचांची निर्मिती करून संख्या लक्षात ठेवण्यासाठी दृक्-शब्दसंपदा निर्माण करा.
- कोणत्याही संख्येचे संस्मरणीय संख्याप्रतिमेत रूपांतर करण्यासाठी मुख्य प्रणाली संकेतचिन्हे शिकून घ्या.
- 00 ते 99 या संख्यांकरिता तुमचे स्वत:चे संख्याकोष्टक तयार करण्यासाठी वेळ द्या.
- सात दिवसीय आव्हान स्वीकारा आणि तुमच्या संख्याकोष्टकावर प्रभुत्व मिळविण्यासाठी दररोज 10 मिनिटे वेळ खर्च करा.
- विशिष्ट माहितीसाठी स्वतःच्या हाताने स्थायी संख्या निर्माण करण्याचा सराव करा.

८

मनोरेखन (Mind Mapping) : निर्माण करा, पकडा, पचवा आणि कळवा

या प्रकरणात तुम्ही पुढील गोष्टी शिकाल :

- मनोरेखन **(Mind Map)** हे आपल्या विचारांचे प्रतिबिंब कसे आहे
- तुमची स्वत:ची शैली आणि स्वत:ची ***मनोरेखने*** कशी तयार करवीत
- टप्प्या-टप्प्याने ***मनोरेखने*** कशी तयार करावीत
- माहिती निर्माण करणे, पकडणे, पचवणे आणि कळविण्यासाठी मनोरेखनांचा उपयोग करणे

व्यक्तीसाठी माहिती निर्माण करणे, ती पकडणे,पचविणे आणि ती कळविणे यासाठी मनोरेखने अत्यंत उपयुक्त साधन आहेत. दृक्-विचार करण्याची पद्धत हजारो वर्षांपासून अस्तित्वात असली तरीही टोनी बुझन यांना ***(Mind Maps) मनोरेखनाचे*** जनक मानले जाते.

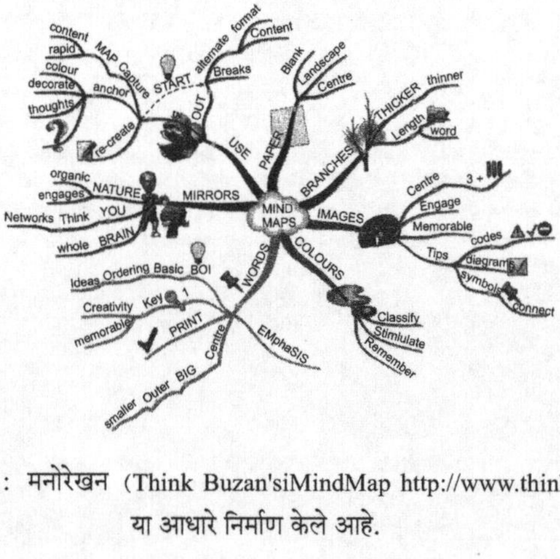

आकृती ८.१: मनोरेखन (Think Buzan'siMindMap http://www.thinkbuzan.com) या आधारे निर्माण केले आहे.

मनाचा आरसा

आपण जो विचार करतो त्याचे प्रतिबिंब मनोरेखनातून दिसते, असा गाभाभूत विचार मनोरेखनाच्या संकल्पनेमागे आहे. त्याच पद्धतीने आपला मेंदू चेताबंध आणि विचारमार्ग निरंतर तयार करीत असतो. मनोरेखन ते मार्ग पकडतात आणि आपल्या मेंदूमध्ये निर्माण झालेले मुख्य साहचर्य बंध प्रतिबिंबित करतात.

वर वर पाहता, मनोरेखन ही मुद्दे पकडण्याच्या रंजक मार्गनिर्मितीची एक साधी प्रक्रिया आहे, असे दिसू शकेल. स्वत:ला मनोरेखनाच्या तंत्रात खोलवर डुंबून घेतलेत की, अशा काही सूक्ष्म, क्लिष्ट गोष्टी आहेत ज्या त्यांचा प्रभाव पाडण्यात महत्त्वाची भूमिका बजावू शकतात, त्या पाहण्यास तुम्ही सुरुवात करता.

भूतकाळात तुम्ही मनोरेखने वापरली असतील तर मरमाइटविषयी लोकांच्या जशा प्रतिक्रिया असतात, तशाच तुमच्या प्रतिक्रिया असू शकतील- ***तुम्हाला ते आवडेल किंवा तुम्ही त्याचा तिटकारा कराल- तुम्ही ते प्राप्त कराल किंवा मनाला वाटते तसे नसते***, असेही तुम्हाला जाणवेल. दोन्ही प्रकारच्या आकलनाचे महत्त्व सारखेच आहे. ऐंद्रिय माहिती ही मनोरेखनाचे मुख्य भांडवल आहे, म्हणून विचारमंथन करताना, मीटिंगमधील टिपणे घेताना, पुस्तकातील माहिती अभ्यासताना किंवा तुमचे विचार दुसऱ्यांना कळविताना उपलब्ध माहितीअंतर्गत साहचर्य बंध निर्मितीची अधिक शक्यता निर्माण करण्यासाठी तुम्हाला संप्रेरित करते.

मर्मदृष्टी

सन १९९०च्या सुरुवातीपासून मी मनोरेखनांचा उपयोग करीत आलो आहे. गेल्या काही वर्षांत लोकांबरोबर काम करताना त्यांच्या म्हणण्यानुसार हे ***असे नसतेच*** असे मला अनुभवास आले. त्यांचा मनोरेखनाविषयी अपसमज झालेला असतो आणि कोळ्याच्या जाळ्यासारखे काही तरी गिरगटविण्यात ते धन्यता मानतात किंवा ***नियमाच्या*** बाबतीत गोंधळलेले असतात. तुमच्या मनातही गोंधळ असेल तर मनाची पाटी पुसून स्वच्छ करा आणि या प्रकरणात दिलेल्या कल्पना प्रथमच पाहत आहात, असे समजून कसून शोध घ्या; पूर्वग्रह मागे ठेवून दिलेल्या ***कृतींशी*** खेळण्यात आनंद घ्या. तुमच्या कार्यशैलीचे पुन्हा अभिसंधान होणे, हे मनोरेखनासाठी गरजेचे आहे. नाहीतर आपल्यापैकी प्रत्येक जण अगदी बालपणापासूनच सरळ टिपणे काढणे आणि सूची बनविण्यासाठी अभिसंधित झालेला असतोच. असो. त्या गोष्टींचे अद्यापही वेगळे महत्त्व आहेच.

मनोरेखन आणि अध्ययन चक्र

मनोरेखनामध्ये अध्ययनचक्राचा सहज उपयोग केला जातो. आधी सांगितल्याप्रमाणे त्यांच्यात ऐंद्रिय माहिती खूप असते. त्याआधारे तुम्ही एक मोठे चित्र आणि त्यातील तपशीलवार मनन-चिंतन करता, तुमच्या विचारांचे सार काढण्याची संधी निर्माण होते आणि कृतीद्वारा तालमी करून किंवा माहितीचा उपयोग करून त्यात नवीन शाखांची भर तुम्ही घालू शकता. तुमचा मेंदू माहिताअंतर्गत अनेक बंध निर्माण करतो- ज्यामुळे प्राप्त माहिती अधिक संस्मरणीय होते, हेच याचे फलित आहे.

एखादे भाषण किंवा सादरीकरण अभ्यासण्यासाठी मनोरेखनाचा तुम्ही उपयोग केला असेल तर संदेश, फलिते, कल्पना आणि संरचना योग्य जागी एकदा मांडून झाल्या की प्रत्यक्ष कृती करून वर्तुळ पूर्ण करा.

कृती करा! आरेखनाचा उपयोग चेतकासारखा करा (पुढील 4Cच्या विभागात आपण याच्या तपशिलात जाणार आहोत).

कृती - तुमची सध्याची प्रक्रिया

कालमर्यादा : १० मिनिटे

सुरुवात करण्यापूर्वी एखादी वही किंवा कागद आणि पेन घ्या.

तुम्हाला काही माहिती मिळवायची (Capture) होती किंवा पचवायची (Consume) होती, अशा एखाद्या (प्रसंग) कालावधीचा विचार करा. (हा कालावधी अलीकडचा असू शकेल) : कदाचित तुम्ही परीक्षेची तयारी करीत असाल, मीटिंगमध्ये टिपणे काढत असाल किंवा तुमच्या कामासंबंधात नवीन कौशल्ये शिकत असाल. प्रसंग आठवला तसा लिहून काढा :

- तुम्ही तुमची टिपणे कशी मिळवता /पकडता (Capture)?
- ही टिपणे तुम्ही लक्षात कशी ठेवता?
- माहितीची उजळणी किंवा पुनरवलोकन तुम्ही कसे करता?
- १-१० या मापनपट्टीवर मोजा. ते लक्षात ठेवणे कितपत सोपे किंवा अवघड होते?
- प्राप्त केलेली माहिती किती काळ धरून ठेवू शकता?
- अशा सर्व प्रश्नांची उत्तरे तुम्ही कशी मिळविली?

तुम्ही लिहिलेल्या मजकुराची उजळणी झाल्यावर पुढीलपैकी तुमच्या मते कोणत्या कौशल्यांचा वापर केला आहे, त्याभोवती वर्तुळ करा.

डाव्या मेंदूचा प्रभाव	उजव्या मेंदूचा प्रभाव
तर्क	रंग
एकरेषीय	परिमाण
सूची	दिवास्वप्न
क्रम	सूर/ताल/ठेका
शब्द	कल्पनाशक्ती
विश्लेषण	संपूर्ण चित्र-
संख्या	अवकाशीय जाण

कौशल्याच्या एका संचाचा दुसऱ्यापेक्षा अधिक वापर करण्यापेक्षा मनोरेखनात वरील सर्व कौशल्यांचा अंतर्भाव केला जातो- शब्दांबरोबर रंग, तर्काबरोबर कल्पनाशक्ती, क्रमाबरोबर ताल/ठेका, तपशिलाबरोबर मोठे चित्र इत्यादी.

मर्मदृष्टी

सर्वप्रथम जेव्हा मी याविषयी विचार केला, तेव्हा शाळेत असताना टिपणे घेतानाचा प्रसंग मला आठवला (पूर्वी १९७०-१९८० या काळात) आणि माझ्या डाव्या मेंदूच्या प्रभावाखाली असणाऱ्या कौशल्यांवर मला अधिक गुण मिळाले होते, असे मला दिसले- तर्क, सूची, क्रम, शब्द- आणि पुनरावृत्ती (घोकंपट्टी) करून मी ते माझ्या डोक्यात पक्के साठवत असे. तथापि, कल्पनाशक्ती, परिमाण, दिवास्वप्न या बाबतीत माझ्याकडे फारसे काही नव्हते (मी दिवास्वप्ने पाहिलीही असतील; परंतु माझ्या अभ्यासाशी त्यांचा काहीही संबंध नसायचा). बहुतेक माझी टिपणे काळ्या आणि पांढऱ्या रंगात आणि सूचीच्या रूपात असायची, कधी कधी चित्रे किंवा आकृत्या असत; परंतु त्यांचा परस्परांशी कधीच संबंध नव्हता आणि मला कोणत्याही प्रकारे भव्य चित्र रेखाटता आले नाही. परीक्षेसाठी मी घोकंपट्टी करू शकलो; परंतु ***टिकलं*** काहीच नाही. संपूर्ण मेंदूचे एक साधन या अर्थाने मनोरेखनाचा तुम्ही विचार करू शकाल. अध्ययनचक्राचे प्रतिबिंब मनोरेखनात दिसते आणि ते मेंदूला कृती करण्यास चालना देऊन अधिक साहचर्य संबंधांना संप्रेरित करते.

मनोरेखन आणि तुम्ही

कृती - तुमची शैली कोणती?

कालमर्यादा : ३ मिनिटे

- तुम्ही मुलाखतीला सामोरे जाताहात किंवा मीटिंगला चालले आहात, जिथे तुमच्याविषयी सर्व काही सांगायचे आहे, अशी कल्पना करा : तुमची पार्श्वभूमी, गुणवैशिष्ट्ये, बलस्थाने, त्रुटी, पसंती, आवडीनिवडी, ध्येय, इत्यादी. यापूर्वी सांगितलेल्या शक्य तितक्या अधिक कौशल्यांचा समावेश करण्याचा विचार करून ही माहिती प्रतिबिंबित करणारे तुमच्या मताप्रमाणे एक मनोरेखन फक्त तीन मिनिटांत तयार करा.
- नोट : इथे उत्तर चूक किंवा बरोबर नाही, तुमच्याकडे असलेल्या विविध बाह्य कौशल्यांचा अंतर्भाव करण्याविषयी केवळ प्रेरित करणे आणि त्या आधारे तुमच्या स्वतःमधील नैसर्गिक शैलीचा शोध घेणे, हा या कृतीमागील हेतू आहे.

मर्मदृष्टी

दृक्-टिपणे काढणे, हीसुद्धा दृक्-चिंतनाची लोकप्रिय पद्धती आहे; मनोरेखनासारखीच याचीही गुणवैशिष्ट्ये आहेत. या पद्धतीची तुलना मी मेखलापद्धतीशी अधिक करेन, कारण ती तुम्हाला सरळ प्रवासालाच घेऊन जाते. माझा केंद्रबिंदू मनोरेखनाचा आराखडा असल्यामुळे येथे दृक्-टिपणे काढण्याच्या खोलात शिरत नाही. या संदर्भात काही उत्कृष्ट स्रोत उपलब्ध आहेत. SXSW येथे सन २०१० साली मी दिलेल्या भाषणासाठी काढलेली दृक्-टिप्पणे पुढील वेबसाइटवर तुम्ही पाहू शकता-

http://www.blog.imagethink.net/line-by/2010/3/12/memory-matters-at-sxsw.html by Heather Willems.

मनोरेखन कसे करावे

माहिती निर्मिती, प्राप्ती, साठवण किंवा ती दुसऱ्यांना कळविण्याची तुमची इच्छा असेल आणि साध्या मार्गदर्शक तत्त्वांचा अवलंब केल्यास तुमचे मनोरेखन कमालीचे प्रभावी होईल.

कृती - मनोरेखनाची कहाणी

कालमर्यादा : १५ मिनिटे

मनोरेखनाच्या पायऱ्या येथे दिल्या आहेत. पुढील मजकुराचे वाचन करताना या प्रकरणाच्या सुरुवातीला दिलेल्या मनोरेखनाच्या चित्रावर मागे वळून पाहा, तुम्ही तुमचे मनोरेखन कसे निर्माण करू शकाल, याविषयी चिंतन करा.

कागद

- शक्यतो A३, A४ किंवा A५ आकाराचा ***कोरा*** कागद किंवा श्वेतफळा वापरा (रेघांचे कागद टाळा, कारण रेषांमुळे एकरेषीय संरचना थोपविल्या जातात).
- कागद आडवा (Landscape) धरून वापरा.
- केंद्रीय प्रतिमेपासून नेहमी सुरुवात करा.

शाखा

- मनोरेखनाच्या शाखा त्याला एक शैली प्राप्त करून देतात; मनोरेखन प्रक्रियेत तुमच्यासाठी लक्षवेधी आणि प्रेरणादायी अशी शैली हा एक मोठा घटक आहे.
- तुमच्या शाखा कशा दिसतील या बाबतीत होता होईल तेवढे सर्जनशील राहा; तुम्ही संगीताचे प्रतिबिंब दर्शविणारे मनोरेखन निर्माण करीत असाल, तर प्रत्येक शाखा ऑर्केस्ट्रामधील एक वाद्य असू शकेल.
- तुमच्या मनोरेखनाला एखाद्या प्राणिमात्राचे स्वरूप आणि भाव देण्याचा प्रयत्न करा. जणू काही माहितीचा उत्सर्ग करून आणि बंध निर्माण करणारा तो एक जिवंत प्राणीच असून, माहितीमध्ये प्राण फुंकून ती माहिती अधिक संस्मरणीय होण्यास तो मदत करतो.
- शाखा ही, शब्द किंवा त्याला आधार देणारी प्रतिमा एवढ्यापुरतीच लांब असावी; यामुळे शब्द आणि प्रतिमा यांच्यात घनिष्ठ संबंध निर्माण होण्यास मदत होते. तुम्ही तो शब्द पुन्हा आठवता तेव्हा त्यांच्यात अवकाशीय बंध निर्माण होतात.
- शाखेचे एकरेषीय होणे टाळावे. प्रवाही हालचालींचा विचार करा किंवा शाखा दर्शविण्यासाठी शब्द-चित्रेसुद्धा तुम्ही वापरू शकता.
- दुसऱ्या शाखांना एकत्र बांधून ठेवणारे बंध हे शाखा होतात. या बाबतीत कुठलेही कठोर नियम नाहीत; तथापि, शाखा जवळजवळ असाव्यात, नाहीतर तुमचे मनोरेखन स्पॅघेटी केंद्रात परावर्तित होईल. तुमच्या मनोरेखनाच्या सीमा ओलांडून बाहेर जाणारा एखादा बंध तुम्ही वापरत असाल तर असे हात राखूनच करा.

प्रतिमा

- ▶ शब्दचित्रे ही तुमच्या मनोरेखनाचा प्राण (Heart) आहेत.
- ▶ केंद्रस्थानी असलेल्या प्रतिमेपासून नेहमी सुरुवात करा; ते शब्द असतील तर त्यांचे ३Dमध्ये रूपांतर करा.
- ▶ केंद्रस्थानी असलेल्या प्रतिमेसाठी किमान तीन रंग वापरा. (अतिवेगाने प्रतिमा पकडत असाल तर हे शक्य होणार नाही).
- ▶ माहिती स्मरणक्षम करण्यासाठी आणि ती उठून दिसण्यासाठी, किंवा एखादी क्लिष्ट कल्पना एका चित्रात सांगायची झाल्यास तुमच्या मनोरेखनात प्रतिमांचा उपयोग केला पाहिजे. ***एक चित्र हजार शब्दांबरोबर असते*** ही जुनी म्हण- विशेषत: मनोरेखनाच्या बाबतीत खरी ठरते.
- ▶ शाखेवरील शब्दांविषयी काहीतरी सांगणारी सांकेतिक चिन्हे वापरून त्यांचा प्रतिमांप्रमाणे विचार करा; ती विशेष लक्ष वेधून घेतील किंवा उच्च प्राधान्यक्रम देतील.
- ▶ चिन्हे ही सांकेतिक चिन्हांसारखीच असतात; परंतु त्यांच्या हेतूमुळे ती भिन्न असतात : जिथे सांकेतिक चिन्हे शाखेला विशिष्ट अर्थ प्राप्त करून देतात, तिथे चिन्हे दोन शाखांमधील संबंधांची कहाणी सांगतात.
  - ▶ **चिन्हांच्या शाखेवर** आणि ***शब्द शाखेवर पिन*** केलेले आहेत - याचा अर्थ चिन्हे ***शब्दांना जोडतात*** असा होतो.
  - ▶ ***प्रारंभिक विचारक्रम*** (Basic Ordering Ideas = BOI - पुढील शब्द तुमच्या पहिल्या स्तरावरील शाखांवर आहेत- ***(कागद, शाखा, प्रतिमा, रंग, शब्द आरसा, उपयोग***) आणि ***प्रारंभ*** या बंधावर दिव्याचे चिन्ह आहे; याचा अर्थ असा, की आपण मनोरेखनाचा उपयोग माहिती प्राप्त करण्यासाठी किंवा माहिती बाहेर पाठविण्यासाठी करताना शक्यतो ***प्रारंभिक विचारक्रमा***पासून सुरुवात केली पाहिजे.
- ▶ आकृत्या आणि चार्ट्स अनेक प्रसंगी वापरले जातात. पॉवरपॉइंटमधील चार्ट तुम्ही तुमच्या मनोरेखनात आणून मोठ्या चित्राला कोणत्या ठिकाणी जोडता येते, ते तुम्ही दाखवू शकाल (मनोरेखनविषयक सॉफ्टवेअरच्या संदर्भात विशेषत्वाने करता येते).
- ▶ सांकेतिक चिन्हे आणि तुम्ही तुमची स्वत:ची शब्दसंपदा निर्माण करायला सुरुवात करू शकता, अशा प्रकारे निर्माण झालेल्या सामायिक भाषेची मदत काळाच्या ओघात नव्या माहितीबरोबर जलद आणि सशक्त बंध निर्माण करण्यासाठी होतो.

रंग

- माहितीचे आणि कल्पनांचे वर्गीकरण करण्यासाठी तुमच्या मनोरेखनावर रंगांचा उपयोग करा (एखाद्या फोल्डरमधील विभागासाठी रंगसंकेत ठरवू शकता, किंवा महत्त्वाच्या मुद्यांना उठाव देण्यासाठी हायलायटर वापरू शकाल). यामुळे मनोरेखनांतर्गत असलेले रचनाबंध ओळखणे सोपे होते.
- रंगांचा संबंध भावनांशी निगडित असतो. (निळा रंग : शीतलता किंवा थंडपणा, पिवळा : लख्खपणा आणि उबदारपणा, इत्यादी); तुमच्या कल्पनाशक्तीला चालना देणे आणि शब्दचित्रांच्या निर्मितीला स्फूर्ती मिळण्यास यांची मदत होते.
- रंगांचा स्मरणशक्तीमध्ये काय फरक पडू शकतो हे स्पष्ट करणारी अनेक चांगली पुस्तके आहेत. मानवी मेंदू रंगविणे (Human Brain Colouring Book) या शीर्षकाचे पुस्तक याचे एक उत्तम उदाहरण आहे. अध्ययन प्रक्रियेत तुम्ही सहभागी व्हा. रंगवताना त्या माहितीवर मनन करा आणि अधिकात अधिक साहचर्य संबंध निर्माण करा; तुम्हाला तुमच्या विचारांचा स्तर सांगता येईल आणि ते कृतीत उतरवता येतील. रंगांमुळे माहितीला केवळ उठावच येतो असे नाही, तर ती माहिती संस्मरणीय होते.

शब्द

- केंद्रस्थानचे शब्द मोठे असावेत आणि शाखा विस्तारत जातील तसे ते लहान होत जावेत.
- शब्दांवर जोर देण्यासाठी विविध आकारांचा उपयोग करा. (SiZes)
- प्रत्येक शाखेसाठी एक शब्द; प्रभावी शब्दांमुळे मनोरेखने ही लक्षात ठेवण्यास सोपी होतात आणि संकल्पनांचे तुकडे निरनिराळ्या शाखांवर विभागले गेल्यामुळे अधिक सर्जनशील व्हायचे स्वातंत्र्य तुम्हाला मिळते.
- प्रत्येक शाखेसाठी एक शब्द वापरल्यामुळे जागेची बचत होते, त्यामुळे अधिक माहिती मिळविणे आणि ती आत्मसात करणे सुलभ होते.
- तुमच्या विचारांचा एका शब्दात संकोच करणे मनोरेखने तयार करण्याच्या बाबतीत सर्वांत मोठे आव्हान आहे कदाचित. तुमच्या शाखांवर लहान वाक्य किंवा वाक्ये लिहिण्याचा मोह होतो. सादरीकरणासाठी विविध कोटेशन्स वापरण्याच्या वेळी हे उपयुक्त होऊ शकेल. कमीत कमी शब्द वापरण्याचा तुम्ही सराव केला पाहिजे. स्मृती महाजालांसाठी शब्दांची निवड करतानासुद्धा याचा तुम्हाला फायदा होईल.
- तुमच्या मनोरेखनाचे पुनरवलोकन करताना मुख्य शब्द पाहाणे, आणि त्यांच्यामागे दडलेल्या संकल्पना, कल्पना आणि विचार मोठ्याने म्हणा.

आरसे

▶ निसर्ग- प्राणिमात्रासारखे स्वरूप आणि भाव असावेत जे आकृष्ट करतील आणि माहितीमध्ये गुंतवून ठेवतील. तरीही त्यांची नीट व्यवस्था केली पाहिजे, नाहीतर मनोरेखनात वापरलेल्या शब्दांचे अर्थ लावता येणार नाहीत. मनोरेखने का गोंधळून टाकतात, याचे हे एक सामान्य कारण आहे.

▶ कल्पना आणि साहचर्य, यांच्याद्वारा आपण नैसर्गिकपणे कसा विचार करतो, याचे प्रतिबिंब आपल्या मनातील महाजालांच्या रूपाने दिसते.

▶ अनेक बाह्य कौशल्यांचा अंतर्भाव असलेले मेंदू हे एक परिपूर्ण विचारसाधन आहे.

वापर

मनोरेखनाचे दोन मार्ग असतात, माहिती आत घेणे आणि ती बाहेर पाठविणे :

▶ आत घेणे (Taking in)
  - ▶ माहिती पकडा (बीजरूपात वेगाने पकडा.)
  - ▶ तुमच्या विचारांच्या आणि प्रश्नांच्या शाखांना रंगवून, सुशोभित करून माहिती बांधून ठेवा.
  - ▶ नंतर माहितीच्या सघनतेसाठी मनोरेखन पुन्हा तयार करा.

▶ बाहेर पाठविणे (Putting Out)
  - ▶ आशय (शाखा बंध आणि शब्द) आणि ढाचा यांची अदलाबदल करा (रंग, प्रतिमा, सांकेतिक चिन्हे आणि चिन्हे).
  - ▶ नियमित खंड (Break) घ्या.

मर्मदृष्टी

बालपणाचा विचार करतो तेव्हा माझी चित्रकला चांगली होती असे मला वाटायचे, यात गैर काही नाही. शाळा सोडल्यानंतर आणि गेली दहा वर्षे ड्रॉइंग केले नसल्यामुळे माझ्यातील क्षमता हरवल्याचे मला दिसते. पहिल्यांदा मनोरेखन करायला सुरुवात केली त्या वेळी लहान मुलांसारखे दिसणारे माझे ड्रॉइंग बघून लोक काय म्हणतील याविषयी माझ्या मनात काही धारणा होती. प्रत्यक्षात मात्र मला याच्या अगदी उलट पाहायला मिळाले. मनोरेखनाच्या वेळी लोक सामान्यतः खिळून राहतात (विशेषतः मीटिंगच्या प्रसंगी). मी गेली कित्येक वर्षे मनोरेखन करीत असल्याने रेखनांची गुणवत्ता सुधारली आहे आणि मी ड्रॉइंगचा पुन्हा आनंद घेतोय.

कृती - तुमचे मनोरेखन

कालमर्यादा : १५ मिनिटे

योग्य शैली निवडून त्यात रंग आणि तुमच्या मनात येणाऱ्या प्रतिमांची भर टाकून आता वरीलप्रमाणे मनोरेखन पुन्हा तयार करा- ते अगदी हुबेहूब वरील मनोरेखनाप्रमाणेच दिसले पाहिजे असे नाही; परंतु त्यातील शाखा आणि शब्द तेच असले पाहिजेत. दोन अधिक शाखांची भर घाला. तुमच्या मते कोणते फायदे आहेत हे पकडणारी एक शाखा आणि आव्हाने आणि दुसरे काहीही तुमच्या मनात येईल अशी माहिती पकडणारी दुसरी शाखा असावी.

मर्मदृष्टी

तुमच्या हातून चुका होतील म्हणून घाबरून जाऊ नका. विशेषत: व्यक्तिसमूह किंवा एखाद्या व्यक्तीबरोबर काम करताना ते काम परिपूर्ण किंवा परिपूर्ततेच्या जवळपासचे असावे असा विचार लोक करतात, ही गोष्ट मला दिसली. कलेचा एक उत्कृष्ट नमुना तयार करणे हा हेतू इथे नाही; तुम्ही उपयोग करू शकाल असे काहीतरी तुमच्या डोक्यात शिरणे किंवा समस्या निवारणासाठी तुमच्या डोक्यातून कल्पना बाहेर काढणे, कल्पनाशक्तीचा विकास करणे, किंवा एखादा संदेश कळविणे यांच्यासाठी स्वत:ला मदत करणे, हा आहे.

आपण एक चित्र निर्माण करतो आहोत हीच आपली प्रेरणा असल्यामुळे आपण चुका करू इच्छित नाही; या सापळ्यात अडकायचे टाळा. मदत होणार असल्यास, एक लहान आकाराचा श्वेतफलक विकत घ्या. चूक झाल्याचे आढळल्यास तुम्ही तिथल्या तिथे खोडून नव्याने पुन्हा सुरू करू शकता. मधूनच डोक्यात उद्भवणारे आकस्मिक विचार आणि प्रश्न पकडण्यासाठी मी माझ्या मनोरेखनांमध्ये दोन अधिक शाखा नेहमीच ठेवतो.

चार सी (4 Cs)

मनोरेखनाचा तुम्हाला उपयोग कसा होईल आणि ते तयार कसे करावे, अशा मनोरेखनाच्या मुळाशी असलेल्या कल्पनांचा आतापर्यंत आपण शोध घेतला. मनोरेखनाचे उपयोजन कसे शक्य होईल, अशी चार मुख्य क्षेत्रे यामध्ये येतात : निर्माण करणे (Creat), पकडणे (Capture), पचविणे (Consume) आणि कळविणे (Communicate) अशी ती चार क्षेत्रे आहेत.

चार स्वतंत्र नावांनी क्षेत्रे दर्शविलेली असली तरी त्यांचा क्रम मागे-पुढे होत

राहतो. म्हणून एका मीटिंगमधील माहिती मिळविण्याच्या हेतूने सुरुवात करणारे मनोरेखन पुढे माहिती पचविणे आणि ती परत आठवणे, काय सांगितले गेले ते परत सांगणे आणि नवीन शक्यता किंवा उत्तरे निर्माण करणारे होते.

माहिती पकडून ठेवण्यासाठी कागद आणि पेन्सिल; थोडेबहुत तोटे असूनसद्धा, आजही ती जलद साधने आहेत. रंग हाताळण्यासाठी तुमच्याकडे साधारणत: फारसा वेळ नसतो. हा फार मोठा दोष आहे असे नाही, कारण महत्त्वाच्या माहितीअंतर्गत सशक्त बंध निर्माण करण्यासाठी तुम्ही रंग आणि प्रतिमांची (शब्दचित्रे) भर नंतरही टाकू शकता.

मनोरेखन कसे तयार करावे, हे आता तुम्हाला समजले आहे. त्याचा व्यवहारात उपयोग कसा करावा या संदर्भात काही बारकावे विचारात घ्यावे लागतात.

मर्मदृष्टी

मीटिंगमधील टिपणे घेण्यासाठी एक साधा A5 आकाराचा श्वेतफलक, रंगीत पेन आणि खोडरबर यांना मी पसंती देतो. बीबीसीच्या एका विभागात काम करताना नवीन व्यवस्थापकाबरोबरची पहिली मीटिंग मला आठवते. आयपॅड हे त्या वेळी अत्यंत लोकप्रिय होतेच आणि अल्पावधीतच पुढे तो चर्चेचा विषय झाला; त्याने त्याचा फोटोसुद्धा घेतला. नंतर मी विनोदाने म्हणालो की, फोटोखाली ***'अशा प्रकारे** Beeb **येथे कार्य करतात'*** अशी ओळ लिहून तो फोटो त्यांनी मायक्रोसॉफ्ट कंपनीला पाठवायला हवा होता. मी उपस्थित असलेल्या प्रत्येक मीटिंगच्या वेळी हाच अनुभव असायचा. अंतत: लोकांच्या अधिकाधिक लक्षात राहण्याकडे तुमचा कल वाढत जातो.

निर्माण करणे **(Create)**

सर्जनशीलतेच्या क्षेत्रात मनोरेखनाचे अनेक फायदे आहेत. नवकल्पनानिर्मितीचे बुद्धिमंथन सत्र असो, समस्यापूर्ती असो, किंवा सादरीकरणाची निर्मिती करणे असो दर्जेदार परिणाम साधण्याच्या कामात मनोरेखने मदत करू शकतील.

मनःस्थिती (State)

तुम्ही सर्जनशील मन:स्थितीत असल्याची खात्री करा. सर्जनशील स्मरणशक्ती या प्रकरणात आपण ऐंद्रिय स्मृती आणि भावनिक प्रतिसाद याविषयी चर्चा केली; याचा मागे वळून विचार करा.

- तुमचा हेतू आणि तुमची आदर्श फलनिष्पत्ती यांचा विचार करा.
- सक्रिय दिवास्वप्नांचा उपयोग करून ही आदर्श फलनिष्पत्ती दर्शविणारे शब्द

आणि चित्रे रेखाटा.

प्रश्न

तुम्ही स्वतःला विचारलेले प्रश्न आणि मनातील स्वतःशी बोलणे या दोन गोष्टी तुमच्या अपेक्षित फलनिष्पत्तीची दिशा निश्चित करून योग्य मार्ग दाखवतील. सोप्या भाषेत सांगायचे म्हणजे ***मी एखाद्या गोष्टीचा विचार का करू शकत नाही,*** असा एक नकारात्मक प्रश्न स्वतःला विचारा आणि लागलीच तुमचा मेंदू उत्तराच्या शोधात निघतो; तुम्हाला पुरेशी माहिती नाही, तुम्ही सर्जनशील नाही, यासाठी तुम्ही योग्य नाही, अशा प्रकारचे एखादे उत्तर घेऊन तो परत येईल.

उत्तराच्या अपेक्षेने स्वतः एक वेगळा प्रश्न विचारा आणि तुम्हाला काहीतरी उपयुक्त प्रत्याभरण निश्चित मिळेल. पुढे काय घडेल, मोठा फरक कशामुळे पडेल, याला मी कामाला कसा लावू शकेन... अशा प्रकारे उत्सुकतेपोटी आणि अपेक्षेने विचारलेले प्रश्न प्रेरणा निर्माण करतील आणि तुमच्या मेंदूला ज्ञानाचा शोध घेण्यासाठी पाठवतील. चांगल्या प्रश्नांचा तुम्ही विचार करता, तेव्हा ते प्रश्न तुमच्या मनोरेखनामध्ये समाविष्ट करा.

अडथळे पार करणे

एखाद्या बिंदूवर तुम्हाला मानसिक अडथळा होईल किंवा मनन करायला तुमच्याकडे तेवढा वेळ नसेल. तुमचे विचार एकत्र करा आणि पुढे काय घडतेय ते ठरवा. लगेचच विशिष्ट आवडीच्या क्षेत्राभोवती शब्दचित्रे निर्माण करणे, रंग देणे, रेघोट्या मारणे, शब्दांना उठाव देण्यासाठी आणि संबंध निर्माण करण्यासाठी चिन्हे आणि सांकेतिक चिन्हांचा उपयोग करणे, यांचा उपयोग करून तुमच्या मनोरेखनाचा ढाचा/स्वरूपावर लक्ष केंद्रित करा.

या अवस्थेत असताना नवीन आशय आणि शाखांची जोडणी करण्यासाठी कल्पना सुचताहेत असे तुम्हाला दिसेल.

तुमच्या मनोरेखनाचा आशय आणि त्याचे स्वरूप यादरम्यान मागे-पुढे जाऊन बदल करा; असे केल्याने त्यात एक ताल निर्माण होईल, जो तुम्हाला तुमच्या विचाराने पुढे जायला मदत करेल.

पकडणे ***(Capture)***

तुम्ही कोणत्याही व्यवसाय क्षेत्रात असा, टिपणे काढणे, मीटिंग्ज, सादरीकरण, परिषदा, चर्चासत्रे, व्याख्याने असतील किंवा एखादा अभ्यास वर्ग तरी असेल अशा वस्तुस्थिती आणि कृती याविषयी माहिती घेण्याचे प्रसंग (काही वेळा/वारंवार) येतच असतील.

प्रसंगोचित काय?

जी माहिती ***प्रसंगोचित*** आहे, ती मिळवणे हे येथे महत्त्वाचे आहे. हे विधान तसे सोपे वाटत असले तरी ते एक मोठे आव्हान असू शकेल. तुम्हाला तुमचे विचार एका शब्दापर्यंत कोरायचे असतात म्हणून मनोरेखन हे तुम्हाला या कलेत पारंगत होण्यासाठी अभिसंधित करते.

सादरीकरण ऐकताना आणि पाहताना तुम्ही जी माहिती मिळवता, ती तुमच्या मते, हेतूशी निगडित आहे एवढ्यापुरती मर्यादित ठेवा. प्रत्येक तपशील पकडू नका. तुम्हाला खात्री नसेल तर तुमच्या प्रश्नात किंवा शाखेत एक शब्द जोडा, ज्याकडे तुम्ही नंतर परत येऊ शकाल. यासाठी थोडा सराव लागतो; भरपूर पुनरावृत्तीनंतर बहुतेक महत्त्वाचे सर्व मुद्दे गाळून घ्यायला तुम्ही लवकरच शिकाल.

ढाचा/ साचा (Templates)

शक्य तिथे ढाच्याच्या साहाय्याने सुरुवात करा. त्यात किमान पुढील गोष्टी असतील- केंद्रस्थानातील प्रतिमा (मुख्य विषयाचे प्रतिनिधित्व), आदर्श फलनिष्पत्ती, विचार आणि प्रश्नांसाठी एक शाखा आणि माहितीतील कोणत्याही विषयपत्रिकेसाठी एक शाखा.

कालसंवेदित

माहिती पकडताना मनन करायला फारच थोडा वेळ असतो, म्हणून प्रसंगोचित काय आहे, इथपर्यंतचे मार्गदर्शन मिळविण्यासाठी तुम्ही सुस्पष्ट हेतूवर अवलंबून राहता. व्यावहारिकदृष्ट्यासुद्धा रंग थापणे किंवा भरपूर चित्रे काढणे यासाठी तुमच्याकडे नेहमीच वेळ नसतो, म्हणून वेगाने माहिती मिळविण्यासाठी तुमच्या मनोरेखनाचा एक सांगाडा बनवा– ज्यात तुमच्या मनातील कल्पना आणि संकल्पना घट्ट पकडून ठेवण्यासाठी तुम्ही नंतर शब्द आणि प्रतिमा जोडू शकाल.

पचविणे (Consume)

प्रासंगिक माहिती ओळखणे, बंध निर्माण करणे आणि माहिती संघटित करणे याविषयी पकडणे (मिळविणे) ही संकल्पना सांगते. तुमच्या मनोरेखनावरील माहिती समजून लक्षात ठेवल्यामुळे तिचा व्यवहारात उपयोग करता येतो याचा बोध पचविणे (माहिती पक्की समजणे) या संकल्पनेवरून होतो.

तुम्ही निर्माण केलेल्या किंवा पकडलेल्या माहितीवर मनन, सामान्यीकरण आणि कृती करून अर्थ प्राप्त करून देऊन केलेले मनोरेखन हे अध्ययनचक्राचे पूर्णतः ***आरेखन*** करते. तुम्ही माहिती पकडू लागता तेव्हापासूनच आकलन सुरू होत, आणि ती माहिती तुम्ही पचविण्यापर्यंत पुढे ते चालते. माहितीच्या संकीर्णतेनुसार

माहितीअंतर्गत अधिक शक्तिशाली बंध निर्माण करण्याच्या या प्रक्रियेसाठी तुम्ही थोडा अधिक वेळ द्या.

माहिती भरविणे (Input)

चहूबाजूंनी येणारी माहिती लक्षात ठेवणे आणि तुमच्या ज्ञानाला अद्ययावत ठेवण्याचे महत्त्व (विशेषत: तुम्ही निवडलेल्या क्षेत्रात) लक्षात घेतल्यास सक्ती नसली तरी ती माहिती पचविणे आणि नंतरच्या काळात संदर्भासाठी ती बाळगणे, हे उपयुक्त आहे.

तुमची कार्यशैली कशी आहे याचा भाग म्हणून तुम्ही मनोरेखन बनवू शकता-साध्या एकरेषीय टिपणांपेक्षा हे अधिक सहजपणे लक्षात ठेवता येत असल्यामुळे त्यांचा उपयोग पुस्तके, ई-मेल्स, दस्तऐवज आणि भावी मीटिंग्जच्या तयारीसाठीचे शोधकार्य, सादरीकरण किंवा मुलाखती या संदर्भातील माहिती पचविण्यासाठी करता येऊ शकतो.

सर्जनशील स्मरणशक्ती या कौशल्याशी जोडून हे वापरल्यास एक सशक्त मानसिक हत्यारांची पेटी तुमच्या हाताशी असेल.

मनन करा (Reflect)

तुम्ही मिळविलेली माहिती समजून घेण्यासाठी मनोरेखनातील घटकांचा अर्थ शोधत मनन करीत मनोरेखनाचे वाचन करा. तुम्हाला ज्ञात असलेल्या गोष्टींशी ते कसे निगडित आहे, ही नवीन माहिती दुसऱ्या कोणत्या माहितीसारखी आहे, या प्रश्नांमधून तुमच्या आकलनाला मदत व्हावी यासाठी तुम्ही काही संबंधांचा वेध घेत असता. आपल्या मेंदूतील १०० बिलियनपेक्षा अधिक चेतापेशींची तुलना पर्जन्यछायेतील जंगलाच्या १०० बिलियन वृक्षांबरोबर करून हा अलंकार यापूर्वी आपण वापरला होता. पूर्णत: नवीन कल्पना समजण्यासाठी मनन करण्यास काहीतरी योग्य असे हे एक सोपे चित्र होते.

सार/सामान्यीकरण (Abstract)

एखादा विषय समजायला अवघड असतो तेव्हा तुमच्या भाषेत त्याची मांडणी करणे तुम्हाला स्वत:ची मालकी स्थापित करायला सहायक होते. ज्यांची उत्तरे तुम्हीच तयार करीत आहात, अगदी त्याच पद्धतीने (प्रत्यक्ष तुम्हीच आहात) समस्या निराकरणाकडे घेऊन जाणारे प्रश्न तुम्हाला विचारावे लागतील. मदतीसाठी किंवा स्पष्टीकरणासाठी दुसऱ्या कोणालातरी विचारणे, हे त्यांपैकी एक उत्तर असू शकते. तुम्ही जे शिकलात ते घेऊन तुमच्या स्वत:च्या शब्दांत मांडणे, माहितीअंतर्गत तुमचे स्वत:चे बंध आणि संदर्भबिंदू निर्माण करणे म्हणजेच सार/ सामान्यीकरण.

कृती (Actions)

कोणत्या स्वरूपात कृती करायची ते निश्चित करा : मनोरेखन हे केवळ संदर्भासाठी मनात साठवून ठेवणे असू शकेल. असे असेल तर त्यासाठी तुम्ही वर्गीकरण करायला सुरुवात केली पाहिजे किंवा अस्तित्वात असलेल्यामध्ये ते मिळविले पाहिजे, जेणेकरून भविष्यात ते तुम्हाला उपयुक्त होऊ शकेल. कदाचित एका विशिष्ट मीटिंगसाठी तुमची भूमिका अधिक कुशलतेने पार पाडण्यास साहाय्यभूत होणारे ज्ञान मिळविण्यासाठी त्याची तुम्हाला आवश्यकता असेल.

तुमच्या कृती तुमच्या हेतूशी जोडल्या जातील. तुम्ही एखाद्या सादरीकरणाचे मनोरेखन करीत असाल, तर त्याचा चेतकासारखा उपयोग करून, उभे राहून आणि मोठ्या आवाजात तुम्ही तालीम केली पाहिजे. परीक्षेची तयारी करीत असाल तर प्रश्नांची उत्तरे देऊन, सुरुवातीला मनोरेखनाचा उपयोग चेतकासारखा आणि नंतर त्याशिवाय करून स्वतःची चाचणी केली पाहिजे (सर्जनशील स्मरणशक्तीबरोबर जोडल्याने ते अत्यंत प्रभावी होते). मीटिंगमधील टिपणांचे मनोरेखन तुम्ही केलेले असल्यास मीटिंगच्या शेवटी सारांशरूपाने ती पुन्हा म्हणा.

तुम्ही केलेल्या कृती अध्ययनचक्र पूर्ण करतात आणि माहिताअंतर्गत बंध बळकट करण्यासाठी अधिक ऐंद्रिय इनपुट्स मिळतात.

कळवा (Communicate)

सादरीकरण आणि गटाबरोबर एकत्र काम करताना मनोरेखने ही अत्यंत प्रभावशाली साधने होऊ शकतात. तुमच्या गटाला किंवा एखाद्या व्यक्तीला उत्तम अनुभव देण्यासाठी तुमचा संदेश त्यांना समजावा आणि त्यांना त्याचा उपयोग करता येईल असे काहीतरी ते बरोबर घेऊन जाऊ शकतील यासाठी मात्र अध्ययनचक्राचा उपयोग करणे, तुमचे लक्ष्य असले पाहिजे.

गट (Groups)

मनोरेखने त्यांच्या कलात्मक आणि सुघटित रूप आणि भाव यामुळे स्वाभाविकपणे आपले लक्ष वेधून घेतात. मनोरेखनाकडे पाहत असतान, पाहणाऱ्या गटाच्या मनात उत्कंठा चाळवली गेली पाहिजे. तुमचा संदेश अधिक लक्षात राहण्यायोग्य होण्यास मदत करणारा मनोरेखन हा एक दृक् संदर्भ आहे. सर्वच सादरीकरणांत करता त्याप्रमाणेच तुम्ही एक गोष्ट सांगताहात, हे इथेही महत्त्वाचे आहे.

तुमचे सादरीकरण सुरू असताना समोरील व्यक्तीच्या डोक्यात त्यांच्या स्वतःच्या गोष्टी आणि साहचर्य बंधविषयक घडामोडी सुरूच असतील. योग्य वेळ येताच मनोरेखनातील काही विशिष्ट भागावर लक्ष केंद्रित केल्याने, त्यांच्या डोक्यातील

गोष्टी तुमच्या मनोरेखनाशी नकळत जोडल्या जातील.

उदाहरण

मेंदूच्या बाह्य कौशल्यांचे चित्र तुम्ही मनोरेखनावर पाहत आहात, अशी कल्पना करा. मी शाळेत होतो त्या काळातील, अत्यंत कडक शिस्तीच्या एका खास शिक्षकापासून मी सुरुवात करतो (असे शिक्षक तुमच्या शाळेतसुद्धा असू शकतील), दिवास्वप्न पाहणाऱ्या वेड्यांच्या बाजूने ते कधीच उभे राहत नसत आणि जर तुम्ही मध्येच बोललात, तर तुमचा सर्वनाशच समजा. प्रत्येक गोष्ट अत्यंत नेटकेपणाने आणि काळ्या शाईनेच लिहिली गेली पाहिजे, असा त्यांचा दंडक होता. त्या शाळेतील मुले मूलत: (Basically) डाव्या मेंदूच्या कौशल्यांचा उपयोग करीत होती, असा त्याचा अर्थ होता.

या उदाहरणामुळे शाळेत असतानाच्या तुमच्या काही आठवणींना चालना मिळण्याची संभावना आहे. तुम्ही बाह्य कौशल्यांच्या प्रतिमांचे अवलोकन करताहात आणि त्यांचा अर्थ काय याची अनुभूती घेतली असल्याने, तुमचे अनुभव माझ्या मनोरेखनावरील चित्रांशी जोडले जातात.

गटातील व्यक्ती त्यांच्या अनुभवावर मनन करीत असताना किंवा नंतर, त्यांना त्यांची स्वत:ची स्पष्टीकरणे / उत्तरे शोधण्यासाठी तुम्ही आव्हान द्या. प्रश्न विचारण्यास प्रेरित करण्यासारखीच ही गोष्ट सोपी आहे.

तुम्ही दिलेली माहिती त्यांना कोणत्यातरी प्रकारे उपयुक्त ठरेल आणि गट त्यावर काही तरी कृती करेल, अशा पद्धतीने याची बांधणी झाली पाहिजे.

संगणकीय मनोरेखनाच्या मदतीने त्यांचे प्रश्न आणि विचार योग्य त्या शाखेवर त्या क्षणी जिवंत पकडू शकता; गट मोठा असल्यास श्रोत्यांना व्यस्त ठेवण्यासाठी त्यांचे विचार संगणकातील मनोरेखनात भरण्यासाठी दुसऱ्या कोणाची तरी मदत घेऊन तुम्ही तुमचे सादरीकरण पुढे सुरू ठेवू शकता.

एकास- एक (One to One)

एकास-एक अशा परिस्थितीत मनोरेखने ही अत्यंत धारदार आणि शक्तिशाली साधने आहेत. प्रत्यक्षात काहीही न बोलता लोक मनोरेखनाकडे आपोआपच खेचले जातील. विचाराच्या संदर्भात काय सांगितले आणि त्यापासून काय बनविले यावर मनन करण्यासाठी यांचा उपयोग करता येऊ शकेल, म्हणून गटात सलोखा स्थापन करण्यास मदत होण्यासाठी हे एक महत्त्वाचे साधन आहे.

एकास-एक अशा पद्धतीने काम करताना केवळ अत्यावश्यक तपशीलच पकडला जातोय याची खात्री करा. तुम्ही ज्या व्यक्तीशी बोलताहात तिच्याशी जोडलेले राहणे आणि आरेखन अधूनमधून वापरणे महत्त्वाचे आहे.

समतोल स्थापित झाल्यास, एकास-एक पद्धतीने कार्य करणे, काही प्रमाणात सहकार्याने काम करणे आणि मनोरेखनाच्या निर्मितीला मूर्त स्वरूप देणे, या खऱ्या अर्थाने महान संधी असतात. तुमच्यातील सलोख्याच्या प्रमाणानुसार तम्ही ज्या व्यक्तीबरोबर काम करताहात, तिला मनोरेखनात भर घालणे आणि त्यांचा अर्थ स्पष्ट करणारी चित्रे काढणे, यावर प्रश्न विचारू शकता; नंतर मनन करून आणि सारांश रूपाने ते परत त्यांना सांगू शकता.

मनोरेखन हा अनुभवांची देवाण-घेवाण करणारा दुवा होतो.

सराव

आपण मनोरेखनाचा केवळ पृष्ठभाग खरवडला आहे आणि पृष्ठभागाखाली खूप काही आहे. अंततः तुमच्या स्वतःच्या शैलीचा शोध घेणे आणि तिचा व्यवहारात उपयोग करणे, याच्याशी ते निगडित आहे.

कृती- तुमच्या जीवनात कुठे काय?

कालमर्यादा : १५मिनिटे

तुम्ही मनोरेखनांचा जिथे उपयोग करू शकाल, अशा तुमच्या जीवनातील सर्व क्षेत्रांचा विचार करा. पुढील किमान शाखा ठेवून तुम्ही तुमचे मनोरेखन तयार करा-

- निर्माण करणे
- पकडणे
- पचविणे
- कळविणे
- विचार
- प्रश्न

तुम्ही कौशल्यांचा व्यवहारात उपयोग करू शकाल, ते दर्शविण्यासाठी प्रत्येक शाखेला तुमच्या जीवनातील क्षेत्रे जोडा.

उच्च स्मरणशक्तीची गुरुकिल्ली

- मनोरेखने ही माहिती निर्माण करणे, पकडणे, पचविणे आणि कळविणे यांची साधने आहेत.
- आपण जसा विचार करतो, ते तुमच्या मनातील अंतर्गत बंधांच्या रूपात मनोरेखने प्रतिबिंबित करतात.
- सध्या टिपणे काढण्यासाठी उपयोगात आणल्या जाणाऱ्या बाह्य कौशल्यांचा स्तर ओळखा; मनोरेखन करताना किंवा दृक्-प्रतिमा वापरताना यांपैकी तुम्ही किती वापरता, यांची तुलना करा.
- तुमची शैली शोधा- तुमच्यासाठी मनोरेखने उपयुक्त व्हावीत यासाठी तुम्ही काय करू शकाल, याविषयी विचार करा.
- मनोरेखन कसे करावे, या संदर्भातील मार्गदर्शक तत्त्वांचा अवलंब करून, शाखा, प्रतिमा, रंग आणि शब्द वापरून मनोरेखनाचा सराव नियमितपणे करा.
- योग्य मनःस्थितीत राहून, तुम्हाला मार्गदर्शन करणाऱ्या प्रश्नांच्या शक्तीचा उपयोग करून, स्वरूप आणि आशय बदलून, अडथळे पार करून तुमची मनोरेखने निर्माण करा.
- संबंधित माहिती प्रभावीपणे पकडण्यासाठी स्वतःला सज्ज करून, साचे (Templates) निर्माण करून आणि तुमच्याकडे असलेल्या वेळात तुम्ही काय साध्य करू शकता, यांचा व्यावहारिक विचार करून तुम्ही तुमची मनोरेखने तयार करा.
- भरपूर ऐंद्रिक प्रतिमांचा समावेश करून तुमच्या पूर्वज्ञानावर मनन करण्यासाठी एका आरशासारखा तुमच्या मनोरेखनाचा उपयोग करून, तुमचे स्वतःचे विचार आणि प्रश्न पकडून साररूपात मांडून काहीतरी कृती करण्याचे एक साधन म्हणून तुमच्या मनोरेखनाचा उपयोग करून माहिती वेगाने पचवा.
- गटातील व्यक्तींच्या मनात उत्कंठा वाढविण्यासाठी तुमच्या मनोरेखनाचा उपयोग करून माहितीचे आदान-प्रदान वेगाने करा आणि ***गोष्ट सांगा.*** एकास- एक या कार्यशैलीचा अत्यंत बारकाईने उपयोग करून आणि

सलोखा निर्माण करण्याच्या दृष्टीने सहकार्याची भावना जोपासण्यात गुंतवून ठेवा.

- कल्पनांचे सुलभीकरण, समस्यापूर्ती, आकलन वाढविणे, स्मृती टिकवून ठेवण्यात सुधारणा करणे, भराभर टिपणे काढणे, सादरीकरण करणे आणि इतर अनेक गोष्टी यांसाठी मनोरेखनांचा उपयोग केला जाऊ शकतो.

९

वाचन व्यूहरचना : तुमचा वाचनवेग दुप्पट किंवा तिप्पट करा

या प्रकरणात तुम्ही पुढील गोष्टी शिकाल :

- तुमचा सध्याचा वाचनवेग कसा मोजावा
- वाचनाचा हेतू आणि दिशानिश्चितीचे फायदे
- १०, ००० फुटीय दृश्य कसे पकडावे
- जलद वाचनाने तुमच्या वाचनाचा वेग दुप्पट कसा करावा

वाचन व्यूहरचना सविस्तर स्पष्ट करणारे पुष्कळ ग्रंथ उपलब्ध आहेत. वाचलेला मजकूर आत्मसात करण्याचा आणि आकलनाचा वेग वाढविण्यासाठी तुम्ही आज उपयोग करू शकाल अशी व्यावहारिक तंत्रे तुम्हाला देण्याचा या भागाचा हेतू आहे.

सद्य:स्थितीचे मापन

तुम्हाला तुमच्या वाचनाची गती वाढवायची असेल तर तुमच्या सध्याच्या वाचनगतीचे मापन करण्याची हीच अमूल्य वेळ आहे, ज्यामुळे तुम्ही तुमच्या वाचनाच्या वाढलेल्या वेगावरून तुमच्या यशाचे मापन करू शकता. तुमच्या प्रगतीविषयी तुमच्या मतांना आधार देऊन कोणत्या क्षेत्रात सुधारणा करण्याची गरज आहे, याचा शोध घ्यायलासुद्धा याची तुम्हाला मदत होऊ शकेल.

कृती- तुमच्या वाचनवेगाच्या सद्य:स्थितीचे मापन करा.
कालमर्यादा : ५ मिनिटे
सुरुवात करण्याआधी तुमच्या आवडीचे एक पुस्तक निवडा आणि एक स्टॉपवॉच जवळ ठेवा.

- कुठून सुरुवात करताहात तेथे खूण करा आणि तयारी होताच, वाचायला सुरुवात करा.
- एका मिनिटानंतर वाचन थांबवा आणि तुम्ही जिथपर्यंत वाचलेले आहे तेथे खूण करा.
- तुम्ही वाचलेल्या एकूण ***ओळी*** मोजा आणि नोंद ठेवा.
- तीन ओळींतील ***शब्दसंख्या*** मोजा आणि ३ ने भागा. (यावरून सरासरी कळते).
- सरासरी ***शब्दसंख्या*** X ***ओळींची संख्या*** = प्रति मिनिट शब्दसंख्या (Wpm)

  एका ओळीत सरासरी १२ शब्द असतील आणि एका मिनिटात तुम्ही ५० ओळींचे वाचन केले असल्यास सद्य:स्थितीत तुमच्या वाचनाचा वेग ६०० शब्द प्रतिमिनिट येतो.

हेतू आणि दिशा

भूतकाळात तुम्ही वापरलेली पुस्तके किंवा कागदपत्रांचा तुम्ही विचार करता तेव्हा, अंतिम हेतू साध्य करण्यासाठी वाचन सुरू करण्यापूर्वी तुम्ही किती लक्ष दिले होते? तुम्ही ज्याच्या शोधात आहात त्याची तुम्हाला चांगली कल्पना होती का? समर्पक माहितीसाठी तुम्ही स्वत:ला सुसज्ज करीत आहात काय?

याआधी आपण पाहिल्याप्रमाणे सुसज्जता हा कोणतीही गोष्ट लक्षात ठेवण्यासाठी स्वत:ला स्थापित करण्याचा एक महत्त्वाचा पैलू आहे. ही माहिती तुमच्यासाठी का महत्त्वाची आहे याविषयी स्पष्ट हेतू आणि योग्य दिशा ठरवून आणि या पुस्तकातील किंवा कागदपत्रांमधील काय समर्पक आहे ते तुमच्या मते ठरवूनच तुम्ही तुमच्या मेंदूचे रडार टेहळणीसाठी स्थापित करीत असता.

कृती - हेतू आणि दिशा शोधणे

कालमर्यादा : ३ मिनिटे

- जी सोडवणे आवश्यक आहे अशी एखादी समस्या किंवा आव्हानाचा विचार करा.
- ती सुटल्याने तुम्हाला काय मिळते? तुमचा हेतू काय?
- मदत होईल अशी काही माहिती आहे असे तुम्हाला वाटते, असे वास्तव माहितीचे एक पुस्तक निवडा.

- तुमच्या हेतूचे पुष्टीकरण करा.
- केवळ अनुक्रमणिका वाचून ते समर्पक आहे हे ओळखा. तसे नसल्यास पुढे जा.
- किती सखोल माहितीची तुम्हाला गरज आहे?
- यासाठी किती वेळ देणे आवश्यक आहे असे तुम्हाला वाटते?

उदाहरण

- तुम्ही मॅनेजर आहात आणि तुमच्या टीमच्या कामगिरीसंदर्भात एक समस्या आहे, अशी कल्पना करा.
- समस्या ओळखणे आणि कामगिरी सुधारणे यासाठी काही मार्ग शोधणे, हा तुमचा हेतू आहे (तुमचा हेतू आता स्पष्ट आहे- तुम्ही सुसज्ज आहात).
- तुम्हाला मदत होऊ शकेल अशा पुस्तकांच्या शोधात जा आणि केन ब्लँकर्डचे वन मिनिट मॅनेजर बुक अबाऊट बिल्डिंग हाय परफॉर्मिंग टीम्स हे पुस्तक निवडा.
- तुमचा हेतू पुन्हा एकदा पक्का करा.
- अनुक्रमणिका चाळा आणि त्यातील अर्थपूर्ण वाटते ते ओळखा, उदा. व्यवहारात थेट वापरू शकाल आणि सध्याच्या कामगिरीचे मापन करू शकाल अशी तंत्रे. या पुस्तकातील काही गोष्टी तुम्हाला अर्थपूर्ण वाटतात म्हणून तुम्ही कृती सुरू ठेवता.
- तुम्ही शोधलेल्या एखाद-दुसऱ्या तंत्राविषयी तुम्हाला सखोल माहिती हवी असेल आणि पुस्तकातील इतर भागांतील तंत्राविषयी अल्प माहितीची गरज असू शकेल.
- पुस्तकाचा आकार विचारात घेतल्यास, तुम्हाला अंदाज बांधता येईल की, दोन तासांत तुम्हाला काय हवे ते ओळखलेले असेल आणि तुम्ही त्याचा प्रत्यक्षात वापर करणे आणि चाचणी घेण्याच्या स्तरापर्यंत तुम्हाला ते समजलेले असेल.

१०, ००० फुटीय दृश्य : सिंहावलोकन

तुमचा हेतू एकदा स्थापित झाल्यावर १०, ००० फुटीय दृश्यप्राप्तीसाठी पूर्व अवलोकन या तंत्राचा उपयोग करून मानसिक बैठक स्थापित करू शकता. पूर्व

अवलोकन हा २-३ मिनिटांपेक्षा अधिक काळ न चालणारा एक छोटासा टप्पा असला पाहिजे. तुमच्या हेतूच्या अनुषंगाने जाणारे आणि तुमचे लक्ष वेधून घेणारे पुस्तकातील काही भाग शोधून काढा. तुम्हाला परिचित असलेल्या पुस्तकातील भागावर मनन करा आणि नवीन माहिती सांगणाऱ्या विभागात अल्पकाळ सूर मारा. तीन ते पाच सेकंदांपेक्षा अधिक काळ थांबण्याची गरज नाही.

काही माहिती अत्यंत रंजक वाटल्याने तुम्ही ती वाचायला सुरुवात करता असेही तुम्हाला आढळेल; हा सापळा टाळा; एक विशाल चित्र निर्माण करणे आणि हेतूशी संबंधित काही मौल्यवान भाग ओळखणे, हे पूर्व अवलोकनाचे मुख्य उद्दिष्ट असते.

पूर्व अवलोकनानंतर तुमच्या विचारांचे अध्ययनचक्र पूर्ण करणे, मनन, सार काढणे आणि काही नवीन कृती निर्माण करणे, यांचे सुघटन होणे उपयुक्त असते. मनोरेखने तुमच्या कामी पडत असतील तर त्यांचा प्रत्यक्षात उपयोग करण्यास येथे मोठी संधी आहे. अधिक तपशिलासाठी पुस्तकाकडे परत मागे न जाता तुमच्या पूर्व अवलोकनातून तुम्हाला जे आठवते त्याआधारे सरळ मनोरेखन सुरू करा. अधिक तपशील मिळविण्यासाठी पुस्तक चाळण्याचा मोह तुम्हाला होईल; हे टाळा आणि तुमचे जे प्रश्न किंवा तुम्हाला काही बाबी आठवत नाहीत; परंतु त्यांचा खोलवर विचार करावयाचा आहे, ते पकडा आणि एक शाखा निर्माण करून तिच्यावर चिकटवा. काही माहिती तुम्ही प्रत्यक्षात कशी वापरू शकता, हे सांगणारी एक शाखा जोडा. संपूर्ण मनोरेखनावर मनन करीत असताना तुम्ही तुमचा हेतूसुद्धा स्पष्ट करू शकता.

कृती - पूर्व अवलोकन काल

कालमर्यादा : १० मिनिटे

▶ तुमच्या आवडीचे पुस्तक शोधा आणि पाच मिनिटांपेक्षा अधिक वेळ पूर्व अवलोकनासाठी खर्च करू नका आणि तुमचे विचार मनोरेखन करण्यासाठी पाच मिनिटांचा वेळ खर्च करा.

तुमचा वेग दुप्पट करा.

गतीय वाचन व्यूहरचनांमध्ये सामान्य वाचन समस्यांचा विचार केला जातो, जसे- उडी मारून मागे जाणे- एखादे वाक्य तुम्ही वाचता आणि नंतर अजाणतेपणे ते पुन्हा वाचण्यासाठी मागे जाता आणि प्रतिगमन- तुम्हाला न समजलेली माहिती

किंवा अधिक स्पष्टीकरणार्थ शब्दाकडे, वाक्यांशाकडे किंवा वाक्याकडे परत मागे जाता, ही कृती म्हणजेच प्रतिगमन.

तुमचा वाचनवेग सध्याच्या वेगाच्या दुप्पट करण्याची संधी पुढील व्यूहरचना देते.

मार्गदर्शन करणे (Guiding)

तुमच्या डोळ्यांना पानावरून फिरण्याचा मार्ग दाखवीत पानावर बोट ठेवून वाचायला तुम्हाला तुमच्या लहानपणी शिकविले आहे.

वाचताना सहज गतीने न जाता थांबत थांबत तुमचे डोळे हालचाल करतात. एका वाक्यातील काही मुद्दे गाळून उडी मारतात. गतीय वाचनाचा सराव असलेल्या व्यक्ती लांब उड्या घेतात, प्रत्येक उडीसाठी अत्यल्प वेळ थांबतात, मागे जाण्याचे टाळतात आणि प्रत्येक उडीच्या वेळी जास्त शब्द वेचीत जातात. अधिक शब्द एकत्र घेतल्याने वाचनगती वाढते आणि आकलन वाढते. हीच याची फलनिष्पत्ती आहे.

कृती - चॉपस्टिक
कालमर्यादा : ५ मिनिटे
या पुस्तकातील पहिल्या कृतीसाठी निवडलेल्या पुस्तकाच्या मदतीने पुढे चला आणि तुमचे स्टॉपवॉच तयार ठेवा. एखादे पेन किंवा टोकदार दर्शक शोधा; चमचा म्हणून वापरली जाणारी काडी यासाठी चांगला पर्याय आहे. मूल म्हणून जसा बोटाचा उपयोग केला, तसा या काड्यांचा डोळ्यांसाठी वाटाड्यासारखा उपयोग करा. वाक्याच्या खालून ही काडी सरकवत जा, शब्दांचे गट तुमच्या डोळ्यांना वेचू द्या. काडी सरकवताना तुम्ही आधी वाचलेल्या मजकुराकडे पुन्हा उडी मारून मागे जाऊ नका किंवा प्रतिगमन करू नका.

या चाचणीसाठी दर्शक थोडा अधिक वेगाने हलवा.

- कुठे सुरुवात केली तिथे खूण कर. तुम्ही तयार असाल तेव्हा, वाचन सुरू करा.
- एका मिनिटानंतर वाचन थांबवा आणि त्या ठिकाणी खूण करा.
- एकूण किती ओळी वाचल्या, त्यांची संख्या मोजून नोंदवा.
- तीन ओळींतील एकूण शब्दसंख्या मोजा आणि ३ ने भागून सरासरी काढा.

- सरासरी ***शब्दसंख्या X ओळींची संख्या =*** प्रति मिनिट शब्दसंख्या (Wpm)
- या वाचन गतीची (Wpm) तुलना पूर्वीच्या वाचनगतीशी (Wpm) करा.

भवताल/ परिघीय/ पृष्ठभागीय (Peripheral)

रॉन डेवीस यांच्या ***द गिफ्ट ऑफ डिस्लेक्सिया*** या ग्रंथात या तंत्राचा उल्लेख सापडतो. मनःचक्षू हा एक केंद्रबिंदू असतो- ***मानसिक प्रतिमा किंवा विचार ज्या ठिकाणी पाहिले जातात, तो मानसिक अवबोधन बिंदू म्हणजे मनःचक्षू.*** वाचनविषयक निरनिराळ्या ग्रंथांत, योग वर्ग आणि युद्धकलांमध्ये मनःचक्षूंचा उल्लेख आढळतो; याआधारे तुमच्या भवतालच्या जगाविषयी तुम्ही अधिक जागरूक होता- युद्धकलेत आक्रमण थोपविण्यासाठी हे तुम्हाला अधिक कुशल बनविते.

कृती - तुमचे परिघीय क्षेत्र भारित करा/ गुंतवून ठेवा.

कालमर्यादा : २ मिनिटे

तुमच्या परिघीय दृष्टीला गुंतवून ठेवल्यामुळे तुमच्या दृष्टीची व्याप्ती विशाल होते आणि ती खोलसुद्धा होते. अनेक पुस्तकांमधून जिचा उल्लेख केला गेला आहे तिचा सराव करण्याचे अनेक मार्ग आहेत. पॉल शील यांच्या फोटो रीडिंग या ग्रंथात हे तंत्र उत्तम प्रकारे हाताळले आहे. या तंत्राला ते ***टॅन्गरीन टेक्निक - मोसंबी तंत्र*** असे संबोधतात, खरे तर तुमच्या मनातील कोणतीही वस्तू टेनिसचा चेंडू किंवा कोणतीही लहान वस्तू असू शकेल.

- तुमच्या समोर एक टेनिसचा चेंडू किंवा मोसंबी आहे अशी कल्पना करा; त्याचे बारकाईने निरीक्षण करा (ऐंद्रीय स्मृती व्यवसायावर मागे जाऊन विचार करा).
- आता पुढे व्हा आणि ते उचला; त्याचे परीक्षण करा.
- तुमच्या डोक्याच्या मागे ठेवा (तुमच्या डोक्याच्या मध्यभागी).
- तुम्ही सोडून दिल्यावरही ते तिथेच आहे अशी जाण ठेवा.
- त्यावर लक्ष केंद्रित करीत ते पाठीमागे सुमारे १५ सेंमी. (६ इंच), वरील बाजूस ४५अंशाच्या कोनातून सरकत आहे याचे अवलोकन करा.
- आता तुम्ही या बिंदूतून (मनःचक्षूतून) पाहताहात अशी कल्पना करा.
- तुमच्या समोरील पानाकडे या बिंदूतून पाहा.

सुरुवातीला विचित्र वाटेल आणि थोडा सरावही लागेल; परंतु तुमच्या दृष्टीचे क्षेत्र हळूहळू खुलत चालले असल्याचे तुम्हाला दिसेल.

पुटपुटणे (Subvocalization)

वाचताना प्रत्येक शब्द डोक्यात /मनात म्हणणे म्हणजे न पुटपुणे; जो गतीय वाचनाच्या उद्दिष्टाचा भाग आहे. काही विशिष्ट शब्द आपले लक्ष वेधून घेतात. असे शब्द पुटपुटल्यामुळे चांगला प्रभाव पडतो, असे बोलले जाते. त्यामुळे याच्यात तथ्य असावे असे वाटते.

कृती - मूक वाचन

कालमर्यादा : ५ मिनिटे

शेवटच्या थोड्या ***कृती*** एकत्र करा. दर्शकाचा वापर करा, तुमचा मनःचक्षू शोधा आणि पुढचा भाग न पुटपुटता वाचा. दर्शक आरामात न हलवता पुन्हा अधिक वेगाने सरकवा.

- तुम्ही सुरुवात कोठे केली ते नोंदवा, तुम्ही तयार असाल तर वाचन सुरू करा.
- एका मिनिटानंतर वाचन थांबवा आणि तुम्ही जिथे थांबलात त्या ठिकाणी खूण करा.
- तुम्ही वाचलेल्या ओळींची एकूण संख्या मोजा आणि नोंद घ्या.
- तीन ओळींमधील एकूण शब्दसंख्या मोजा आणि ३ या संख्येने भागून सरासरी शब्दसंख्या काढा.
- सरासरी ***शब्दसंख्या X ओळींची संख्या =*** प्रति मिनिट शब्दसंख्या **(WPM)**
- *वाचनाच्या या वेगाची **(WPM)** तुलना पूर्वीच्या वाचनवेगाशी **(WPM)** करा.*

तुम्ही करू शकता यावर विश्वास ठेवा

आपण काय लक्षात ठेवू शकतो, खेळात आपण किती चांगले आहोत किंवा आपण किती वेगाने वाचू शकतो, यावरील विश्वासाचा आपल्या कामगिरीवर परिणाम होऊ शकतो. तुम्ही वेगाने जाताहात किंवा विचार केला होता त्यापेक्षा तुमची कामगिरी उत्तम होतेय, अशी कल्पना केल्याने काय शक्य आहे याविषयीच्या तुमच्या विश्वासाला साहाय्य करणारे सकारात्मक संदर्भ तुम्ही निर्माण करीत असता.

कृती- तुम्ही किती दूर जाऊ शकता?

कालमर्यादा : ५ मिनिटे

- पाय घट्ट रोवून स्थिर आणि सरळ उभे राहा, तुमचा उजवा हात सरळ तुमच्या समोर उचला, हाताची बोटे सरळ पुढच्या दिशेत ठेवा.
- आता, हळूहळू उजवीकडे वळत जाता येईल तितके दूर वळत राहा आणि तुमची बोटे कोणती जागा दाखवितात ते नोंदवा.
- तुमचा हात पूर्वस्थितीत आणून शरीराला आराम द्या.

आता आपण आपल्यातील विश्वासाला अभिसंधित करू.

- उजवा हात समोरच्या दिशेत सरळ वर उचललेला, बोटे सरळ पुढे दर्शविणारा; अशा स्थितीत पूर्वीसारखेच तुम्ही उभे आहात अशी कल्पना करा.
- तुमच्या उजव्या बाजूला वळताहात अशी कल्पना करा; परंतु पूर्वीपेक्षा आता तुम्ही अधिक दूर जाताहात आणि हालचालसुद्धा सहज होतेय, असे तुम्हाला या वेळी दिसेल. आता कसे वाटते ते पाहा; पूर्वीपेक्षा आता किती दूर गेला आहात ते पाहा.
- तुमचे डोळे उघडा, उभे राहा, तुमचा उजवा हात तुमच्या समोर सरळ उचला आणि तुम्हाला शक्य होईल तितके उजव्या बाजूला वळा.

असे केल्यानंतर, पुष्कळ लोक पहिल्या वेळेपेक्षा किमान सहा इंच पुढे जातील. हेच तंत्र तुम्ही वाचनगती वाढविण्यासाठी वापरू शकता. वाक्यांवरून सहज नजर सरकवत, एका वेळी संपूर्ण वाक्य पकडून, तुम्ही वाचलेल्या मजकुराचे अर्थपूर्ण वाचन करीत पूर्वी कधी नव्हे इतक्या वेगाने तुम्ही वाचन करताहात, अशी कल्पना करा. तुम्ही मनात आणले आणि केले तर हे शक्य आहे, हे स्पष्ट करणाऱ्या संदर्भांची निर्मिती करण्यास तुमचा मेंदू सुरुवात करील.

कृती- सक्रिय गतीय वाचन

कालमर्यादा : ५ मिनिटे

वाचनाच्या सर्व व्यूहरचना या एका भागात एकत्र आणा. तुम्ही पूर्वीपेक्षा अधिक वेगाने वाचन करीत आहात अशी कल्पना करीत पहिली दोन मिनिटे खर्च करा. तुमचा मनःचक्षू स्थापित करा, तुमचा दर्शक (वाटाड्या) तयार ठेवा. केवळ आवश्यक शब्दच पुटपुटावेत आणि पानावरून वाटाड्या सरकवत, प्रत्येक उडीच्या वेळी शब्दांचे गट उचलत पूर्वीपेक्षा अधिक वेगाने तुम्ही पुढे

झेप घ्या.

- तुम्ही कोठे सुरुवात करता ते नोंदवा आणि तुम्ही मनाने तयार होताच, वाचनाला सुरुवात करा.
- एका मिनिटानंतर वाचन थांबवा आणि तुम्ही कुठपर्यंत वाचन केले याची नोंद करा.
- तुम्ही वाचलेल्या ओळींची एकूण संख्या मोजा आणि त्यांची नोंद घ्या.
- तीन ओळींमधील एकूण शब्दसंख्या मोजा आणि ३ या संख्येने भागून सरासरी शब्दसंख्या काढा.
- सरासरी शब्दसंख्या **x** ओळींची संख्या = प्रति मिनिट शब्दसंख्या (Wpm)
- वाचनाच्या या वेगाची (Wpm) तुलना पूर्वीच्या वाचनवेगाशी (Wpm) करा.

सराव

या पुस्तकातील अन्य व्यूहरचनांप्रमाणे प्रभावी गतीय वाचनसुद्धा एका रात्रीत घडणारी गोष्ट नाही. तुम्ही दररोज काहीतरी वाचत असणारच आहात, म्हणून वाचनविषयक या व्यूहरचना वापरायला सोप्या आहेत, ही तुमच्यासाठी एक चांगली बातमी आहे.

दहा दिवसीय आव्हान

दहा दिवसीय आव्हान स्वीकारा! पुढील दहा दिवस प्रत्येक वेळी तुम्ही वाचताना यातील काही किंवा सर्वच तंत्रांचा व्यवहारात उपयोग करा आणि वाचनाच्या गतीमधील सुधारणा मोजण्यासाठी वाचलेल्या सरासरी शब्दांची संख्या शेवटी तपासा.

उच्च स्मरणशक्तीची गुरुकिल्ली

- ▶ तुमच्या सद्य:स्थितीचे मापन करून शोध घ्या. यामुळे तुमच्यात झालेली सुधारणा आणि प्रेरणा यांच्यात झालेली वाढ यांवर तुम्ही नियंत्रण ठेवू शकाल.
- ▶ तुमचा हेतू स्पष्ट करून तुमची मानसिक रडार यंत्रणा सुरू करा आणि अर्थपूर्ण संकेत पकडण्यासाठी तुम्ही सज्ज व्हा.
- ▶ १०,००फुटीय दृश्य निर्माण करण्यासाठी जलद पूर्व अवलोकन तंत्राचा वापर करा आणि माहितीतील मुख्य मौलिक कण वेचा.
- ▶ तुमच्या दैनंदिन जीवनात गतीय वाचनतंत्राचा उपयोग करून तुमची सध्याची वाचनातील गती कमीत कमी दुप्पट करा.
- ▶ चॉपस्टिक (वाटाड्या)चा वापर करा आणि मार्गदर्शक तंत्रांचा वापर करून उडी मारून मागे जाणे आणि प्रतिगमन यांच्यावर मात करा.
- ▶ तुमच्या मन:चक्षूंद्वारा तुम्ही तुमची परिघीय दृष्टी खिळवून ठेवा; टॅन्गरीन तंत्राचा उपयोग करून सुरुवात करा.
- ▶ मूक वाचनाचा सराव करावा आणि वाचनगती आणि आकलन वृद्धिंगत करण्यासाठी फक्त महत्त्वाचे शब्दच पुटपुटावेत.
- ▶ वाचनगती वाढविणारे सघन संदर्भ आणि आत्मविश्वास तुमच्या मनात निर्माण करण्याची कल्पना करीत तुमचा वेळ खर्च करा.

विभाग ३

लक्षात कसे ठेवावे

पुनरावृत्ती ही कौशल्याची जननी आहे.

ॲन्थनी रॉबिन्स

१०

जीवनशैली : स्मरणशक्तीवर प्रभुत्व मिळवा

या प्रकरणात तुम्ही पुढील गोष्टी शिकाल :

- मग्नतेचे मूल्य कसे अनुभवावे
- तुमच्या कामांची सुघटित बांधणी कशी करावी
- नावे लक्षात ठेवण्यासाठी आपली मानसिक बैठक कशी निर्माण करावी
- दिशा मिळण्याच्या मार्गांचा शोध आपल्या नैसर्गिक स्मृतीत कसा घ्यावा

मग्नता

सर्जनशील स्मरणशक्तीचा तुमच्या दैनंदिन जीवनाच्या संदर्भात वापर केल्यास ते एक शक्तिशाली कौशल्य होऊ शकते. कोणत्याही बाबतीत कुशलता प्राप्त करण्यासाठी तुम्हाला पुनरावृत्ती तंत्र वापरावे लागते. त्या विशिष्ट कौशल्यप्राप्तीसाठी पुनरावृत्तीच्या माध्यमातून तुमच्या चेतापेशीय बंधांना तुम्ही बळकट कराल. यात पूर्णतः बुडून जाऊन, ही कौशल्ये प्रत्यक्षात जगून, तुम्ही प्रभुत्वाकडे आणि खऱ्या परिवर्तनाच्या दिशेने कूच करीत असता. सर्जनशील स्मरणशक्ती, मनोरेखन आणि गतीय वाचन यांचे जलद आकलन करता येऊ शकेल; परंतु त्यांना *तुम्ही कसा विचार करता* याचा भाग बनविणे आणि त्यांचा व्यवहारात उपयोग करणे- ज्यामुळे तो एक दुःखदायक अनुभव आहे असे न वाटता त्यांचे खरे मूल्य तुम्हाला मिळते. सुरुवातीच्या काळात तरी, हे एक आव्हान असू शकते.

कोणतेही नवीन कौशल्य प्राप्त करताना मार्गात एखादा मोठा अडथळा (दगड) येऊ शकतो, त्याला तुम्ही धडकाल; सुरुवातीला सोप्या वाटणाऱ्या आणि कमी परिणामकारक अशा जुन्या सवयींकडे परत वळण्याचा मोह तुम्हाला होऊ शकेल. स्वतःला पुढील तंत्रांमध्ये कार्यमग्न ठेवून तुम्ही तुमच्या मार्गातील हे अडथळे (दगड) पार करू शकता.

मर्मदृष्टी

स्मरणशक्तिपटू निर्मितीच्या खेळाच्या वेळी मी ३० स्पर्धकांसाठी दोन दिवसांचे एक चर्चासत्र घेतले. त्यानंतर प्रचंड माहिती लक्षात ठेवण्यासाठी त्यांच्याकडे दोन आठवड्यांचा कालावधी होता. चर्चासत्र संपल्यानंतर त्यांना त्यांची स्मृती महाजाले आणि संदर्भगोष्टी निर्माण करण्यासाठी मोकळे सोडून देण्यापेक्षा त्यांना वेगात सुरुवात करता यावी म्हणून माहितीचे तुकडे करून संदर्भगोष्टी तयार करण्यासाठी मदत करणे, मी पसंत केले. याचा परिणाम असा झाला की, दोन आठवड्यांच्या शेवटी त्यांच्यापैकी बहुतेक स्पर्धक त्यांच्या प्रतिमांच्या ठिकाणी माझ्या प्रतिमा वापरीत असल्याचे मला आढळले. हेच तर या उपक्रमाचे ध्येय होते.

करावयाच्या गोष्टी

अगदीच सुरुवात करायला ही एक छोटी आणि साधी जागा आहे. तुम्हाला ज्या गोष्टी करायच्या आहेत त्या लक्षात ठेवण्यासाठी आवश्यक असणारी कौशल्ये तुमच्याकडे आहेतच. करावयाच्या विशिष्ट गोष्टी लक्षात ठेवल्यामुळे माझा वेळ कसा वाचेल आणि माझ्यात सुधारणा कशा होतील, हा प्रश्न स्वत:ला विचारल्यास त्यांचे महत्त्व पटते. कदाचित हे येणाऱ्या मीटिंगचा तपशील पुन्हा सांगण्यासाठी लक्षात ठेवणे उपयुक्त ठरणार असेल, आकस्मिक संभाषणाच्या वेळच्या काही गोष्टी लक्षात ठेवाव्या लागणार असतील किंवा अपेक्षेबरहुकूम तुमची कौशल्ये वापरण्याचा एखादा सोपा जलद मार्गही असू शकेल.

मर्मदृष्टी

मला करणे गरजेची आहे अशी प्रत्येक गोष्ट मी पाठ करीत नाही; ज्यांना स्मृतीच्या महाजालामध्ये मांडण्यासाठी काही वेळ खर्च करण्याच्या दृष्टीने बरीच महत्त्वाची आहेत अशा उच्च प्राथमिकता असलेल्या कामांवर लक्ष केंद्रित करण्याकडे नेहमीच माझा कल असतो. मुख्य मीटिंग्ज आणि कामे लक्षात ठेवून मी माझ्या दिवसाची सुरुवात करतो. मी सतत फिरतीवर असल्या कारणाने पुढे काय आहे, आणि एक संभाषण त्याच दिवशी नंतर घडणाऱ्या दुसऱ्या संभाषणाशी कसे संबंधित आहे, हे नेहमी माहीत असल्यामुळे परिस्थितीवर नियंत्रण असल्याचा विश्वास निर्माण होतो.

कृती - तुमची कारणे कोणती?

कालमर्यादा : ३ मिनिटे

- *करावयाच्या गोष्टीं*साठीची स्मृती महाजालांच्या निर्मितीमागे कोणती कारणे आहेत?
- त्यांचा उपयोग तुमच्या जीवनात तुम्ही कसा कराल?

  करावयाच्या गोष्टी यांच्यासाठी स्मृती महाजाले निर्मितीची सबल कारणे मिळताच त्यांचे वर्गीकरण उद्दिष्टांनुसार करून किती स्मृती महाजालांची गरज आहे, त्याप्रमाणे तुम्ही काम करा.

उदाहरणे

- कुटुंब
- उद्योगधंदा
- नित्य/दररोज
- घटना
- आकस्मिक

तुमच्या सर्वच्या सर्व *करावयाच्या गोष्टी* पकडण्यासाठी, तसेच तुमच्या स्मृती महाजालांवर ठेवण्यासाठी मनोरेखने तयार करणे किंवा दुसरी एखादी प्रणाली तुम्ही निवडू शकता.

कृती - करावयाच्या गोष्टी महाजाले

कालमर्यादा : ५ मिनिटे

तुमच्या दृष्टीने अर्थपूर्ण अशा तीन संवर्गांची निवड करा आणि प्रत्येकी १० जोडस्थळे असलेली तीन स्वतंत्र महाजाले निर्माण करा.

तुमच्या मानसिक स्नायूंच्या बांधणीसाठी आणि काही अधिक जड स्मृतींसाठी तुम्हाला सुसज्ज करण्याचा *'करावयाच्या गोष्टी'* हा एक सोपा मार्ग आहे.

नावे

सामाजिक प्रसंगी किंवा उद्योगधंद्यात लोकांची नावे लक्षात ठेवण्याची क्षमता ही केवळ व्यक्तीला उभे करून आठवणीत राहण्यास मदत करीत नाही, तर सलोखा निर्माण करणे आणि परस्पर संबंध घट्ट करणे यासाठी संधी देते. तुम्ही एखाद्याचे नाव घेऊन बोलावता, ते प्रत्येकालाच आवडते; त्या माणसात तुम्हाला रस आहे हे प्रत्यक्षात दर्शविण्यासाठी तुम्हाला करता येण्यासारखी ही सर्वांत सोपी गोष्ट आहे.

दुर्दैवाने, एखाद्याचे नाव न आठवणे ही अनेक अप्रिय प्रसंग निर्माण करणारी गोष्ट आहे. नावे लक्षात ठेवण्याच्या बाबतीत खूपच वाईट आहोत, असे सांगणाऱ्या लोकांशी तुम्ही भेटला असाल यात शंका नाही. ते लोक आठवायचा प्रयत्नसुद्धा करीत नाहीत.

सर्जनशील स्मरणशक्ती या तंत्रामुळे व्यक्तीचे नाव लक्षात ठेवण्याची एक प्रक्रिया मिळते, जिच्यामुळे *ते नाव बरोबर* असण्याची संभाव्यता वाढते. तुम्हाला भेटलेल्या प्रत्येकाचे नाव तुमच्या लक्षात राहीलच असे नसते; तुम्ही निर्माण केलेले बंध पुरेसे मजबूत नव्हते किंवा ते थेट विरून गेले असतील असे काही प्रसंग तुमच्या आयुष्यात आले असतील. एका दिवशी एका खोलीतील ३० लोकांची नावे तुम्ही आठवू शकाल; परंतु एक महिन्यानंतर भेटाल तेव्हा तुम्ही निर्माण केलेले बंध विरलेले दिसतील. बंधांची मजबुती अनेक घटकांवर अवलंबून असेल. *'या व्यक्तीला लक्षात ठेवणे तुमच्यासाठी किती महत्त्वाचे आहे?'* हा त्यांपैकी एक अत्यंत समर्पक असा घटक आहे.

मर्मदृष्टी

प्रत्येकाचे नाव लक्षात ठेवून मी माझ्या चर्चासत्राची साधारणत: सुरुवात करतो; परंतु सुरुवातीला त्यांकडे फारसे लक्ष वेधून घेत नाही. मी प्रत्येकाला वैयक्तिक भेटतो आणि स्वत:ची ओळख करून देतो. नंतर २०-३० मिनिटांनंतर चर्चासत्रात सहभागी झालेल्या लोकांची नावे घेऊन मी त्यांच्या विचारांना दिशा देतो किंवा प्रश्न विचारतो. थोड्या वेळानंतर खोलीत *'त्यांना आमची सर्वांची नावे माहीत आहेत!'* अशी थोडी कुजबुज नेहमीच चालते. नावे लक्षात ठेवण्याचे अनेक प्रकार मी हाताळले आहेत, आणि ज्या व्यूहरचना तुम्हाला मी शिकविणार आहे, त्या उत्तम कार्य करतात असा माझा अनुभव आहे. जगातील स्मृतिपटूंशी बोलताना प्रत्येकाची आपली स्वत:ची एक पद्धती असते असे मला दिसते. एक मजबूत चौकट एकदा तुमच्याजवळ असेल, तर तुम्हाला अधिक उपयुक्त ठरेल असा मार्ग शोधण्यासाठी तुम्ही सतत खेळत राहा, असे मी सुचवीन.

मानसिक बैठक

आठवण्यास तुम्हाला सुसज्ज करण्यासाठी एक नमुना (आकृतिबंध) पुढे येतोय असे तुम्हाला दिसेल, यात शंकाच नाही. नावे लक्षात ठेवणे, हे दुसऱ्या इतर स्मृती प्रकारांहून थोडे वेगळे आहे; कारण एखाद्या परीक्षेची तयारी करण्यासाठी जसा आपण वेळ देतो तसा याच्या तयारीसाठी वेळ देण्याकडे अनेकांचा कल नसतो.

तथापि, नावे लक्षात ठेवू शकाल यासाठी मार्ग आहेत; शेवटी योग्य अशी मानसिक बैठक निर्माण करणे, या बिंदूवर येऊन ते थांबते.

नवीन लोकांना भेटणे हे नेहमीच अनपेक्षित असते, त्यामुळे त्यांची नावे लक्षात ठेवणे, ही तुमच्या मनातील शेवटची गोष्ट आहे. काही वेळा भेटलेल्या लोकांपेक्षा भेटीमागील कारणे अधिक महत्त्वाची असतात. कसेही असो, सुरुवातीलाच त्यांचे नाव लक्षात राहत नसेल, तर ते कोण आहेत याला फारसा अर्थ उरत नाही. काही वेळा लोकांच्या एका मोठ्या गटाला तुम्ही अकस्मात भेटता, आणि प्रत्येकाचे नाव तुम्हाला लक्षात ठेवता येईल असा मार्गच नाही, असा तुमचा विश्वास असतो. म्हणून प्रयत्न करण्यात काही अर्थ आहे असे वाटत नाही, आणि तरीसुद्धा तुम्ही प्रयत्न केला तर पहिली तीन-चार नावे आठवतील आणि नंतर क्षणार्धात तुम्ही ती विसरूनही जाल.

ही आव्हाने पेलण्यासाठी नावे लक्षात ठेवण्यासाठी तुम्ही एक मानसिक बैठक निर्माण करणे गरजेचे आहे आणि ते सहजस्फूर्त होईपर्यंत अभिसंधित करा. प्रत्येक वेळी तुम्ही एखाद्याला भेटता तेव्हा पार कराव्या लागणाऱ्या टप्प्यांचा समावेश योग्य मानसिक बैठकीत होतो; पुनरावृत्ती केल्याने योग्य चेतापेशीय महाजाले सहज जागृत होतात. लोकांची नावे लक्षात ठेवणे, हे तुमचे प्राथमिक ध्येय ठेवा; तुमच्या कार्यसूचीत ते अग्रभागी असावे.

कृती- लक्षात ठेवण्यासाठी स्वत:ला अभिसंधित करा.

कालमर्यादा : ५ मिनिटे

या झटपट कृती करण्यात पुढील सात दिवस वेळ व्यतीत करा किंवा तुम्ही स्वत: यात थोडाफार फरक करू शकता. आता प्रयत्न करा.

- ▶ खुर्चीत बसल्यावर तुमच्या शरीराच्या प्रत्येक भागाविषयी सजग राहा; तुमचे स्नायू सैल होताना सर्व तणाव दूर होऊ द्या. तुमच्या पायांवर लक्ष केंद्रित करा आणि तुमचे लक्ष वरील बाजूस पोटरीच्या स्नायूंकडे, गुडघ्यांवर आणि तुमच्या मांड्यांकडे जाऊ द्या; तुमच्या तंगड्यांना पूर्ण आराम द्या. तुमचे अवधान जसजसे वर नितंब, कंबर आणि तुमच्या छातीकडे जाईल, तसतसा आरामाचा आनंद घ्या. तुमच्या छातीतील स्नायू तुम्हाला जाणवतात काय? अशी जाणीव तुमच्या खांद्यांमध्ये आणि खाली बाहूंमधून थेट तुमच्या बोटांच्या टोकांपर्यंत सरकत जाऊ द्या. तशीच जाण परत तुमच्या मानेत आणि संपूर्ण चेहरा आणि डोक्यात येऊ द्या. आता तुम्ही खुर्चीत बसून कितपत आरामात आहात याची नोंद घ्या.

- आज ज्या लोकांना तुम्ही भेटण्याची शक्यता आहे, त्यांच्याविषयी विचार करण्यासाठी थोडी मिनिटे खर्च करा. नियमितपणे तुम्ही भेटत असता; परंतु अद्यापही तुम्ही त्यांना ओळखत नाही का? त्यांची नावे लक्षात ठेवण्यासाठी तुम्ही काय करू शकाल? या लोकांच्या भेटीविषयी तुम्ही विचार करता तेव्हा त्यांची नावे लक्षात ठेवण्यासाठी तुम्ही सज्ज होताहात, अशी कल्पना करा. त्यांची नावे लक्षात ठेवणे आणि संभाषणाच्या वेळी ती सहज आठवणे सोपे आहे, असा आत्मविश्वास बाळगा. लोकांशी दिवसभर तुमचे संभाषण सुरू आहे, त्यांची नावे तुम्हाला आठवतात आणि ते तुमचे नाव कसे आठवतात, हे पाहा. लोकांची नावे लक्षात ठेवण्यासाठी तुम्ही सज्ज आहात. किती जलद ती पाठ करणार आहात आणि किती काळ ती लक्षात ठेवणार आहात, यात तुम्हाला रुची आहे, हे त्यांना प्रत्यक्ष भेटण्यापूर्वीच ध्यानात ठेवा. हे किती सोपे आणि सुखावह आहे, हे जाणा.
- दिवसभरात भेटलेले लोक आणि त्यांची नावे सहजपणे आठवायची तालीम करण्यासाठी काही मिनिटे वेळ खर्च करा.
- संपवल्यावर तुम्ही खोलवर श्वास घ्या आणि दिवसभरासाठी तुम्हाला सुसज्ज करताना तुमच्या शरीराला जाणवणाऱ्या आरामदायी शक्तीचा अनुभव घ्या.

मर्मदृष्टी

नावे लक्षात ठेवण्यासाठी तुम्ही स्वत:ला सर्वतोपरी अभिसंधित केल्यास मोठी सुधारणा झाल्याचे तुम्हाला दिसेल. पुढील वेबसाईटवरून अभिसंधित प्रक्रियेची पूर्ण लांबीची आवृत्ती तुम्ही तुमच्या संगणकावर घेऊ शकता. http://www.howtorememberanything.co.uk

अवधान

एखाद्या व्यक्तीला तुम्ही कुठे आणि केव्हा भेटलात याची जाणीव ठेवा. नंतरच्या काळात तुम्हाला स्थळ आठवले तर त्या प्रसंगाविषयीचा तपशील त्या व्यक्तीच्या नावासह लक्षात राहायला मदत होऊ शकेल.

अभिसंधान प्रक्रियेद्वारा तुम्ही कार्य करीत असाल, तर तुम्ही एखाद्या व्यक्तीला भेटताक्षणी (परिचित व्यक्तीसुद्धा) ती व्यक्ती कशी दिसते याकडे अवधान द्या. प्रथम हे विचित्र वाटेल. अवधान देणे आणि टक लावून पाहण्यातील समतोल

तुम्हाला शोधावा लागेल.

सर्वसाधारण रूपाकडे अवधान द्या, त्यांच्या डोक्याचा आकार, डोळ्यांचा आकार आणि रंग, त्यांचे कान कशाची आठवण करून देतात, ते तोंडाची हालचाल कशी करतात, रोमन लोकांसारखे त्यांचे नाक किंवा भव्य कपाळ असेल आणि कदाचित त्यांची हनुवटी लक्ष वेधून घेईल. त्यांच्या अवयवांचा अभ्यास करा आणि त्या सर्वांची त्यांचे केस, त्वचेचा रंग आणि प्रकार यांच्याशी सांगड घाला; ती मऊ, खरखरीत, राठ इत्यादी आहे काय? सर्वांगाने विचार केल्यावर तुमच्या लक्षात राहायला मदत होऊ शकेल, अशा एखाद्या प्राण्याची किंवा प्रसिद्ध व्यक्तीची आठवण करून देतेय काय?

मर्मदृष्टी

नावे लक्षात ठेवण्यासाठी जेव्हा मी स्वत:ला अभिसंधित करीत असे तो क्षण मागे वळून पाहिल्यास मी ट्रेनमध्ये बसून लोक कसे दिसतात हे पाहात असे. एक अभिनेता या नात्याने लोकांचे निरीक्षण करण्याची मला चांगलीच सवय होती. लोकांच्या दिसण्यातील फरक शोधणे आणि त्या फरकाशी तुमच्या मनात खेळत राहणे ही कृती नावे लक्षात ठेवायचा सराव करणारी व्यक्ती करीत असते. सुदैवाने, लंडन शहरातील ट्यूब रेल्वेचे प्रवासी फारसे गंभीर नसतात तसा इकडे त्यांचा कलही नसतो.

वैशिष्ट्ये (Features)

एखाद्या व्यक्तीच्या चेहऱ्याचा अभ्यास करताना त्यांच्या चेहऱ्यांच्या ठळक वैशिष्ट्यांकडे तुम्ही लक्ष द्या आणि तुमच्या मनात ती अतिशयोक्त करा. त्या व्यक्तीची सुस्पष्ट प्रतिमा तुमच्या मनात निर्माण करा. त्यांचे नाव ज्यांच्याशी जोडणार आहात त्याचे परिणामकारक जोडस्थळ हा त्यांचा चेहरा होईल.

कृती- मला अतिशयोक्त करा!

कालमर्यादा : ५ मिनिटे

तुम्ही ज्यांना चांगले ओळखता त्यांचे एक छायाचित्र मिळवा (फेसबुक किंवा फ्लिकर या वेबसाईट्स तुमचे फोटो टाकण्यासाठी वापरत असाल तर तिथे जा) आणि लोकांची वैशिष्ट्ये अभ्यासण्यासाठी आणि अतिशयोक्त करण्यासाठी पाच मिनिटे खर्च करा.

ऐका

सुरुवातीलाच व्यक्तीचे नाव ऐकू आले नाही, तर मनात गोंधळ निर्माण होतो; काही वेळा अवधानाच्या अभावाने किंवा ज्या व्यक्तीशी बोलताहात त्या व्यक्तीचे नाव यापूर्वी कधीही ऐकलेले नसल्यामुळे. तुमची मानसिक बैठक बरोबर असेल तर तुम्ही ऐकायला सुसज्ज असलेच पाहिजे. तुम्ही ऐकत असाल तर तुम्ही त्याचे नाव पहिल्याच प्रयत्नात पकडले पाहिजे. त्या व्यक्तीचे नाव तुम्ही स्पष्टपणे ऐकू शकला नाहीत किंवा ते उच्चारायला कठीण आहे, अशा प्रसंगी तुम्ही त्या व्यक्तीला आपले नाव पुन्हा उच्चारायला किंवा सरळ लिहायला सांगा. त्यांच्यात तुम्हाला रस असल्याचे त्यांना पटल्यास लोकांना सामान्यत: यात गैर वाटत नाही. तुम्ही त्यांचे नाव ऐकता तेव्हा ते मोठ्या आवाजात पुन्हा उच्चारा; यामुळे व्यक्ती आणि नाव यांच्यात अधिक मजबूत आणि घट्ट बंध निर्माण होतील. असेही काही प्रसंग असतील, जिथे हे अडचणीचे दिसू शकेल. लोकांच्या एका गटासमोर ओळख करून देण्याचा प्रसंग हा याचे एक उदाहरण असू शकेल. या प्रकरणात तुम्ही दोन गोष्टी करू शकता-

- एक संधी घ्या आणि त्यांची नावे शक्य तितक्या लवकर पाठ करा. असे करताना तुम्ही त्यांपैकी बहुतेक नावे पकडली पाहिजेत. संभाषणात लोकांची नावे लवकर वापरा; एखादे नाव तुम्हाला आठवत नसल्यास तुम्ही त्याला थेट विचारा.
- एकदा सांगितलेली सर्व नावे लक्षपूर्वक ऐका आणि नंतर *प्रत्येकाचे नाव मला माहीत आहे याची खात्री करण्यासाठी,* असे म्हणून संपूर्ण गटाला विश्वासात घ्या; प्रत्येक नाव मोठ्याने म्हणत जा. पहिल्या फेरीत एखादे नाव आठवले नाही, तर लोकांना ते समजेल आणि ते त्यांचे नाव पुन्हा तुम्हाला सांगतील. यांतील पहिली पद्धती कदाचित अधिक चांगली आहे; परंतु हेही तुम्ही फेकून दिल्यास ते अधिक प्रभावी होऊ शकेल आणि तुम्हीसुद्धा त्यांच्या लक्षात राहाल, यात शंका नाही.

बंध (Connection)

नाव ऐकताना नावासाठी समांतर असा एक ध्वनी किंवा नैसर्गिक प्रतिमा निर्माण केली पाहिजे. प्रतिमा आणि त्या व्यक्तीची तुम्ही टिपलेली वैशिष्ट्ये यांच्यात बंध निर्माण करा. नावे लक्षात ठेवण्याचा हा कदाचित सर्वांत मोठा आव्हानात्मक पैलू असेल; परंतु खोलीत बसलेल्या २०-५० लोकांची नावे लक्षात ठेवण्यास प्रोत्साहन देणारा हा भागसुद्धा आहे.

संख्यांप्रमाणे नावांचा सराव केल्यास, नावे दर्शविणाऱ्या प्रतिमांची एक शब्दसंपदा तयार करायला तुम्ही सुरुवात कराल, त्यामुळे नाव तुमच्या परिचयाचे असेल तर त्यात बंध निर्माण करणे अत्यंत सोपे काम होईल. एखादे नाव तुम्ही पूर्वी कधीही ऐकलेले नाही किंवा क्वचितच ऐकता, अशा वेळी मोठे आव्हान समोर उभे ठाकते. अशा प्रकरणात नावातील पहिल्या अक्षरसमूहासाठी एक प्रतिमा निर्माण करा आणि संभाषणात त्या नावाचा वापर करून व्यक्तीशी नावाचा मजबूत बंध निर्माण करा. नंतर अशाच नावाच्या व्यक्तीला तुम्ही भविष्यात भेटल्यावर या प्रतिमेचे प्रबलन करू शकता.

उदाहरण

समजा जॉन नावाच्या व्यक्तीशी तुमची भेट झाली, तर अनेक प्रतिमा तुमच्या मनात उमटतात- जॉन (टॉयलेट) किंवा रंग देणारा तुमच्या ओळखीचा जॉन असू शकेल. तुम्ही पेंटब्रश किंवा टॉयलेट ही प्रतिमा वापरू शकाल. जॉनचे कपाळ भव्य असेल तर , तो तुमच्या पसंतीच्या रंगाने पेंटिंग करतोय अशी तुम्ही कल्पना करू शकता.

तुमच्या मनात तुम्ही प्रतिमा निर्माण करताहात हे समोरच्या व्यक्तीला कधीही न कळणे, हे नेहमीच उत्तम. तुम्ही त्या व्यक्तीला एकदा ओळखायला लागलात की, तुम्हाला प्रतिमांचा संदर्भ घ्यायची गरज नसते; कारण तुम्ही त्याचे फक्त नाव जाणत असाल.

जॉनचे दुसरे नाव कार्टराईट असते तर, तो गाडीत आडवा होऊन तुमच्या पसंतीच्या रंगाने अगदी तुमच्या समोर तो स्वत:चे कपाळ रंगवीत असल्याची कल्पना तुम्ही करू शकाल.

कृती- माझे नाव लक्षात ठेवा/पाठ करा
कालमर्यादा : १० मिनिटे
नावाच्या व्यूहरचना वापरून १० मिनिटांत जितकी जास्त तुम्हाला शक्य आहे तितकी नावे पाठ करा. पुढे काही फोटो आणि त्यांची नावे दिली आहेत.

Alison Shepherd

John Norris

Joseph Pitcher

Carol Williams

Nick Brownlow

Cola Richmond

Caroline Marsden

Emmalene Evans

John Norris

कृती- नाव आठवा

कालमर्यादा : ५ मिनिटे

जितकी जास्त तुम्हाला शक्य आहे तितकी नावे खाली लिहा.

तुम्ही पाठ केलेले नाव तुम्हाला ताबडतोब आठवत नाही असे आढळले, तर स्वत:ला प्रश्न विचारा- *त्यांचे नाव काय?* आणि मनात *त्यांचे नाव मला लवकरच आठवेल,* असे पुन्हा म्हणा. असे तुम्ही म्हणताना उत्तराची अपेक्षा करीत असता. एखाद्याला रस्त्यात पाहिले आणि त्यांना तुम्ही ओळखता हे तुम्हाला माहीत आहे; परंतु त्यांचे नाव आठवत नाही, असा अनुभव आपल्यापैकी प्रत्येकाचा आहे; फक्त दोनच दिवसांनंतर ते नाव पुन्हा उडी मारून तुमच्या डोक्यातून वर येते- *अरे, तो जॉन आहे!*

अपयशाला घाबरू नका, या तंत्राशी सतत खेळत राहा आणि चुकण्यासाठी थोडा वेळ खर्च करा. तुम्ही तुमच्या शैलीला धार लावायला सुरुवात कराल तेव्हा तुम्हाला आठवणाऱ्या नावांची संख्या वाढतेय असे तुम्हाला दिसेल.

एखाद्याला दीर्घ कालावधीसाठी लक्षात ठेवायचे झाल्यास त्यांच्याविषयी अधिक तपशील मिळवा; जितके अधिक तुम्हाला कळेल तितके अधिक बंध तुम्ही निर्माण करू शकता आणि त्यांचे नाव आठवायला अधिक सोपे जाते.

तुमचे महाजाल तयार करणे

तुमचा फोन किंवा संगणक किंवा दैनंदिनीत साठविलेल्या नावांची सूची तोंडपाठ करण्याला काही किंमत आहे काय? आज आणि आजच्या युगात हा एक प्रश्न विचारण्यायोग्य आहे. गरज ही किमान असू शकेल; कारण बहुतेक माहिती तुमच्या संगणकात आणि *क्लाऊड* मध्ये साठविलेली असते.

व्यावसायिक दृष्टिकोनातून तुमच्या महाजालातील लोकांची ओळख आणि त्यांच्याविषयीची निवडक माहिती असणे, हे मोठे फायदेशीर आणि मौल्यवान असू शकते. ट्विटर, फेसबुक आणि लिंक्डइन यांसारख्या सामाजिक महाजालांमुळे महाजाल निर्मितिक्षमता कधी नव्हे एवढी सोपी झालेली आहे. *तुम्हाला काय माहिती आहे हे महत्त्वाचे नाही, तर तुम्ही कोणाला ओळखता, हे खरे* अशी एक जुनी म्हण अनेक बाबतीत खरी वाटते. तुमच्याकडे ज्ञान असेल आणि तुम्ही योग्य लोकांना ओळखत असाल, तर तुमचे उद्दिष्ट साध्य करण्याची उत्तम संधी प्राप्त करण्यासाठी स्वतः सज्ज व्हा.

तुम्ही लाभार्थी लोकांच्या गटाचे व्यवस्थापन करण्याच्या व्यवसायात असाल, तर वैयक्तिक महाजालांची बांधणी करताना त्या लोकांची केवळ नावे लक्षात ठेवणे आवश्यक नसून, त्यांच्या प्रेरणा, प्राधान्यक्रम आणि गरजा काय आहेत, याविषयी सविस्तर माहिती लक्षात ठेवणे फायदेशीर असते- ही सर्व माहिती बटण दाबताच मिळत असेल तर प्रसंगी जलद प्रतिसाद देता येतो.

कृती- तुमच्या महाजालाचे आरेखन

कालमर्यादा : १० मिनिटे

तुमच्या वैयक्तिक किंवा लाभार्थी महाजालात कोण आहेत, याचा विचार करा (दोन्ही करायची तुमची इच्छा असू शकते).

- तुमचे करिअर बीजरूपाने प्रभावित करू शकतील अशा लोकांच्या विविध सामाजिक गटांचा समावेश असलेले मनोरेखन निर्माण करा (मालक, नोकर, भागीदार, संधी, इत्यादी). तुम्ही गुगलसारखे काही साधन वापरत असाल तर सर्कल्स वैशिष्ट्य असलेले साधन अत्यंत शक्तिशाली होऊ शकेल आणि तुमच्या मोठ्या वर्तुळात छोटी उपवर्तुळे निर्माण करण्यास मदत होते.
- तुम्ही लाभार्थ्यांच्या गटाचे व्यवस्थापन करताहात आणि त्यांचे मनोरेखन करताहात, अशा वेळी उद्योगाच्या समर्पक क्षेत्रांतर्गत त्याचे गट करण्याची तुमची इच्छा असू शकेल (उत्पादन, आराखडा, अर्थ, व्यापार, विक्री, किंवा तुमच्या उद्योगाशी संबंधित कोणतीही रचना).
- तुमच्या महाजालातील प्रत्येक व्यक्तीविषयी तुम्हाला काय माहिती आहे? त्यांना फायदा होईल असे देता येण्यासारखे तुमच्याकडे काही आहे का? एखाद्याबरोबर काम केल्यास दोघांना लाभ होईल, असा काही मार्ग आहे का? तुमच्या गुणांचा उपयोग कोण करू शकेल?

तुम्ही क्षमता (एका कार्यासाठी व्यक्तीकडे असलेली वापरण्यायोग्य कमाल संसाधने) विरुद्ध अभिरुची (बांधिलकीचा स्तर) आलेखाशी परिचित असाल तर सर्जनशील स्मरणशक्ती तंत्र वापरून प्रत्येक चतुर्थकासाठी एक याप्रमाणे स्मृती महाजाले निर्माण करू शकता, आणि तुम्हाला ज्या लोकांचे व्यवस्थापन करायचे आहे, त्यांचे गट मनात करू शकाल.

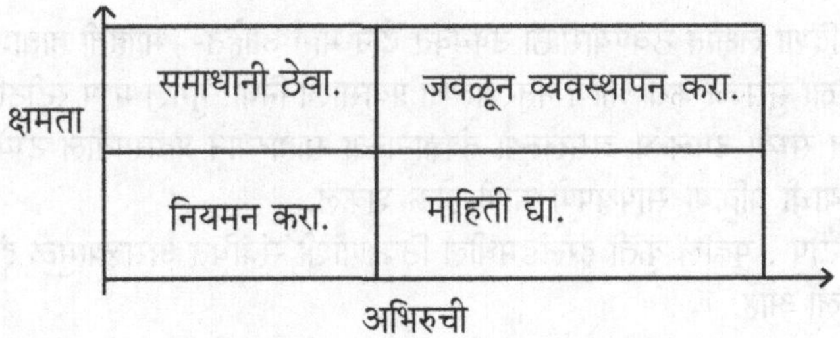

Power v/s Interest Graph

तुमच्याकडे २० लाभार्थी आहेत , त्यांपैकी प्रत्येक चतुर्थकात ५ असतील. तुमच्या लाभार्थ्यांमध्ये उच्च क्षमता आणि उच्च बांधिलकी स्तर असेल तर ते, 'त्या गटाचे जवळून व्यवस्थापन करा' या चतुर्थकात जातील (Manage closely). एखादी व्यक्ती यापासून बाजूला जातेय असे वाटल्यास, त्या व्यक्तीला दुसऱ्या ठिकाणी मनातच हलवा. लाभार्थ्यांपुढील आव्हाने आणि त्यांच्या उद्दिष्टांशी संबंधित संदर्भगोष्टी निर्माण करून तुमच्या सर्व लाभार्थ्यांची विशिष्ट माहिती साठविण्यास साहाय्य करणाऱ्या स्मृती महाजालांच्या संचांची बांधणी करू शकता. यामुळे तुम्ही ठेवलेल्या नोंदींचे मूल्यवर्धन होईल.

दिशा (Directions)

उपलब्ध उपग्रहप्रणाली आणि स्मार्ट फोनवरील आरेखन साधनांमुळे दिशा लक्षात ठेवण्याचे महत्त्व कमी कमी होत चालले आहे. यावर प्रभुत्व मिळविण्यात अद्यापही लोकांना अभिरुची आहे, आणि तुमच्या व्यवस्थापनासाठी बीजरूपाने याची आवश्यकता असू शकेल. जसे- उदाहरणादाखल, तुम्हाला टॅक्सी ड्रायव्हर व्हायचे आह, तर तुम्हाला त्याचे ज्ञान तोंडपाठच असायला हवे.

मर्मदृष्टी

स्मृतिपटू या खेळात ज्ञानाचा एक मोठा भाग पाठ करणे, असा एक खेळ होता. ड्रायव्हर म्हणून योग्यता प्राप्त करण्यासाठी लंडनमधील टॅक्सी ड्रायव्हरनी रहदारीचे हे मार्ग शिकले पाहिजेत. ड्रायव्हर्सना बृहद् हिप्पोकॅम्पस (hippocampus) असतो, असे चाचणीतून दिसून आले आहे. हा मेंदूचा असा भाग आहे की, तो प्रसंगरूपात स्मृती निर्माण करण्यास मदत करतो आणि त्याचा उपयोग अवकाशीय स्मृतीसाठी होतो.

दिशा लक्षात ठेवण्यासाठी उपयुक्त दोन मार्ग आहेत- माहिती हाताशी ठेवून स्वत:ला सुसज्ज करा आणि नंतर प्रत्यक्ष प्रवासाला निघा. गुगल मॅप्स स्ट्रीटव्हिवच्या रूपात सध्या उपलब्ध असलेल्या तंत्रज्ञानाच्या साहाय्याने प्रवासातील टप्पे लक्षात ठेवण्याची प्रक्रिया सापेक्षपणे सोपी होऊ शकेल.

टीप : पुढील कृती इंग्लंडमधील ठिकाणांशी संबंधित असल्यामुळे इंग्रजीतच लिहिली आहे.

कृती - होलबर्न ते रिजेंट्स पार्क Holborn to regent's Park

कालमर्यादा : १५ मिनिटे

पुढील दिशा AA Routeplan यावरून घेतलेल्या आहेत.

सामान्य शब्दांसाठी काही संकेत निर्माण करून आपण सुरुवात करू या :

- Right - Rat
- Left - Leaves
- Forward - headbutt

उपलब्ध असलेल्या उदाहरणांचा उपयोग करा; परंतु शक्यतो, तुम्ही स्वतःची उदाहरणे निर्माण करा.

From Holborn- Strand-Covent Garden, London to Regent's park, London

Distance : 2.6miles Time : 0hrs 12 min

Directions	**Reference Story**	**Active Testing (out loud)**
Start out on Drury Lane, Central London		
Turn right onto Kimble Street	**Kimble** Shanks eating a **Rat**	Drury Lane, turn right onto Kimble Street
Turn left onto the A4200	**R**ai**N**ing(42) **S**au**C**e(00) and **Leaves**	Left, A4200
At Holborn Underground Station continue Forward onto Southampton Row- A4200	**Headbutt South Ham**	Forward onto Southamton Row
At traffic signals turn left onto the A501 Signposted Ring Road		
	Leaves making a **RING**	Left, Ring Road
At Euston Underpass continue forward onto the A501 Signposted Ring road, Marylebone		

	Headbutt Mary	Forward, Marylebone
At Great Portland Street Underground Station Turn left onto Osnaburgh Street- A4201	**Leaves** falling on **Ice Berg**	Left, Osnaburgh Street
At next Traffic Signals turn right Onto the A4201	**RatRiNSeD** dry	Right, A4201
Take right hand Lane and continue Forward onto Albany Street-A4201	**Headbutt Ale Bee**	Forward , Albany
Turn Left onto Chester Gate	**Leaves** on **Gate**	Left,Chester Gate
Turn right onto Outer Circle	**Rats** outside a **Circle**	Right, Outer Circle
Turn Left onto Chester Road	**Leaves** on **Chest**	Left, Chester
Turn Right onto Inner circle	**Rat** inside a **Circle**	Right, inner Circle
Arrive on Inner Circle		

आता तुम्ही माहितीसह सुसज्ज झाला असाल तर संदर्भगोष्टी स्मृती महाजालांशी जोडणे तुम्हाला आवश्यक आहे. हे करण्यासाठी गुगल मॅप्स स्ट्रीटव्हिव यावरून प्रत्यक्ष स्थळे यांचा उपयोग करू शकता. स्थळ तुमच्या प्रवासमार्गावरील जोडस्थळे

होतील- ड्री लेन, होल्बर्न स्टेशन, यूस्टन भुयारी मार्ग, इत्यादी.

उदाहरण

तुम्ही गुगल मॅप्स स्ट्रीटव्हिववर जा, ड्री लेन आणि किंबल स्ट्रीटचा छेदनबिंदू शोधा, एक विशिष्ट स्थान पकडा (कोपऱ्यावरचे हॉटेल) आणि किंबल शॅन्क एक रॅट खात आहे, अशी कल्पना करा. अशाच पद्धतीने तुमची प्रत्येक संदर्भगोष्ट मार्गावरील स्थळांशी सुयोग्य प्रकारे जोडत राहा.

तुमच्याकडे इंटरनेट नसेल तर एका संदर्भगोष्टीसाठी प्रत्येकी एक याप्रमाणे १२ जोडस्थळे असलेले स्वत:चे स्मृती महाजाल निर्माण करू शकता. तुम्ही प्रवासाला सुरुवात करता तेव्हा तुमच्या महाजालावरील संदर्भगोष्टींचा सरळ आधार घ्या.

जर तुम्ही ज्ञान प्राप्त करीत असाल तर, ड्रायव्हिंग करण्यापूर्वी आणि नंतर माहिती पक्की करण्यासाठी स्वत:ला सुसज्ज करणे, हा एक श्रेष्ठ मार्ग आहे. मार्गावरील रोचक ठिकाणे लक्षात ठेवणेदेखील यामुळे सोपे होते; कारण तुमचा मार्ग हा एक प्रभावी स्मृती महाजाल होते.

शारीरिकता (Physicality) / शारीरिक कौशल्ये

खेळ, नृत्य आणि स्वयंपाकसुद्धा अशा क्षेत्रांतील नवीन शारीरिक कौशल्ये शिकण्यामध्ये सर्जनशील स्मरणशक्ती चांगली भूमिका बजावू शकते. शारीरिक कौशल्ये आत्मसात करताना सर्जनशील स्मरणशक्ती तुमच्या प्रत्यक्ष प्रवासवाटेवर *काही खुणा* किंवा दृक्-संकेतांची पेरणी करू शकते. हे दृक्-संकेत एका विशिष्ट समयी तुम्ही कुठे असायला पाहिजे, हे समजायला मदत करतात.

तुम्हाला गोल्फ खेळायला शिकायचे असल्यास दृक्-संकेतांच्या निर्मितीसाठी तुम्ही मेखला पद्धतीचा उपयोग करीत असता. ते दृक्-संकेत तुम्हाला पकड करणे, पवित्रा घेणे, मागे वळणे, खाली वळणे आणि सरळ झेप घेणे यांची आठवण करून देतात. नंतर तुमच्या मनात एक वळण पुन्हा निर्माण करून एका चांगल्या गोल्फ वळणाची स्मृतिरचना करण्यास सुरुवात करतात.

मर्मदृष्टी

अनेक लंडन वेस्टएंड कार्यक्रमात आणि प्रवासात मी एक अभिनेता आणि नर्तक असल्याने, नृत्यात सर्जनशील स्मरणशक्तीचे उपयोजन करण्याचा प्रत्यक्ष अनुभव मी घेतलेला आहे. 'सिंगिंग इन द रेन'मधील कॉस्मो मी वाजवीत असताना कोणत्या स्टेपला ते हसले पाहिजेत, याची कोरिओग्राफर स्टिफन मेअरला दृष्टी होती. तुम्ही पाठ केलेल्या सर्व स्टेप्सनुसार काटेकोरपणे कृती करून पुढे जाण्याऐवजी काही रचनात्मक सूचना करण्याची परवानगी देण्याच्या बिंदूपर्यंत तो माझ्याशी एकत्र सहकार्य करण्यास तयार असायचा. परिणामतः तो एक प्रकारे अध्ययनचक्रालाच प्रोत्साहन देत होता. त्याला अपेक्षित असलेला परिणाम साध्य होईपर्यंत ही प्रक्रिया घडविण्यासाठी मार्गदर्शन करण्यास तो समर्थ होता. यात भर टाकायची म्हणजे तालमीच्या वेळी पुढच्या दृश्याचे पटल उघडण्यासाठी उपयुक्त अशा काही संकेतांची कल्पना मी करू शकत होतो, नित्यकर्मांशी पूर्णतः परिचित होईपर्यंतच असे करणे आवश्यक होते, आणि तो माझा दुसरा स्वभावच बनला होता.

दृक्-संकेत निर्मिती करताना, तसेच नवीन शारीरिक कृती शिकताना अध्ययनचक्राचा विचार केल्यामुळे तुम्ही ते किती जलद प्राप्त करू शकता, यासाठी मदत होते. तुम्ही आधी सराव केलेल्या दुसऱ्या कौशल्यांशी या नवीन कौशल्याची तुलना करून त्यांच्यातील साम्य शोधा. तुमच्या कल्पनांशी मुक्तपणे खेळा आणि चुकणे, शिकणे, आणि पुनरावृत्ती, कौशल्याला धार लावणे आणि समायोजनाचे प्रयोग तुम्ही पुढे जाल तसे करीत राहा.

शारीरिक हालचाली लक्षात ठेवणे आवश्यक आहे अशा कोणत्याही गोष्टीसाठी अजाणतेपणे तुम्ही काय जाणता, यावर अवलंबून राहून आणि त्याआधारे बांधणी करीत तुम्ही कार्यप्रणालीयुक्त स्मृतीचा उपयोग करीत असता. उदाहरणार्थ, तुम्ही विन चुन या पद्धतीच्या युद्धकलेतील एक युद्धकलापटू आहात आणि तुम्हाला माहीत असलेल्या तंत्राचा उपयोग करून तुम्हाला सर्वस्वी भिन्न अशी संयुक्त हालचाल कोणी दाखविली, तर ज्याने विन चुन केलेले नाही; परंतु कराटेचा सराव खूप वर्षे केलेला आहे, अशा युद्धकलापटूपेक्षा तुम्हाला ते लक्षात राहायला सोपे जाईल.

कोणत्याही शारीरिक कृतीसाठी तालीम करणे, हा प्रमुख घटक आहे; केवळ हालचाली करणे पुरेसे नाही. परंतु तुमच्या शरीराच्या प्रत्येक स्नायूचा सहभाग आवश्यक आहे, या अत्यंत महत्त्वाच्या आधाराने तुम्ही बहुविध स्मरणयोग्य बंध निर्माण करीत असता.

उच्च स्मरणशक्तीची गुरुकिल्ली

- पुनरावृत्ती ही कौशल्याची जननी आहे : प्रभुत्वाच्या मार्गावर तुम्हाला घेऊन जाण्यासाठी सर्जनशील स्मरणशक्तीमध्ये स्वतःला पूर्णतः बुडवून घ्या.
- तुम्ही करावयाच्या गोष्टींचे वर्गीकरण करून आणि गोष्टींच्या पूर्ततेसाठी सुयोग्य संरचनांची निर्मिती करून हळुवारपणे तुम्ही तुमचे स्मृतिस्नायू मजबूत करा.
- नावे लक्षात ठेवणे हा तुमचा नित्यक्रम बनवा; नावे लक्षात ठेवण्यासाठी पुढील सात दिवसांत स्वत:ला अभिसंधित करा.
- तपशिलाकडे लक्ष द्या; कुठे आणि काय आहे, तसेच त्या व्यक्तीचे एकूण रूप आठवा.
- सर्जनशील स्मरणशक्तीचा उपयोग करा आणि अतिशयोक्ती करून, ऐकून आणि बंध निर्माण करून नावे पाठ करा.
- परस्परांना लाभदायी ठरतील अशा लोकांचे महाजाल बनवा आणि मुख्य माहिती लक्षात ठेवून तुमच्या कौशल्याचा सराव करा.
- लाभार्थ्यांचे व्यवस्थापन तुम्ही करीत असाल तर त्यांना मनोरेखनावर पकडा आणि त्यांच्या क्षमता आणि अभिरुची यांच्या स्तरावर आधारित त्यांची नावे लक्षात ठेवा.
- गुगल मॅप्सच्या मदतीने दिशा झटपट लक्षात ठेवण्यासाठी सृजनशील स्मरणशक्ती वापरा.
- नृत्य, खेळ आणि स्वयंपाक या क्षेत्रांतील शारीरिक कौशल्ये शिकण्यासाठी दृक्-संकेतांचा लाभ घ्या. पुनरावृत्ती ही कौशल्याची जननी आहे.

११

सामान्य ज्ञान : ज्ञानाची बीजे पेरणे

या प्रकरणात तुम्ही पुढील गोष्टी शिकाल-

- ज्ञानार्जनासाठी स्वत:ला सुसज्ज कसे करावे
- घटना आणि आकडेवारी लक्षात कशी ठेवावी
- लक्षात राहण्यासाठी क्लिष्ट माहिती सोपी कशी करावी
- तुमच्या आवडीचे खाद्य पदार्थ लक्षात कसे ठेवावेत आणि ते कसे शिजवावेत

सामान्य ज्ञानाचे रीळ फिरविण्याची क्षमता असणे, हे अत्यंत प्रभावी असू शकते. विविध प्रकारची वस्तुस्थितीदर्शक माहिती लक्षात कशी ठेवायची, हे शोधताना तुम्ही तुमचा मेंदू सर्जनशील स्मरणशक्तीच्या सरावात गुंतवून ठेवता आणि कार्य करीत करीत एका विशिष्ट बिंदूवर तो तुमचा दुसरा स्वभावच बनतो; त्याची तुम्हाला सवय होते.

सुरुवातीला या प्रकरणात काय सांगितलेले आहे याचा अंदाज येण्यासाठी तुम्ही ते वाचले पाहिजे; नंतर ज्या कृती तुम्हाला मूल्यवान वाटतात, त्या तुम्ही पूर्ण करा. हे एक संसाधन म्हणून उपयोग करून तुम्ही परत परत हे करू शकाल.

बी पेरणे

सामान्य ज्ञान लक्षात ठेवण्यासाठी वेळ देऊन भविष्यातील तत्सम ज्ञानाकरिता स्वत:ला स्थापित करण्यासाठी तुम्ही प्रभावीपणे बियांची पेरणी करीत आहात. उदा. रायन लॉकने २०११च्या वर्ल्ड स्विमिंग चॅम्पियनशिपमध्ये २०० मीटर वैयक्तिक मेडलेमध्ये १:५४.०० असा जागतिक विक्रम स्थापित केला, हे तुम्हाला माहीत असेल तर जेव्हा तुम्ही २०१२ मधील ऑलिंपिक पाहाल, तेव्हा तुमच्याकडे एक संदर्भबिंदू असेल. आणि अधिक माहिती जुळवायला तुम्ही तसे ठरविले तर, एक संधी मिळेल. विक्रम मोडण्याची वेळ माहीत असणे, ही घटना रायन लॉक आणि

त्याचा कट्टर प्रतिस्पर्धी मायकेल फेल्प्स यांनी भाग घेतलेल्या कोणत्याही घटनेशी संबंधित तुमचे भावनिक गुंतणेसुद्धा बदलू शकते. तुम्ही सहसा तसे केले नसते; परंतु तुम्ही सुसज्ज झाल्यामुळे त्यांच्या कडव्या स्पर्धकत्वाविषयीच्या गोष्टींकडे तुमचे अधिक लक्ष जाईल. भावनिकदृष्ट्या जोडले गेल्यामुळे आणि अशा प्रकारे सुसज्ज झाल्यामुळे तुमचा मेंदू साहजिकच अधिक माहिती लक्षात ठेवण्याकडे तुमचे लक्ष वेधील. साहजिकच अशी माहिती समर्पक आणि रंजक होते.

तुम्ही येथे पेरलेल्या कल्पना तुम्ही अधिक बंध सहज निर्माण कराल तशा त्या वाढतात.

या प्रकरणातील बहुसंख्य कृतींसाठी तुम्हाला माहिती साठविण्याकरिता स्मृती महाजालांची निर्मिती करावी लागेल. या आधारे तुम्ही स्मृती महाजाले निर्माण करू शकाल, त्यासाठी तुमच्या जीवनातील काही घटनांवर मंथन करण्यासाठी काही वेळ खर्च करण्याची शिफारस आहे. आधी सांगितल्याप्रमाणे तुमची स्मृती महाजाले निर्माण करण्यासाठी गुगल मॅप्स हा जलद आणि सोपा पर्याय आहे. काही बाबतीत माहिती साठविण्यासाठी समुद्राप्रमाणे, स्मृती महाजाले अधिक सहजपणे निर्माण होऊ शकतील.

मर्मदृष्टी

या प्रकरणातील कृती करताना सध्याच्या तुमच्या भूमिकेत आणि तुम्ही शिकत असलेल्या माहितीदरम्यान असणाऱ्या काही सारखेपणावर मनन करा. तुमच्या स्वतःच्या माहितीची संरचना करण्याच्या आणि यासारख्या व्यूहरचनांच्या उत्तम मार्गाचा तुम्ही कशा प्रकारे उपयोग करू शकाल, याचा विचार करा.

भूगोल

भूगोल हा संमिश्र आणि विषयांतर्गत विविधता असलेला विषय आहे. सर्जनशील स्मरणशक्तीचा व्यवहारात उपयोग करायच्या हेतूने पृथ्वीवरील महासागर आणि पर्वतांविषयी काही तथ्ये लक्षात कशी ठेवायची, याचा एक छोटासा भाग आपण पाहणार आहोत. ही माहिती आंतरराष्ट्रीय स्तरावरील असल्यामुळे, नावे इंग्रजीत लिहिली आहेत.

कृती - महासागर आणि पर्वत

कालमर्यादा : २० मिनिटे

- महासागरांविषयी असंबद्ध असे महाजाल निर्माण करण्यापेक्षा प्रशांत महासागर कुठे आहे हे पाहण्यासाठी तुमच्या नैसर्गिक अवकाशीय स्मृतीचा उपयोग करून सरळ पृथ्वीच्या गोलावर प्रशांत महासागर पाहून तुमची संदर्भगोष्ट निर्माण करणे, ही अधिक स्वाभाविक आणि सोपी पद्धती आहे.
- पर्वतांच्या बाबतीत ते कुठे आहेत हे ज्ञात होईपर्यंत एक संदर्भबिंदू म्हणून सुरुवातीला स्मृती महाजाल निर्माण करण्याची तुमची इच्छा असेल.
- प्रत्येक उदाहरणाकरिता, तुमच्या मनात सुस्पष्ट प्रतिमा निर्माण करून त्या स्मृती जोडस्थळांशी जोडा.

उदाहरण

प्रशांत महासागर हे एक स्मृती जोडस्थळ आहे- प्रशांत महासागराच्या मध्यात मरियाना ही फंकी जेवण करीत आहे अशी कल्पना करा. वास्तव चित्र निर्माण करून तीव्रता वाढविण्यासाठी करा : मोठ्याने तोंडपाठ म्हणा- प्रशांत महासागर- सर्वांत खोल ठिकाण- मरियाना ट्रेंच ३५, ८२७ फूट.

महासागरे - सर्वांत खोल स्थान	**संदर्भगोष्ट (उदाहरणे)**
Pacific– Mariana	**Mariana** eating a **MeaL** (35)
Trench- 35, 827 ft	that is **FuNK**y (827)
Atlantic – Puerto Rico	**Sharks** (West Side Story)
Trench- 30,246 ft	fighting hol**MeS** (30) with e**NeRG**y (246)
Indian- Java	Cup of **Java** drunk by he**NR**y (24)
Trench- 24, 460 ft	with **RoaCHeS** (460)
Southern – Southern	The Southerner **NeM**oy (23)
Ocean- 23, 737 ft	reading a **CoMiC** (737)
Arctic – Arctic	Basin with a **DoV**e (18) in
Basin – 18, 456 ft	**ReLiSH** (456)

पर्वतांकरिता विविध देशांसाठी आपण काही संकेत निर्माण करू :

- Nepal/ Tibet- NuT

- Pakistan/ China- PaC
- India/ Nepal- IaN

मानेभोवती NuT's आवळलेल्या अवस्थेत तुम्ही एव्हरेस्ट शिखरावर आहात अशी कल्पना करा. अंमळ झोपेत NaP (२९) असताना SNooPy (०२९) स्नूपी तुमचा चेहरा चाटतेय.

पर्वत (K2अतिरिक्त संपूर्ण हिमालय) संदर्भगोष्ट (तुमच्या गोष्टी)

Everest-Nepal/Tibet-
29,029 ft
K2- Karakoram-
Pakistan/ china- 28,251 ft
Kanchnjunga-
India/Nepal- 28,169 ft
Lhotse- Nepal/Tibet-
27,940 ft
Makalu- Nepal/ Tibet-
27,838 ft
Cho Oyu- Nepal/Tibet-
26,864 ft
Dhaulagiri- Nepal-
26,795 ft
Manaslu- Nepal- 26, 781 ft
Nanga Parbat- Paistan-
26,660 ft
Annapurna- Nepal- 26, 545 ft

मनोरंजन

सन १९२७-२८ पासून ऑस्कर ॲवॉर्ड मिळविणाऱ्या प्रत्येक सर्वोत्कृष्ट चित्रपटाचे नाव आठवण्यासंदर्भात पुढील कृती तुमच्या मानसिक बलाची परीक्षा करण्यासाठी खास तयार करण्यात आलेली आहे.

कृती- ऑस्कर विजेते सर्वोत्कृष्ट चित्रपट

कालमर्यादा : ३० मिनिटे

ऑस्करविजेत्या सर्वोत्कृष्ट चित्रपटांची नावे लक्षात ठेवण्याच्या अनेक पद्धती आहेत. स्मृती महाजालाशिवायही चित्रपटाचे नाव आणि वर्ष यांच्यात तुम्ही सरळ साहचर्य निर्माण करू शकता, किंवा चित्रपट आणि वर्ष यांच्यात साहचर्य स्थापन करा आणि नंतर ते स्मृती महाजालाच्या जोडस्थळाला जोडा :

स्मृती जोडस्थळ : **Chair**, चित्रपट- वर्ष : १९२७-२८,**Wings**

A **N**a**V**y Seal with **Wings** sitting on your **Chair**

किंवा ही माहिती क्रमवार सनावली असल्यामुळे तुमच्या जोडस्थळांचे गट करून एक विशिष्ट वर्ष शोधणे सोपे होईल, अशा प्रकारे एक स्मृती महाजाल तुम्ही निर्माण करू शकाल. (प्रकरण ६ मधील कृती-पेटिकेतील महाजाल कसे लक्षात ठेवावे हे पाहा).

६ चा गट : २९, ३०, ३१, ३२, ३३ (ही सर्व कॅलेंडर वर्षे नाहीत.)

७ चा गट : ३४, ३५, ३६, ३७, ३८, ३९, ४० (४० पर्यंतचा हा गट केल्यामुळे पुढील वर्षे आठवायला सोपे जाईल.)

५ चा गट : ४१, ४२, ४३, ४४, ४५ (५ चे गट करणे पुढे सुरू ठेवा)

तुमचे पहिले जोडस्थळ **Chair** असून ते २७/२८ ही संख्या आहे- Chair has **Wings**

ही पद्धती वापरून चित्रपट आणि वर्ष यापेक्षा केवळ जोडस्थळ आणि चित्रपटाचे नाव यांच्यातील साहचर्य दर्शविण्याची गरज राहील. संख्या कोणती हे शिकण्यासाठी तुम्ही अधिक वेळ खर्च केला पाहिजे.

पहिल्या पद्धतीच्या आधारे मी १९७१ (माझे जन्म वर्ष) सालापर्यंत मागे जाऊन उदाहरणे दिली आहेत.

ऑस्कर विजेते	**संदर्भगोष्ट (उदाहरणे)**
2010- The King's Speech	The King with a **D**a**Z**zling (10) Crown
2009- The Hurt Locker	Rubbing **S**oa**P** (09) on the Hurt Locker
2008- Slumdog Millionaire	Actor from Slumdog breaking into a **S**a**F**e (08)

ऑस्कर विजेते	संदर्भगोष्ट (उदाहरणे)
2007- No country for Old Men	Old Men carrying **S**a**CK**s (07)
2006- The Departed	The Departed lying in **S**ewa**G**e (06)
2005- Crash	A Crashed **S**ai**L** (05)
2004- Million Dollar Baby	Millian Dollar Baby is **S**o**R**e (04)
2003- The Lord of the Rings : The Return of the King	Gollum fighting **S**a**M** (03) in Return of the King
2002- Chicago	Chicago and **S**i**N** (02)
2001- A Beautiful Mind	A Beautiful Mind that is **S**a**D** (01)
2000- Gladiator	Gladiator covered in **S**au**C**e (00)
1999- American Beauty	American Beauty is a **B**a**B**e (99)
1998- Shakespeare in Love	Shakespeare at a **B**u**F**fe**T** (98)
1997- Titanic	Titanic is **B**i**G** (97) or e**P**i**C**(97)
1996- The English Patient	The English Patient is **P**o**SH** (96)
1995- Braveheart	Braveheart does BaLLet (95)
1994- Forest Gump	Forest Gump loves a **P**ea**R** (94)
1993- Schindler's List	Schindler's List goes **B**oo**M** (93)
1992- Unforgiven	Unforgiven ends up in the **B**i**N** (92)
1991- The Silence of the Lambs	Hannibal is Scary with the **B**a**T**(91)
1990- Dances with Wolves	Dances Wolves Playing the **B**a**SS** (90)
1989- Driving Miss Daisy	Diving Miss Daisy is **PH**oe**B**e(89)
1988- Rain Man	Rain man in **V**i**V**a (88) Lass Vegas
1987- The Last Emperor	The Last Emperor in the **F**o**G**(87)
1986- Platoon	Platoon on a **V**oya**G**e(86)
1985- Out of Africa	**F**a**LL** (85) Out of Africa
1984- Amadeus	Amadeus playing on a **F**e**RR**y(84)

ऑस्कर विजेते	संदर्भगोष्ट (उदाहरणे)
1983- Terms of Endearment	Shirley MacLaine of huge **F**a**M**e(83)
1982- Gandhi	Gandhi surrounded by **F**a**N**s(82)
1981- Chariots of Fire	Chariots of Fire racing bare**F**oo**T**(81)
1980- Ordinary People	Ordinary Person wirh extraordinary **F**a**C**e (80)
1979- Kramer vs Kramer	Kramers fighting in a **C**a**B** (79)
1978- The Deer Hunter	The Deer Hunter gun scene set in a **C**a**F**e (78)
1977- Annie Hall	Annie Hall baking a **C**a**K**e(77)
1976- Rocky	Rocky in a **C**a**G**e(76)
1975- One Flew Over the Cuckoo's Nest	Nicholson with a **CL**aw (75)
1974- The Godfather, Part II	The Godfather in a **C**hoi**R** (74)
1973- The Sting	The Sting covered in **G**u**M**(73)
1972- The Godfather	The Godfather in a**G**o**N**y(72)
1971- The French Connection	The French **C**a**DD**y(71)
1970- Patton	
1969- Midnight Cowboy	
1968- Oliver	
1967- In the Heat of the Night	
1966- A Man for All Seasons	
1965- The Sound of Music	
1964- My Fair Lady	
1963- Tom Jones	
1962- Lawrence of Arabia	
1961- West Side Story	
1960- The Apartment	
1959- Ben Hur	
1958- Gigi	
1957- The Bridge on the River Kwai	

ऑस्कर विजेते	संदर्भगोष्ट (उदाहरणे)
1956- Around the World in 80 Days	
1955- Marty	
1954- On the Waterfront	
1953- From Here to Eternity	
1952- The Greatest Show on Earth	
1951- An American in Paris	
1950- All About Eve	
1949- All the King's Men	
1948- Hamlet	
1947- Gentlemen's Agreement	
1946- The Best Years of Our Lives	
1945- The Lost Weekend	
1944- Going My Way	
1943- Casablanca	
1942- Mrs Miniver	
1941- How Green Was My Valley	
1940- Rebecca	
1939- Gone With the Wind	
1938- You Can't Take It with You	
1937- The Life of Emile Zola	
1936- The Great Zeigfeld	
1935- Mutiny on the Bounty	
1934- It Happened One Night	
1932/33- Cavalcade	
1931/32- Grand Hotel	
1930/31- Cimarron	
1929/30- All Quiet on the Western Front	
1928/29- The Broadway Melody	
1927/28- Wings	

इतिहास

इतिहास हा गोष्टींविषयीच असतो आणि म्हणून सर्जनशील स्मरणशक्ती तंत्राशी ते बरोबर जुळते. प्रतिमांची संपदा इंटरनेटवरून घेऊन तुमच्या संदर्भ गोष्टींसाठी तुम्ही वापरू शकाल. उदाहरणार्थ, पायथियसची (Pytheas) प्रतिमा म्हणून पायथियसचा पुतळा वापरू शकाल; त्याचे नाव आठवण्यासाठी तुम्हाला प्रतिमेची गरज असल्यास तो पाई (Pie) खातोय अशी कल्पना करा. पुनरावृत्तीने तुम्ही त्याला पायथियस म्हणूनच ओळखाल.

कृती- ऐतिहासिक घटना

कालमर्यादा : ३० मिनिटे

ऐतिहासिक घटनांवर आधारित तुमच्या संदर्भगोष्टी निर्माण करून सुरुवात करणे उपयुक्त असू शकेल आणि नंतर स्मृती महाजालात साठवून ठेवण्यासाठी एक मुख्य प्रतिमा निवडा. यामुळे तुम्हाला क्रमवार आठवणे सुकर होईल. स्मृती जोडस्थळावर तुम्हाला पायथियस दिसताच तुम्हाला पायथियस हा ब्रिटिश बेटांभोवती नौकाविहार करीत असल्याचे आठवते. तुम्हाला हवी ती माहिती हवी तेव्हा आठवता येते आणि नंतर तिची सूत्रबद्ध मांडणी करण्याची क्षमता हासुद्धा एक फायदाच आहे.

उदाहरण

स्मृती जोडस्थळ १ : Pytheas संदर्भ गोष्ट आठवणे

स्मृती जोडस्थळ २ : Camulodunum (कॅमलडनम)

स्मृती जोडस्थळ ३ : Hadrian (हेड्रियन)

ब्रिटिश कालरेषा	**संदर्भ गोष्ट (उदाहरणे)**
330-320 BC- Pytheas of Massilia (now marseeilles)- Greek merchant and Explorer circumnavigated The British Isles – produced the first written record of the islands.	**Pytheas** (statue) sailing around the **British Isles** with a gigantic **written record** of the islands. On the ship is **MuMS**(330) **MiNCe**(320).
AD43- British Capital Camulodunum held in	Camulodunum is being

(Colchester) falls to the Romans And Emperor Claudius.	the enormous clawed hand of Claudius from **RoM**e (43).
AD122- Emperor Hadrian orders the construction of a wall across Northern Britain.	Hadrian's Wall is covered in **TaNNiN**(122).
843- Kenneth MacAlpine unites Scots and Picts in a **Kingdom of Scotland.**	Kenneth MacAlpine on a **FaRM**(843) hugging a Scot and Pict forming a Kingdom.
1042- Edward the Confessor becomes The King of England.	
1190- Richard I joins the Third Crusade.	
23 August 1305- Scotish rebel William Wallace is executed by the English. 1315-1322-Millions die in the Great European Famine.	
1337- Hundred years War between England and France begins.	
1509- Henry VI dies and is succeeded by Henry VIII.	
1580- Francis Drake arrives at Plymouth after circumnavigating the world.	
1651- Oliver Cromwell defeats Charles II at the battle of Worcester.	
1694-Bank of England is established.	
1768- Captain James Cook leads his first expedition to the Pacific.	
1807- Britain abolishes the Slave trade.	
1903- Women's Social and Political Union is formed to campaign for Women's suffrage :	

Source: http:/www.bbc.co.uk/history :

साहित्य

शेक्सपिअरच्या कार्यांसाठी तुम्हाला सुसज्ज करण्याचा एक मार्ग म्हणून प्रथम त्यांच्या नाटकांची शीर्षके आणि त्यांच्या संभावित तारखांच्या पाठांतराने तुम्ही सुरुवात करा. (प्रत्येक नाटक कधी लिहिले गेले हे खरोखरच ज्ञात नाही; परंतु पुढे दिलेली सूची ही व्यापक मतैक्यावर आधारित आहे). तुम्ही स्मृती महाजालाची निवड करू शकाल आणि आणि त्यावर ती नाटके साठवू शकाल. नंतर नाटकातील पात्रे आणि कथानक (Plot) यांच्याशी साहचर्य स्थापित करण्याचा पर्याय तुम्हाला मिळतो.

कृती- शेक्सपिअर

कालमर्यादा : १ तास

- तीन गटांत विभागणी करता येईल अशा स्मृती महाजालांची निर्मिती करा (सुखान्तिका, शोकान्तिका, ऐतिहासिक)
- अंतिम चारव्यतिरिक्त सर्व सुखान्तिकांचा काळ सन १५-- आहे; म्हणून सनावळीतील शेवटच्या फक्त दोन अंकांचेच साहचर्य नाटकाच्या नावाशी स्थापित केले पाहिजे (हीच कल्पना इतर भागांसाठीसुद्धा तुम्ही वापरू शकाल).

सुखान्तिका	**संदर्भगोष्ट (उदाहरणे)**
1591- The Comedy of Errors	**BaT**(91) a **Comedy** with lots of **Errors.**
1591- The Two Gentlemen of Verona	**BaTs**(91) handed over to **Two** handy looking **Gentlemen**.
1594- The Merchant of Venice	lots of **BeeR**(94) being drunk by The **Merchant** in **Venice.**
1594- A Midsummer Night's Dream	An **Ass** drinking **BeeR**(94).
1594- The Taming of The Shrew	**Taming** the **Shrew** with **BeeR**(94).
1598- All's Well That Ends Well	A Slice of **BeeF**(98) that has ended **well**.
1598- As You Like It	You like this **BeeF**(98).

1598- Love's Labour's Lost	**BeeF**(98) looking for its **lost love**
1599- The Merry Wives of Windsor	The **Merry Wives of Windsor** with lots of **BaBieS**(99).
1599- Twelfth Night or What You Will	A **BaBe**(99) all alone in **Twelfth Night.**
1600- Much Ado About Nothing	**Much Ado** about **SauCe**(00) being spilt.
1604- Measure for Measure	**MeasuringSiR**(04).
1610- The Winter's Tale	In **Winter a Tale** made of **D**ai**S**ies (10).
1611- The Tempest	**Tempt**ed by **TeD**(11).

शोकान्तिका	संदर्भगोष्ट (उदाहरणे)
1591- The Tragedy of Romeo and Juliet	
1592- The Tragedy of Titus Andronicus	
1599- The Tragedy of Hamlet, Prince of Denmark	
1599- The Tragedy of Julius Caesar	
1602- The History of Troilus and Cressida	
1604- The Tragedy of Othello, The Moor of Venice	
1605- The Tragedy of king Lear	
1606- The Tragedy of Macbeth	
1607- The Life of Timon of Athens	
1607- The Tragedy of Antony and Cleopatra	
1608- Pericles, Prince of Tyre	
1608- The Tragedy of Coriolanus	

1610- The Tragedy of Cymbeline
1613- The Two Noble Kinsmen

इतिहास/ ऐतिहासिक संदर्भगोष्ट (उदाहरणे)

1592- The First Part of
King Henry the Sixth
1593- The Tragedy of
Richard the Third, With the Landing
of Earl Richmond And the Battle
at Bosworth Field
1593- The Second Part of
King Henry the Sixth
1595- The Third Part of
King Henry the Sixth
1596- The Life and Death of King John
1597- The Tragedy of king Richard
the Second
1597- The Second Part of
King Henry the Fourth
1599- The Life of Henry the Fifth
1613- The Life of King Henry the Eighth

शास्त्र आणि निसर्ग

मेंदू

अत्यंत गुंतागुंत, घड्यांवर घड्या आणि विशिष्ट मस्तिष्क संरचना निर्मितीसाठी जोडणी होऊन बनलेल्या चेतापेशीय महाजालांची गुंतागुंतीची मेंदू ही एक संरचना आहे. तुमच्या स्मरणशक्तीत सुधारणा करणे जरी आवश्यक नसले तरी, मेंदूतील विविध संरचना कोणत्या, त्यांचा हेतू काय, हे पाठ करण्यास सक्षम होणे, हे मेंदूविषयीच्या प्रगत ज्ञानाची बांधणी करायला तुम्हाला सुसज्ज करील.

कृती- मेंदूमधून प्रवास

कालमर्यादा : १५ मिनिटे

ही कृती मेंदूच्या थोड्या संरचना आणि त्यांची कार्ये दर्शवितात. पुढील तीन स्थळे आणि प्रत्येक स्थळातील योग्य मुद्द्यांच्या संख्यांचा अंतर्भाव असलेले स्मृती महाजाल निर्माण करा.

मेंदू संरचना	संदर्भगोष्ट (उदाहरणे)
Location 1: The Brain Stem (Connects the brain and spinal cord)	Stem connecting the brain and spinal cord
Item 1: Medulla- respiration, Heart, gastrointestinal functions	Medal, breathing with a Beating heart
Item 2: Pons- interconnects Brain stem and cerebellum	Pins, connecting the stem and small brain
Item 3: Midbrain- Control of Movement	Midfielder controlling movement

मेंदू संरचना	संदर्भगोष्ट (उदाहरणे)
Location 2: Cerebellum Sensory motor co-ordination, seems To play an important role in learning	

मेंदू संरचना	संदर्भगोष्ट (उदाहरणे)
Location 3: Cerebrum (forebrain) overlies the lower structures	
Item 1: Thalamus- relay station for Sensory Experience that projects to cerebral cortex	

Item 2 : Hypothalamus- Master control centre for emotion

Item 3 : Amygdala (limbic)-
Emotional learning, fear, importance,
Involved Pavlovian conditioning,
influences how memory is stored

Item 4 : Hippocampus (limbic)-
key role in declarative memory

Item 5 : Fornix (limbic)- inter

connecting structures of the limbic system

Item 6 : Basl ganglia- integration of motor activity

Item 7 : Cerebral Cortex- covers the cerebrum;
high level brain functions-thoughts reasoning,
planning, decision making and imagination

पिरिऑडिक टेबल

मेखला पद्धतीचा उपयोग करून पिरिऑडिक टेबलमधील मूलद्रव्यांची नावे लक्षात कशी ठेवावीत, याचा स्वाद या पुस्तकात यापूर्वी तुम्ही अनुभवला आहे. तसेच स्मृती महाजालांचा उपयोगसुद्धा सहायक होऊ शकेल, ज्याला भविष्यातील अधिक माहितीचे साहचर्य तुम्ही जोडू शकता.

कृती - मूलद्रव्ये
कालमर्यादा : ३० मिनिटे

- जास्तीत जास्त (किमान ३०) पाठांतर करायच्या मूलद्रव्यांसाठी स्मृती महाजाल निर्माण करा.
- अणूचा क्रमांक स्मृती महाजालावरील जोडस्थळांचा उपयोग करण्यासाठी करा. याचा अर्थ क्रमांकासाठी तुम्हाला वेगळ्या प्रतिमा निर्माण करण्याची गरज नाही, उदा. बोरोनचा अणुक्रमांक ५ आहे; म्हणून हे मूलद्रव्य तुमच्या ५ क्रमांकाच्या जोडस्थळावर असेल.

▶ प्रत्येक मूलद्रव्यासाठी एक प्रतिमा निर्माण करा.
पिरिऑडिक टेबलातील मूलद्रव्ये

Atomic No	Symbol	Element	Reference Story (Examples)
1	H	Hydrogen	Hydrogen bomb
2	He	Helium	Hellium balloon
3	Li	Lithium	Lithium floating in water
4	Be	Beryllium	Bee
5	B	Boron	Boar
6	C	Carbon	Car
7	N	Nitrogen	Nitro
8	O	Oxygen	Oxygen Mask
9	F	Fluorine	Flower reacting violently
10	Ne	Neon	Neon sign
11	Na	Sodium	Soda
12	Mg	Magnesium	Magazine
13	Al	Aluminium	Aluminium
14	Si	Silicon	Silly cone
15	P	Phosphorus	Fozzy
16	S	Sulphur	Smelly Sulphur
17	Cl	Chlorine	Chlorine gas
18	Ar	Argon	Aga oven
19	K	Potassium	Pot
20	Ca	Calcium	Milk
21	Sc	Scandium	Scan
22	Ti	Titanium	Titanium clubs
23	V	Vanadium	Van
24	Cr	Chromium	Chrome Wheels
25	Mn	Manganese	Man on knees
26	Fe	Iron	Iron man
27	Co	Cobalt	Cobbles
28	Ni	Nickel	A Nickel
29	Cu	Copper	Copper
30	Zn	Zinc	Piece of zinc

क्रीडा आणि फुरसतीचा वेळ/ गंमत जंमत/ छंद (Sports and Leisure)

खेळ आणि क्रीडा प्रकारातील घटना आणि सांख्यिकी मनातून बाहेर काढण्याची क्षमता उपयुक्त होऊ शकते. कदाचित, ज्ञान प्रदर्शनाबरोबरच माहितीचे आदान-प्रदान करण्याची ही अत्यंत मनोरंजक क्षेत्रे आहेत. हे पुस्तक २०१२ सालच्या ऑलिंपिकपूर्वी वाचत असाल तर, खेळाडू विक्रम मोडत असल्याचे तुम्हाला समजते तेव्हा तुमचा पाहण्याचा केंद्रबिंदू कसा बदलतो, त्याचे निरीक्षण करा. हे पुस्तक नंतर वाचत असाल तर याचा उपयोग सद्यःस्थितिदर्शकासारखा करा.

कृती - ऑलिंपिकमधील जागतिक विक्रम
कालमर्यादा : ३० मिनिटे
हे तुम्हाला स्मृती महाजालावर टाकायचे असेल तर सन २००८ साली झालेल्या बीजिंग ऑलिंपिक खेळातील विक्रमांसाठी एक खास महाजाल निर्माण करणे हे अर्थपूर्ण होऊ शकेल.

जागतिक विक्रम ऑलिंपिक २००८	संदर्भगोष्टी (उदाहरणे)
100 meters (athletics) 9.69 seconds Usain Bolt (Jamaica)	**Usain Bolt** wearing **Jamaican** flag doing the 100 meters like Charlie **CHaP**lin (69)
200 meters individual medley (swimming) 1: 54.23 Michael Phelps (USA)	**Michael Phelps** wearing **USA** flag swimming against Swans with Medals (number shape system2-200 meters), who were paid a **DoLLaR**(1:54) from **NeMo** (23) to take a dive
Men's 4 km team pursuit (cycling) 3: 53.31 Ed Clancy, Bradley Wiggins, Paul manning , Geraint Thomas (UK)	Note : Use the **real people** and memorize their names separately. A 4 seater bike, with **Ed, Bradley, Paul, & Geraint** hanging off different parts, they e**M**ai**L**(3:5) a **M**oha**M**a**D**(3:31)
Men's 85 kg total	Andrei lifting huge dumbBells

(weightlifting) 394 kg Andrei Rybakou (Belarus)	(Belarus) on top of the Eiffel (85) tower in front of the e**MP**i**R**e (394)

जागतिक विक्रम ऑलिंपिक २००८	संदर्भगोष्टी (उदाहरणे)
Men's 4x100 meters relay (athletics) 37.10 Usain Bolt, Asafa Powell, Michael frater, Nesta carter (Jamaica)	
Women's 10 metre air rifle qualification (shooting) 400 Katerina Emmons (Czech Republic)	
Men's 100 metres breaststroke (Swimming) 58.91 Kosule Kitajima (Japan)	
Women's 69 kg total (weightlifting) 286 kg Liu Chunhong (China)	
Men's quadruple sculls (rowing) 5:36.20 Christopher morgan, james McRae, Brandan Long, Daniel Noonan (Australia)	
Women's 3,000 metres steeplechase (athletics) 8: 58.81 Gulnara Samitova-Galkina (Russia)	

पाककृती

पाककृती पाठ असण्याच्या क्षमतेला दैनंदिन जीवनात व्यावहारिक मूल्य आहे. सर्जनशील स्मरणशक्तीच्या मदतीने विशिष्ट पाककलेसाठी लागणाऱ्या घटक पदार्थांची नावे सुरुवातीलाच लक्षात ठेवण्यासाठी स्मृती महाजाले निर्माण करू शकता आणि नंतर दृक्-संकेत आणि प्रत्यक्ष शारीरिक सहभाग देऊन प्रत्यक्ष कृती कशी करायची याची तालीम तुम्ही करू शकाल. या प्रक्रियेतून जाताना तुम्ही अनेक

वेगवेगळ्या स्मृती प्रकारांचा उपयोग करता : शब्द, अर्थ, कथात्मक, कृतिक्रम.

कृती- स्पॅनिश चिकन आणि कोरिझो (Spanish Chicken and Chorizo by Phil Pool)

कालमर्यादा : ३० मिनिटे

याचे दोन भाग आहेत.

- ▶ स्मृती महाजाल निर्माण करून सर्व घटक पदार्थांची नावे पाठ करा.
- ▶ मेखला पद्धतीचा उपयोग करून दृक्-संकेत संच निर्माण करा. ही पाककृती स्मृतीत पक्की राहण्याकरिता मेखला पद्धतीमुळे शारीरिक आणि मानसिक स्तरावर प्रत्यक्ष पाककृतीची तालीम करता येऊ शकते.

Ingredients	**Reference Story (Examples)**
4 Chicken breasts	**Chicken Breasts on a Door (4)**
1 Chorizo ring	a **Chorizo Ring**
1 can of chopped tomatoes	**Chopped Tomatoes**
3 bay leaves	**Bay Leaves** on a **Tree** (3)
1-2 tablespoon of paprika	Tablespoon of **Paprika**
¼ teaspoon of chilli	Teaspoon of **Chilli**

for the basil and Lime Mayonnaise	**Reference Story (Your stories)**
70 ml (1/4 cup) of dry sherry or Vermouth (recommended Tio pepe)	
1 Red Pepper	
1 Yellow Pepper	
1 Red onion	
1-2 cloves garlic	
2 Packets of rocket leaves	
1 casserole dish or large Saucepan	
1 Tablespoon of Olive Oil	
Pinch of Pepper and salt.	

To Serve	Reference Story (Your Stories)
for something more substantial serve with	
Are feeling really decedent.	
Source : www.welovenicethings.com	

पाककृती तयार करण्याच्या पद्धती

दृक्-संकेत निश्चिती आणि जेवण तयार करण्याची तालीम करण्याकरिता प्रत्येक सूचनेसाठी मेखला पद्धती वापरा.

- मिरची आणि कांद्यांचे मोठे तुकडे कापून घ्या, लसणाच्या पाकळ्या ठेचून घ्या. चिकन उभे कापून दोन भाग वेगळे करा.
- कॅसरोलचे भांडे मध्यम आचेवर ठेवा. त्यात ऑलिव्ह ऑईल टाका; चिकनचे तुकडे सर्व बाजूंनी ब्राऊन होईपर्यंत २-३ मिनिटे भाजा. वेगळ्या भांड्यात काढून घ्या.
- लसूण, मिरची, कांदा तेलात टाका आणि मऊ होईपर्यंत ३-५ मिनिटे तेलात शिजवा.
- चिकनबरोबर टोमॅटोचे तुकडे आणि शेरी परत तेलात सोडा. शिमला मिरची, मिरचीपूड, मीठ, मिरपूडसुद्धा टाका. मिश्रणाला उकळी येताच आच कमी करा. झाकण ठेवून मंद आचेवर शिजू द्या.
- वीस मिनिटांनंतर ढवळून चव घ्या, चवीसाठी थोडी अधिक शिमला मिरची टाका (किंचित मिरची). झाकण ठेवून मंद आचेवर पुन्हा २० मिनिटे शिजू द्या.
- टोमॅटोचा छानसा चवदार रस्सा तयार होईल. कोरिझो रिंगचे काप घेऊन भांड्यात सोडा. झाकण ठेवा आणि आणखी ५ मिनिटे मंद आचेवर शिजू द्या.
- आच बंद कर. खायच्या प्रत्येक प्लेटमध्ये रॉकेट लिव्ह्ज ठेवा. चिकनचे २-३ तुकडे ठेवून टोमॅटो सॉस, मिरपूड, आणि कोरिझो यांचा वापर करून छान सजवा आणि खायला द्या.

त्याच स्मृती महाजालावर घटकपदार्थ ठेवल्यानंतर या तीन मेखला जोडा :

१. मिरची आणि कांद्याचे मोठे तुकडे हे चिकनच्या दोन्ही तुकड्यांवर लसूण ठेचताहेत अशी कल्पना करा.

२. एका मोठ्या कॅसरोल भांड्यातील तेलात ब्राऊन चिकनचे तुकडे पोहताहेत, ते उडी मारून प्लेटमध्ये जातात.

३. लसूण, मिरची आणि कांदा हे गरम तेलात उड्या मारतात आणि MaiL (३-

५) बरोबर पोहायला सुरुवात करतात.

४. चिकन उडी मारून MaiLच्या बाहेर येते आणि टोमॅटोचे तुकडे शेरीच्या बाटलीत ठेवते. शेरीमध्ये शिमला मिरची ,चिली, मीठ, आणि मिरपूड सोडून मिश्रण उकळू लागल्यावर त्यावर झाकण ठेवा.
५. A NaSa (२०) एक जहाज झाकणाच्या आत घुसते आणि भांड्यातील पदार्थांचा रसास्वाद घेते.
६. कोरिझोचे तुकडे घेते Sail (०५) आणि खाली झाकून घेते.
७. तुम्ही ते उचला आणि प्लेटमध्ये ठेवलेल्या रॉकेट लिव्ह्जवर ठेवा. चिकन उडी मारून वर येते, त्याच्या चोहोबाजूंनी सॉसचे ओघळ खाली येतात.

व्यवहार

तुमच्या ज्ञानाची परीक्षा घ्या आणि पब कोडे कसे लक्षात ठेवावे, यात तुम्ही किती गुण प्राप्त करू शकता ते पाहा.

कृती- पब कोडे (Pub Quiz)
कालमर्यादा : १० मिनिटे

आमच्या पब कोड्याच्या मदतीने तुम्ही तुमच्या ज्ञानाची चाचणी घ्या.

१. सर्वांत खोल ट्रेंच कोणत्या महासागरात आहे?
२. स्पॅनिश चिकन आणि कोरिझोमध्ये किती तेजपत्ती (Bay Leaves) असतात?
३. पिरिऑडिक टेबलमध्ये पहिल्या ३० मूलद्रव्यांपैकी किती मूलद्रव्यांच्या संज्ञा 'क' या इंग्रजी अक्षराने सुरू होतात?
४. बीजिंग ऑलिंपिकच्या ४ x १०० मीटर रिलेमध्ये जागतिक विक्रम मोडणाऱ्या चार धावपटूंची नावे सांगा.
५. घोषित स्मृतीमध्ये हायपोथॅलामस किंवा हायपोकॅम्पस यांपैकी मुख्य भूमिका कोणाची असते?
६. शेक्सपिअरच्या मते त्याची कोणती तीन नाटके सन १५९१मध्ये लिहिली गेली?
७. ऑस्कर मिळवून 'साउंड ऑफ म्युझिक'ने कोणते साल दणाणून सोडले?
८. जगाची परिक्रमा करून फ्रान्सिस ड्रेकचे कुठे आणि कोणत्या साली

आगमन झाले?

९. सर्वांत उंच ते सर्वांत बुटके या क्रमाने पर्वतांची मांडणी करा : नंगा परबत, कांचनजंगा, अन्नपूर्णा
१०. पिरिऑडिक टेबलमध्ये लोखंडानंतर कोणते मूलद्रव्य येते, त्याची संज्ञा आणि क्रमांक काय?
११. मेंदूतील पुढील भागांपैकी कोणते भाग कारक कौशल्यांचे नियंत्रण करतात? अमिग्दला, सेरिबेलम, मेडुला.
१२. बेसिल आणि लाईमचे मेईनेझ करण्यासाठी किती मेईनेझ लागते?
१३. ३००० मीटर अडथळ्याच्या शर्यतीत जागतिक विक्रम जिच्या नावावर आहे ती कोण? गुलनारा सामितोवा- गल्किना, ली चुनहाँग किंवा कटरिना इर्मॉन्स.
१४. शेक्सपिअरने ***हॅम्लेट*** नाटक कोणत्या साली लिहिले आणि या चित्रपटाला ऑस्कर ॲवॉर्ड कोणत्या साली मिळाले?
१५. विलियम वॉलेसला इंग्रजांनी कधी फासावर चढविले आणि त्याच्या जीवनावर आधारित चित्रपटाला ऑस्कर कोणत्या साली मिळाले?
१६. शेक्सपिअरने हेन्रीवर किती ऐतिहासिक नाटके लिहिली?
१७. ब्रिटिशांनी गुलामी कधी संपुष्टात आणली १८०७, १८०८ किंवा १८०९?
१८. स्पॅनिश चिकन आणि कोरिझो हे किती मिनिटे मंद आचेवर तुम्ही शिजवाल?
१९. उसेन बोल्ट याने बीजिंग ऑलिंपिकमध्ये १०० मीटर धावण्याच्या शर्यतीत किती सेकंदांची जागतिक विक्रमाची नोंद केली?
२०. 'गॉडफादर'ला सर्वोत्कृष्ट चित्रपटाचे ऑस्कर कोणत्या साली मिळाले १९७४, १९७३,किंवा १९७२?

उच्च स्मरणशक्तीची गुरुकिल्ली

- आज बीजे पेरून उद्याचे सामान्यज्ञान शिका आणि वाढवा.
- अधिक गुंतागुंतीची माहिती, संख्या आणि तारखा पाठ करून सर्जनशील स्मरणशक्ती या तंत्राला उच्च स्तरावर घेऊन जा.
- विविध क्षेत्रांतील सामान्यज्ञान लक्षात ठेवण्याच्या विभिन्न पद्धती आहेत : भूगोल, मनोरंजन, इतिहास, साहित्य, शास्त्र आणि निसर्ग , क्रीडा आणि फुरसतीचा वेळ.
- तुमच्या आवडीच्या जेवणातील घटक पदार्थांची नावे आणि शिजविण्याच्या पद्धती लक्षात ठेवण्यासाठी सर्जनात्मक स्मरणशक्ती तंत्राचा उपयोग करू शकता.

१२

लक्षात ठेवण्यासाठी क्रमान्वयन करणे : तुमच्या स्मरणशक्तीवर नियंत्रण ठेवा

या प्रकरणात तुम्ही पुढील गोष्टी शिकाल-

- तुम्ही वस्तू कुठे ठेवल्या आहेत हे मानसिक खुणा वापरून लक्षात कसे ठेवावे
- तूमच्या स्मृतीला अभिसंधित करणारे खेळ
- भविष्यातील स्मृतीचे क्रमान्वयन कसे करावे

आपण आपल्या वस्तू नेहमीच विसरत असतो, मग ते काही तरी कुठेतरी ठेवणे असो किंवा आपणास *करावयाचे* एखादे *महत्त्वाचे* काम असो. पुष्कळ वेळा अनवधानामुळे किंवा आपले अवधान विचलित झाल्यामुळे, असे अनेकदा घडते. तथापि, आपली जाण वाढविणे आणि आपल्याला पुढे घेऊन जाणाऱ्या गोष्टी लक्षात ठेवण्यासाठी करता येण्यासारख्या काही गोष्टी आहेत.

भूतकाळ : माझ्या चाव्या मी कुठे ठेवल्या?

गोष्ट तशी जुनीच आहे; परंतु त्यामागील विचार विश्वव्यापी आहे. एखाद्या वेळी किंवा तुमच्या आयुष्यात अनेक वेळा 'चाव्या मी कुठे ठेवल्या' हा प्रसंग तुम्ही अनुभवलेला आहे, याची मला खात्री आहे. तो अनुभव अत्यंत निराशाजनकसुद्धा असू शकेल; स्वयंपाकाच्या ओट्यावर तुम्ही तुमच्या चाव्या ठेवल्या आहेत हे तुम्हाला *माहिती* आहे. तुम्ही सगळीकडे त्या शोधता; परंतु त्या सापडत नाहीत. कोणीतरी त्या हलविल्या असल्या पाहिजेत. तुम्ही सगळीकडे त्या पुन्हा शोधता. त्या जवळ असताना मागच्या वेळी तुम्ही कोणते कपडे घातले होते याविषयी विचार करता. दहा मिनिटे निघून जातात आणि तुम्हाला जायला आता उशीर होतोय. थोड्या वेळानंतर त्या चाव्या तुमच्या भागीदाराला पुस्तकाच्या कपाटावर सापडतात-

हां, आता मला आठवलं! असे उद्‌गार तुम्ही काढता.

तुम्ही या विशिष्ट प्रसंगाकडे कसे पाहता, तुम्ही तो प्रसंग आणि त्याचा परिणाम हे कसे हाताळता, यासाठी यात बदल घडवून आणणारी आणि अमलात आणता येण्यासारखी एक व्यूहरचना आहे. ती सोपी तर आहेच; तसेच ती प्रत्यक्ष वापरण्यासाठी तुमच्याकडे आवश्यकतेपेक्षा अधिक कौशल्ये आहेत.

परिणामत: लक्षात ठेवण्यासाठी तुम्ही स्वत:ला सज्ज करण्याचा हेतू तुमच्या डोळ्यांसमोर असेल. हे करण्यासाठी तुम्ही काहीतरी वस्तू खाली ठेवता तेव्हा जाणीवपूर्वक प्रयत्न करावे लागतील (या बाबतीत तुमच्या चाव्या); हे करण्यासाठी स्वत:ला अभिसंधित करा, काळाच्या ओघात ती एक सहज सवयच होते.

तुम्ही तुमच्या वस्तू कुठे ठेवल्या आहेत हे अधिकाधिक लक्षात ठेवण्याची क्षमता तुमच्यात निर्माण होते, हेच याचे फलित आहे. हे तुमच्या उपयोगाचे आहे असे वाटल्यास घडणाऱ्या दुसऱ्या गोष्टी केवळ तुम्ही तुमच्या वस्तू कोठे ठेवल्या नव्हे; तर छोटे क्षण किंवा घटना लक्षात ठेवण्यासाठी तुम्ही तीच किंवा तत्सम तंत्रे वापरता, असे तुम्हाला आढळेल. क्षण किंवा घटना या संस्मरणीय असणे, हा त्यांचा मुख्य गुणधर्म आहे; परंतु मनात सूचक प्रतिमा निर्माण करून ते तुमच्या स्मरणात ठळकपणे वर आणू शकता.

कृती - सूचक प्रतिमा / शब्द निर्माण करणे (Tag)

कालमर्यादा : २ मिनिटे

भूतकाळात केलेल्या गोष्टी आठवण्यासाठी तुम्ही स्वतःला अभिसंधित करायला सुरुवात करता, हाच या *कृती* करण्यामागे विचार आहे. छोट्यापासून सुरुवात करा आणि नंतर तुम्हाला गरज आहे असे काहीतरी तुम्ही खाली ठेवत आहात, असा प्रत्येक वेळी जाणीवपूर्वक प्रयत्न करा.

एक सूचक शब्द निर्माण करा- हा शब्द *खाली* यासारखा अगदी सोपा असू शकतो; एका विशिष्ट पद्धतीने उच्चार करून त्याचा सराव करा.

- या सूचक शब्दासाठी शारीरिक कृती निर्माण करा- तुम्ही त्या वस्तूला तुमच्या दोन बोटांनी विशिष्ट पद्धतीने स्पर्श करू शकाल.
- तुमच्या मनात उमटणारी प्रतिमा निर्माण करा- ती वस्तू जिथे जाईल तिथे दुसरा एक पदार्थ पोहोचतो आणि तो त्या वस्तूला *खाली* खेचतोय, अशी कल्पना करा.
- प्रत्यक्ष सरावाच्या वेळी या तीनही गोष्टी एकाच वेळी करा.

उदाहरण

तुमचा फोन किंवा चाव्यांच्या मदतीने याचा प्रयत्न करा- ती वस्तू टेबलावर ठेवा (खाली), तुमच्या दोन बोटांनी तुम्ही त्या वस्तूला स्पर्श करता आणि खाली हा शब्द उच्चारता, त्या वेळी वस्तूला चिकटलेला पदार्थ त्या वस्तूला पकडून ठेवतोय अशी कल्पना करा- हे तत्काळ घडायला हवे. हीच कृती पाच वेळा करा.

त्या ठिकाणी दुसरी एखादी वस्तू झटकन पुढे आणणे, हा दुसरा पर्याय आहे. तुम्ही तुमच्या चाव्या मायक्रोवेव्हच्या शेजारी खाली ठेवल्या आहेत- मायक्रोवेव्हमध्ये त्या धडकतात अशी कल्पना करा (मायक्रोवेव्ह किंचाळतो.) तुम्ही नंतर जेव्हा चाव्यांचा विचार करता, तेव्हा ही प्रतिमा तुमच्या मनात पुढे येईल.

नंतर तुम्ही तुमचा फोन आणि चाव्यांचा विचार करता, तेव्हा तुम्हाला हा क्षण आठवेल म्हणून त्या कुठे आहेत ते आठवेल. तुम्ही हे करायला विसराल हाच खरा प्रश्न आहे, म्हणून विचार न करता सहज घडण्यासाठी तुम्ही स्वत:ला अभिसंधित करणे आवश्यक आहे. तुम्ही त्या वस्तू कुठे ठेवल्या आहेत हे तुम्हाला माहीत आहे, अशा एक ते तीन वस्तू घेऊन असे तुम्ही दिवसातून किमान तीन-चार वेळा करा, आणि नंतरचे सात दिवस त्या वस्तूंना सूचक शब्द /प्रतिमांनी जोडा; हे घडण्यासाठी तुम्हाला जाणीवपूर्वक प्रयत्न करावे लागतील.

कृती - रिकामी जागा शोधा.

कालमर्यादा : १० मिनिटे, एका आठवड्याच्या अभ्यासक्रम कालावधीत करावे.

या क्षेत्रातील तुमच्या स्मरणशक्तीला अभिसंधित होण्यास साहाय्य करणारा आणि खेळता येणारा हा एक सोपा खेळ आहे. गमतीदारसुद्धा आहे- *'माझे... कुठे आहे?'* हा प्रश्न वारंवार पडणारी व्यक्ती तुम्ही असाल तर हा खेळ तुम्हाला आवडेल. जोडपी किंवा कुटुंब डोळ्यांसमोर ठेवून हा खेळ निर्माण केला आहे; तुम्ही स्वत: हा खेळ खेळू शकता. मात्र या खेळात नेहमी तुम्हीच जिंकणार.

नियम

- हा खेळ आठवडाभर चालेल, सोमवारी सुरू होऊन तो रविवारी संपेल.
- खेळाडूंची नावे A4 कागदावर लिहून तो कागद भिंतीवर चिकटवलेला आहे.
- जेव्हा केव्हा कोणी 'माझे... कुठे आहे?' हा प्रश्न किंवा अशा अर्थाचा

शब्द उच्चारील, तेव्हा ती वस्तू शोधण्यासाठी त्यांच्याकडे पाच मिनिटांचा वेळ आहे. जर त्यांनाही ती वस्तू सापडली तर फलकावर काहीही लिहिले जाणार नाही; परंतु त्यांना सापडली नसल्यास X ही खूण केली जाईल (एका दिवशी जास्तीत जास्त तीन Xs खुणा किंवा परिणाम तो तुम्ही ठरवा).

- पाच मिनिटांत त्यांना सापडल्या नाहीत तर इतर प्रत्येक जण शोधण्यात सहभागी होतो; तुम्हाला सापडले तर एक जीवदान मिळते (स्टार किंवा ओके) आणि भविष्यात मिळणाऱ्या एका X पासून तुमची सुटका होते.
- सर्वांत जास्त Xs मिळविणारी व्यक्ती आठवड्याच्या शेवटी दंडास/शिक्षेस पात्र ठरते- हॉटेलात जेवणाची पार्टी किंवा सिनेमा, किंवा लहान मुले असतील तर काहीतरी न आवडणारे; परंतु गमतीदार काम करायला सांगणे, असे शिक्षेचे स्वरूप असू शकेल.

तुमचे एक कुटुंब असेल तर हा खेळ अत्यंत रंजक होऊ शकतो; तुम्ही तुमची वस्तू कुठे ठेवली आहे हे आठवायला किती जलद तुम्ही अभिसंधित होता हे मोठे मनोरंजक आहे. सूचक शब्द व्यूहरचनेशी हा खेळ जोडा आणि वस्तू कुठे आहेत हे विसरणे म्हणजे भूतकाळातील गोष्ट झाली, असे तुम्हाला दिसेल. *विसरणे आता विसरा* असेच म्हणावे लागेल.

कालरेषेत रममाण व्हा. (Play the Timeline)

सूचक प्रतिमा वापरूनसुद्धा तुम्ही अद्यापही आठवू शकत नाही असे तुम्हाला आढळले, तर पुढच्या वेळी एखादी वस्तू कुठे आहे ते तुम्ही विसराल. घरभर शोधण्यापेक्षा क्षणभर थांबा, खोलवर श्वास घ्या, तुमचे शरीर सैल सोडा आणि प्रश्न विचारा *'माझ्या... कुठे आहेत?'* उत्तर मिळेल या अपेक्षेने प्रश्न विचारा. तुमच्या मनाला हवेत तरंगू द्या आणि मागच्या वेळी तुम्ही त्या वस्तू ठेवल्या होत्या तिथपर्यंत तुम्हाला मागे घेऊन जाऊ द्या; या वेळी सखोल आठवा. तुमच्या मनात सुस्पष्ट चित्र आल्यावर कालरेषेवर खेळत त्या वस्तू मागच्या वेळी कुठे ठेवल्या होत्या हे आठवेपर्यंत शक्य तेवढे मागे जात राहा.

या तंत्राचा वापर करताना अर्ध्यातच ती वस्तू ठेवल्याची जागा अचानक तुमच्या मनात झटकन पुढे येईल. तुम्ही ती वस्तू खाली ठेवली होती तेव्हा निर्माण झालेले चेतापेशीय बंध पुन्हा दिसावेत म्हणून तुम्ही प्रयत्न करता. खरे तर अशा अवस्थेत तुम्ही विभिन्न बंध शोधत असता.

भविष्य : दूध विसरू नका!

भविष्यात एका विशिष्ट वेळी एखादी गोष्ट तुम्हाला आठवावी,अशी तुमची अपेक्षा असलेले अनेक प्रसंग असतात; असे घडण्यासाठी कशाने तरी त्या स्मृतीला चेतवले पाहिजे. सर्जनशील स्मरणशक्तीद्वारा भावी स्मृतीची निर्मिती करून तुमच्या सुप्त मनाला प्रभावीपणे सूचना देऊ शकता, स्वत:ला क्रमान्वित करून भविष्यात एखाद्या प्रसंगी जी गोष्ट आठवावी अशी अपेक्षा करता, ती यातून साध्य करता येते.

याची तुलना तुम्हाला तुमच्या फोनवर सतत लोंढ्याने येणाऱ्या एसएमएसबरोबर करता येईल; त्याचप्रमाणे अलंकारिक भाषेत सांगायचे झाल्यास तुमचे सुप्त मन जेव्हा एखाद्या घटनेने चेतवले जाते, तेव्हा तुमच्या जागृत मनाकडे अशाच कृती रेटत असते.

कृती- तुमचा घट्ट आधार निर्माण करणे (Creating your Anchor)
कालमर्यादा : ५ मिनिटे
सूचक शब्द किंवा प्रतिमा निर्मिती तंत्राप्रमाणेच या तंत्राचे कार्य चालते. फरक इतकाच की, ती वस्तू आता कोठे आहे यापेक्षा ती आपल्याला भविष्यकाळात कशी आठवेल हे महत्त्वाचे असते. तुम्ही निर्माण केलेल्या आधाराने भविष्यातील एका घटनेसाठी अजाणतेपणे जी घटना घडताना चेतवली जाते अशी स्मृती तुम्ही निर्माण करीत असता.

उदाहरण

काम संपल्यावर एक लिटर दूध घ्यायचे आहे, हे आठवावे अशी तुमची इच्छा असते.

- *आधार शब्द निर्माण करा- आठवा हा शब्द वापरू या. एका विशिष्ट पद्धतीने हा शब्द मोठ्याने म्हणा.*
- *त्या शब्दाला शारीरिक कृतीची जोड द्या- चुटकी वाजविणे असू शकेल.*
- *भावी स्मृती निर्माण करा- तुम्ही ट्रेनमधून उतरलात आणि गेटमधून बाहेर पडताना तुम्ही तिकीट चेक करण्याच्या मशिनमधील तिकिटासाठीच्या खाचेत तिकीट ढकलताच त्यातून प्रचंड मोठे दुधाने भरलेले भांडे तुम्हाला मिठी मारायला धावून येताना तुम्ही पाहता.*
- *तुमच्या मनात एकदा प्रतिमा सुस्पष्ट झाली की वरील तिन्हींचा एकत्रित मारा*

करा- गोष्ट पाहा आणि त्या गोष्टीत प्रचंड दूध येताच दूध आठवा असे म्हणा आणि दूध या शब्दावर तुमचे बोट दाबा.

तुम्ही ट्रेनमधून बाहेर पडताना तुम्ही गेटवरील तिकिटांच्या मशिनपर्यंत/खाचेपर्यंत पोहोचण्यापूर्वीच तुमच्या डोक्यात दूध उसळून वर आल्याचे आढळेल. असे घडल्यास तुम्ही तिथे जाईपर्यंत ते तुमच्या लक्षात राहणे महत्त्वाचे आहे. बहुतेक वेळा आधी किंवा योग्य क्षणी स्मृती चेतवली जाते.

पहिल्या तंत्राप्रमाणे या तंत्राला थोडा अधिक सराव लागतो : तुमचा विचार करण्याच्या शैलीप्रमाणे अभिसंधित होण्याकरिता पहिले सात दिवस दररोज किमान एक ते पाच वेळा हे तंत्र वापरण्याचे तुमचे ध्येय असले पाहिजे.

मर्मदृष्टी

हे तंत्र खरेच सोपे असून, अगदी योग्य क्षणी डोक्यात आठवण उसळून वर येते, त्यामुळे ते मला अद्यापही प्रभावी आढळून आले आहे. तुमच्या लक्षात ठेवायच्या क्षमतेत ते अत्यंत शक्तिशाली संदर्भ निर्माण होण्याचा परिणाम या दोन्ही तंत्रांच्या आनुषंगिक परिणामांपैकी एक आहे.

शक्तिशाली संदर्भांच्या आधारे तुम्ही मजबूत विश्वास निर्माण करता आणि तुमच्या क्षमतेविषयीच्या विश्वासामुळे तुमच्या स्मरणशक्तीमध्ये सतत सुधारणा होत राहते.

उच्च स्मरणशक्तीची गुरुकिल्ली

- सूचक शब्द/ प्रतिमा तंत्राचा वापर करून सराव करा : तुम्ही तुमच्या वस्तू कुठे ठेवल्या आहेत हे आठवण्यासाठी शारीरिक कृती, मुख्य शब्द आणि दृक्- प्रतिमा यांचा एकत्रित मारा करा.
- सात दिवसांचे आव्हान स्वीकारा आणि तुमच्या संबंधित वस्तू कुठे ठेवल्या आहेत याचा विचार न करता, पटकन आठवण्यासाठी तुम्ही स्वतःला अभिसंधित करा.
- ***रिकामी जागा शोधा*** हा खेळ तुमची कौशल्ये सुधारण्यासाठी सूचक शब्द तंत्राबरोबर गंमत म्हणून खेळा.
- कालरेषा तंत्र वापरण्याचा प्रयत्न करा. तुम्ही विसरलेली वस्तू कुठे होती तिथपर्यंत तुम्ही स्वतःला मागे घेऊन जा आणि कालरेषा पुढे पळतेय, अशी कल्पना करा.
- भविष्यात करावयाच्या गोष्टी लक्षात राहण्यासाठी मुख्य शब्द, शारीरिक कृती आणि भावी स्मृतीचा समावेश असलेला घट्ट आधार निर्माण करा. तिन्ही गोष्टींचा एकत्रित मारा करून स्वतःला क्रमान्वित करा.
- भावी स्मृतीच्या मदतीने स्वतःचे क्रमान्वयन करण्याचा सराव करा.

१३

माहितीचे प्रचंड ओझे : लक्षात ठेवण्याकरिता व्यूहरचना

या प्रकरणात तुम्ही पुढील गोष्टी शिकाल :

- माहिती गाळून घेणे आणि समर्पक माहिती लक्षात ठेवण्याची तंत्रे
- वृत्तपत्रीय लेख आणि ताज्या बातम्या कशा लक्षात ठेवाव्यात
- संपूर्ण पुस्तक लक्षात ठेवण्याची प्रक्रिया
- मीटिंग्ज, सादरीकरणे आणि परिषदांमधील तपशील जलद गतीने कसे पकडावेत

माहितीचे प्रचंड ओझे हाताळणे, हे तुमची लक्षात ठेवण्याची क्षमता वाढविण्यापेक्षाही मोठे काम आहे. समर्पक काय आहे ते गाळून घेणे, वेळेचे नियोजन करणे आणि तुम्ही किंवा इतरांनी केलेल्या मूल्यमापनाच्या आधारे प्राधान्यक्रम ठरविण्याविषयी सांगणे, हा अर्थ दैनंदिन जीवनाच्या संदर्भात अभिप्रेत आहे. जी माहिती पचवायची, शिकवायची आणि जीवनातील विविध क्षेत्रांत वापरायची तुमची इच्छा आहे, अशीच माहिती तुमच्याजवळ राहील. तुमचा वैयक्तिक किंवा कौटुंबिक विकास असू शकेल; नवीन कौशल्ये किंवा खेळ; कामाच्या संदर्भातील दैनंदिन ई-मेल्स ताज्या घडामोंडीशी अद्ययावत ठेवणे; उपलब्ध असलेल्या माहितीचा अमर्याद साठा असू शकेल.

ई-मेल्स आणि सामाजिक प्रसारमाध्यमे

आपल्याला मिळणाऱ्या माहितीमध्ये ई-मेल्स आणि सामाजिक प्रसारमाध्यमांचे प्रमुख योगदान आहे.

सामाजिक प्रसारमाध्यमांच्या युगात ट्विटर, फेसबुक आणि नित्य विकसित होणारे गुगल+ अशा विभिन्न माध्यमांकडे माहितीसुद्धा स्थानांतरित केली जाते. हे पुस्तक लिहिण्यास सुरुवात केली तेव्हा यूकेमध्ये २९ दशलक्ष लोक फेसबुक वापरत होते आणि ज्या पद्धतीने आपण मोबाईल आणि टॅब्लेट्स यांच्या सर्रास

वापरामुळे बदलत जाणारी माहिती पचवतो, यामुळे कुठेही माहिती मिळविता येण्याच्या क्षमतेमुळे आपल्याला प्राप्त होणाऱ्या संधींमध्ये भरच पडते. या माध्यमांच्या साहाय्याने तुम्हाला आधार देणे आणि तुम्ही काय घेऊ शकाल आणि कसा उपयोग करू शकाल यात सर्जनशील स्मरणशक्ती महत्त्वाची भूमिका बजावू शकेल.

स्वत:ला प्रस्थापित करणे

हे एक सोपे तंत्र आहे; परंतु व्यसनाधीन होण्याचे गुणधर्म असलेल्या ई-मेल आणि सामाजिक प्रसारमाध्यमांच्या स्वरूपामुळे काही नवीन आले आहे काय, पूर्वीच्या ई-मेलला किंवा टपालाला कोणी उत्तर दिले आहे काय, प्रतिसाद देण्यासारखे महत्त्वाचे काही आहे काय, हे निरंतर चेक करण्याची पुष्कळ लोकांची इच्छा असते. तसा विचार केला तर ही काही समस्या नाही; तथापि, तुमच्या व्यवसायानुसार कामाच्या दिवशी तुम्हाला पुष्कळ ई-मेल्स आल्याचे दिसतील. त्यांतील काहींवर तत्काळ कृती करण्याची गरज असेल; थोडेबहुत लक्षात ठेवण्यासाठी काही असतील आणि इतर केवळ माहिती देण्याच्या हेतूने आलेले असतील.

कामात स्वत:ला प्रस्थापित करण्यासाठी दिवसातील कोणत्या वेळी तुम्ही ई-मेल्सना प्रतिसाद देणार आहात आणि केव्हा देणार नाहीत, यानुसार दिवसातील वेळेची विभागणी करा. सकाळी, दुपारच्या जेवणाच्या आधी आणि संध्याकाळी उशिरा अशा वेळा उत्तम. एखादी महत्त्वाची माहिती सुटेल अशी चिंता वाटू शकते; परंतु खरोखरच ती अत्यंत महत्त्वाची असेल तर निश्चितच तुमचे लक्ष वेधून घेईल. या कालावधीत इतर उपक्रम टाळा, पुनर्प्राधान्यक्रम ठरवा, मागे ढकला आणि या नियमाला चिकटून राहा. तुम्ही काय करताहात हे लोकांना कळू द्या, त्यामुळे ते त्यांच्या अपेक्षा निश्चित करू शकतात आणि प्राधान्यक्रम उच्च असल्यास इतर साधनांमार्फत तुमच्याशी संपर्क साधण्याची त्यांना संधी द्या. तुमच्या व्यवसायानुसार स्वत:ला प्रस्थापित करणे ही खरी समस्या नसेल; परंतु ई-मेल्स किंवा माहिती अद्ययावत करणे हे तुमच्या कार्यात अडथळा निर्माण करीत असतील तर त्यांच्या जागी तुम्हाला मदत होऊ शकेल अशा एखाद्या पर्यायी प्रतिमानाविषयी विचार करा.

गाळणे आणि लक्षात ठेवणे

ई-मेलद्वारा काम करण्याची पूर्वनिर्धारित वेळ एकदा निश्चित केल्यानंतर महत्त्वाची माहिती आणि आनुषंगिक कृती लक्षात ठेवण्याकरिता वेळीच मोर्चेबांधणी करा. साधारणत: ही माहिती स्मृती महाजालांवर तात्पुरती टाकली जाऊ शकते. त्याच दिवसापुरत्या केवळ कृती किंवा नंतरच्या तारखेला त्या माहितीच्या मागे

जाऊन संदर्भ घेणार आहात, एवढेच लक्षात ठेवणे उपयुक्त ठरते.

माहितीच्या ढिगाऱ्यातून समर्पक माहिती गाळून घेऊन लक्षात कशी ठेवावी, यासाठी तुम्ही तुमचे मनोरेखन, गतीय वाचन आणि सर्जनशील स्मरणशक्ती वापरू शकाल, याविषयी येथे मार्गदर्शन केले आहे.

▶ आज, या आठवड्यात, या महिन्यात (उच्च स्तरावरील काम, प्रत्येक काम नाही) काय महत्त्वाचे आणि/किंवा तुमच्यासाठी ते तातडीचे आहे यासाठी माहिती गाळण यंत्रणा स्थापित करा. काय संबंधित/समर्पक आहे याकरिता सुसज्ज व्हायला याची मदत होईल.

▶ कृतिदर्शक मनोरेखनाला तुमची गाळण यंत्रणा असलेली शाखा जोडून अद्ययावत करा. (iMindMap नावाचे सॉफ्टवेअर किंवा श्वेतफलकावर हाताने काढलेली मनोरेखने उत्तम).

▶ कृतियुक्त स्मृती महाजालांना जोडायच्या गाळण यंत्रणेची निवड तुम्ही करू शकता.

▶ तुमचे ई-मेल्स आणि जोडलेल्या कागदपत्रांचे वेगाने वाचन करा, आवश्यक तेथे प्रतिसाद द्या आणि जे लक्षात ठेवणे आवश्यक आहे, त्यावर खूण करा किंवा दुसरी एखादी कृती करा.

▶ तुम्हाला लक्षात ठेवायची किंवा करायची कोणतीही गोष्ट अगोदरच तुम्ही तुमच्या कृतियुक्त मनोरेखनाला जोडा.

▶ कोणत्या गाळणशाखेची गरज आहे हे निश्चित करा- दिवस, आठवडा, महिना(नंतर).

▶ आज काय करण्याची गरज आहे हे लक्षात ठेवा आणि कृती करा.

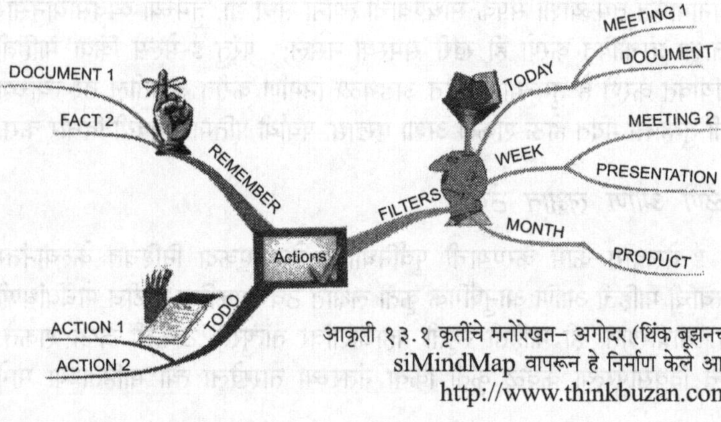

आकृती १३.१ कृतींचे मनोरेखन– अगोदर (थिंक बूझनच्या siMindMap वापरून हे निर्माण केले आहे. http://www.thinkbuzan.com)

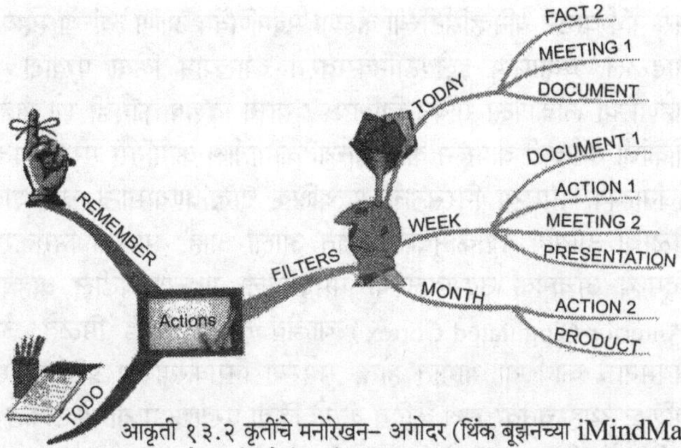

आकृती १३.२ कृतींचे मनोरेखन– अगोदर (थिंक बूझनच्या iMindMap वापरून हे निर्माण केले आहे. http://www.thinkbuzan.com)

कागदपत्रे आणि लेख

ताजे ज्ञान आणि संशोधनकार्य अद्ययावत ठेवल्याने तुमच्या ज्ञानाला धार प्राप्त होते, तुमच्या क्षेत्रातील एक तज्ज्ञ व्यक्ती म्हणून नाव होते आणि ***त्यांना** भेटा* अशी संदर्भ व्यक्ती म्हणून तुमच्या क्षेत्रात तुम्हाला ओळख मिळते.

कृती-लेखविषयक आव्हान

कालमर्यादा : ३० मिनिटे

- या लेखातील मुख्य मुद्दे पाहा आणि त्यातील घटना लक्षात ठेवण्यासाठी सर्जनशील स्मरणशक्ती तंत्राचा उपयोग करा. तुम्ही स्मृती महाजाल किंवा मेखला पद्धती किंवा दोन्हींचे मिळून झालेल्या संयुक्त तंत्राची निवड करू शकता.

हास्याकडून मर्मदृष्टीकडे

सुखी मानसिकता 'आहा !' क्षणाला प्रेरित करते.

शब्दकोडे सोडवून खल्लास झालात? टी.व्ही.वरील एखादा विनोदी कार्यक्रम पाहण्यासाठी विश्राम घेण्याचा प्रयत्न करा. आनंदी आणि प्रसन्न मनाच्या लोकांकडे उत्स्फूर्त प्रेरणा देणारे 'सापडले (Eureka)' असे क्षण असतात, असे अलीकडच्या संशोधनात दिसून आले आहे.

स्वयंसेवकांच्या मानसिकतेला प्रोत्साहन दिल्याने त्यांचे *'आहा!' क्षण* वाढण्याची संभाव्यता वाढते आणि त्यामुळे त्यांना शब्दकोडे सोडवायला मदत झाली,

असे नॉर्थ वेस्टर्न युनिव्हर्सिटीच्या करुणा सुब्रमणियम आणि त्यांच्या सहकाऱ्यांना आढळले. क्वाण्टम इलेक्ट्रॉनिक्सवरचे व्याख्यान किंवा एखादा भयपट पाहणाऱ्या लोकांपेक्षा रॉबिन विलियम्स यांचा विशेष कॉमेडी शो पाहणाऱ्या लोकांची मर्मदृष्टी वापरून करावयाच्या कामातील कामगिरी सरस आढळली. सर्जनात्मक समस्या निरसनाचे प्रात्यक्षिक दाखविण्यासाठी चार शब्दांच्या खेळाचा उपयोग दशकानुदशके होत आला आहे. समस्या निराकरणापूर्वी मेंदूमध्ये अचानक उद्‌भवलेल्या मर्मदृष्टीला मेंदूच्या पुढील बाह्यभागात (Anterior Cibgulated Cortex) वाढीव कृतींची जोड मिळते. अवधान नियमनाचे कार्य या भागात होते. समस्या निराकरण या प्रक्रियेत एखाद्या विशिष्ट व्यूहरचनेवर लक्ष केंद्रित करणे किंवा एखाद्या नव्या गोष्टींकडे वळणे आणि मेंदूतील इतर क्षेत्रांशी समन्वयाने काम करण्याची गरज भासते. सकारात्मक मानसिकता असलेल्या लोकांच्या कामात ACC क्रियेचे प्रमाण अधिक असल्याचे क्रियात्मक मुद्द्याच्या बाबतीत सुब्रमणियम यांना आढळले. हेच प्रमाण नवीन उत्तरे शोधण्यास मेंदूला तयार करण्यासाठी कदाचित साहाय्यभूत ठरले असावे. उत्कंठावर्धक चित्रपट (द शायनिंग) पाहणाऱ्या लोकांनी ACC क्षेत्रात कमी कृती आणि समस्या सोडविण्यात कमी सर्जनशीलता दाखविली.

एलिझाबेथ किंग हम्फ्रे
सायंटिफिक अमेरिकन मॅग्झिन, मे, २०११

- तुमचे मुख्य विचार पकडणारे मनोरेखन तयार करा (दोन मिनिटांत पकडण्याची अवस्था आहे).
- मनोरेखनातील शब्द मोठ्याने उच्चारत रंग देऊन ते सुशोभित करा, सजवा.
    - मुख्य प्रतिमा वेगळ्या काढा.
    - सुखद मानसिकता
    - करुणा सुब्रमणियम
    - रॉबिन विलियम्स
    - शब्द कार्य
    - ACC आहा! उत्तरे
- *डेड पोएटस् सोसायटी*तील वर्गखोलीचा पृष्ठभूमीसारखा (Backdrop) उपयोग करून खोलीच्या दोन्ही बाजूंना प्रत्येकी एक गट असलेली एक मेखला तयार करा- मेखलेतील *तीन शब्द* वेचून त्यांची *सांगड उत्तराच्या* बाटलीशी *जोडतात* तेव्हा *करुणा* आणि *विलियम्स* दोघांना आनंद होतो-

'आहा!' म्हणून विलियम्स ओरडतो.

- मनोरेखनाचा आधार न घेता संपूर्ण लेख तोंडपाठ करा.

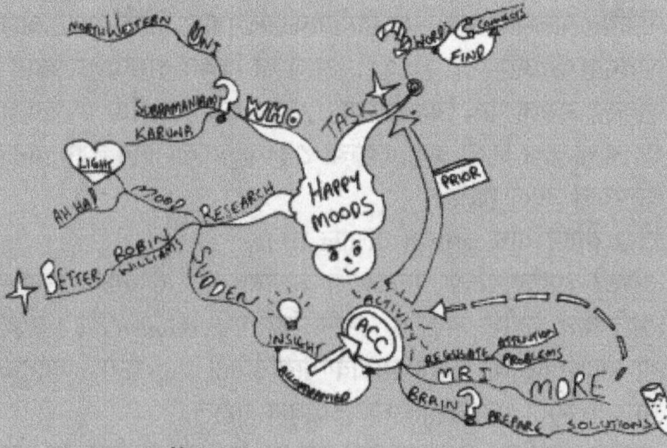

आकृती १३.३ मनोरेखन सांगाडा

बातमी (News)

मागच्या महिन्यात, मागच्या वर्षात किंवा मागच्या आठवड्यातसुद्धा काय घडले यापेक्षा आता काय घडले आहे, याविषयी बातमीतील कथा असते, म्हणून तुमच्या स्मृतिकोशात एका ताज्या बातमीची भर पडावी अशी तुमची इच्छा असेल तर, ही एक जलद आणि सोपी पद्धती आहे.

कृती - ठळक बातम्या
कालमर्यादा : १५ मिनिटे

- ताज्या वार्ताकथांसाठी स्मृती महाजाल निर्माण करा आणि त्यांची तुमच्या आवडीच्या संवर्गात विभागणी करा.
  - जग
  - यूके/भारत
  - राजकारण
  - खेळ
  - मनोरंजन
- प्रत्येक भागासाठी कदाचित तुम्हाला केवळ १० जोडस्थळांची गरज पडेल.

तुम्ही तुमची बातमी टी.व्ही., फोन, संगणक किंवा वृत्तपत्र यांच्याद्वारा मिळविली असेल तर वाचताना, ऐकताना किंवा ती पाहताना तुम्ही पुढील गोष्टी करा-

- संबंधित बातमीविषयक लेखासाठी एक संदर्भगोष्ट निर्माण करा. आजच्या बातमीत ७ ऑगस्ट, २०११, आज तो जिवंत असता तर कसा दिसू शकला असता याचे चित्र रंगवणारी, एका वयोवृद्ध अँडी वऱ्होल यांच्या शिल्पाची कथा आली आहे. त्याच्या ८३व्या जयंतीनिमित्त त्याचे अनावरण करण्यात आले होते.
- लेख वेगाने वाचा (वाचत असाल तर).
- *ॲण्डी वऱ्होल* यांच्या पुतळ्याची कल्पना करा. ते एकदा म्हणाले, *'भविष्यात प्रत्येक जण १५ मिनिटांकरिता FaMous (८३) होईल.'*
- या संदर्भगोष्टीची घनता वाढविण्यासाठी dial up करा, ज्यामुळे ती तुमच्या स्मृती महाजालात घट्ट अडकून राहील.
- तुमच्या मनोरंजन महाजालातील एखाद्या ताज्या बातमीशी या गोष्टीचे साहचर्य स्थापित करण्याची तुमची इच्छा आहे का, ते आता निश्चित करा; असे केल्यावर ॲण्डी वऱ्होलचा पुतळा तुमच्या पहिल्या जोडस्थळाला जोडा.
- एकदा प्रत्येक संवर्गासाठी तुम्ही निर्माण केलेली सर्व जोडस्थळे भरून झाल्यावर, त्यांच्यावरील माहिती सरळ खोडून टाका आणि कृती पुन्हा सुरू करा; काही कथांमध्ये तुम्ही अधिक तपशील जोडत जाता, दुसऱ्या काहींच्या बाबतीत त्या कमी समर्पक वाटल्यामुळे त्या केवळ एका दिवसापुरत्या टिकतात.

पुस्तके

एक पुस्तक लक्षात ठेवण्यासाठी अनेक तंत्रांचा एकत्रित वापर करणे आवश्यक असते; तुम्हाला किती काम करावे लागेल हे तुम्हाला अपेक्षित असलेल्या तपशिलाच्या स्तरावर अवलंबून असते. तुमची उद्दिष्टे साध्य करण्यासाठी आणि तुम्ही शिकलेल्या गोष्टींचा प्रत्यक्ष उपयोग करण्यासाठी तुमच्याकडे उपलब्ध असलेल्या सर्व किंवा व्यूहरचनांच्या उपसंचाचा उपयोग करण्याचा पर्याय उपलब्ध आहे.

वाचन व्यूहरचना हे प्रकरण चाळल्यावर त्यात पुढील पायऱ्यांचा समावेश आहे हे तुम्हाला कळेल-

- उद्दिष्ट आणि दिशा निर्माण करा.
- पूर्व अवलोकन करून स्वत:ला सुसज्ज करा.
- १०,००० फुटीय दृश्य मनोरेखनाच्या मदतीने पकडा.
- आकलन आणि अध्ययनासाठी वेगाने वाचन करा.

संपूर्ण पुस्तक लक्षात ठेवण्याची आठ सोपान व्यूहरचना

पायऱ्या

१. उद्दिष्ट आणि दिशा निर्माण करा.
२. पूर्व अवलोकन करून स्वत:ला सुसज्ज करा.
३. १०,००० फुटीय दृश्य मनोरेखनाच्या मदतीने पकडा.
४. तुमच्या मानसिक आधाराची बांधणी करा, संबंधित अनुक्रमणिका आणि स्पष्टीकरण कोश पाठ करा.
५. आकलन आणि अध्ययनासाठी वेगाने वाचन करा.
६. पुस्तकाचे सविस्तर मनोरेखन तयार करा.
७. घटना, आकडेवारी आणि तपशील पाठ करा.
८. कृती करा.

- तुम्ही एखादे पुस्तक का वाचत आहात हे तुम्हाला एकदा कळले, की तुमचे उद्दिष्ट आणि त्याची दिशा सुस्पष्ट होते (२ मिनिटे).
- उद्दिष्टे सुस्पष्ट असतील तर तुमच्या डोळ्यांत भरणाऱ्या समर्पक माहितीसाठी अवधान सज्ज ठेवून पूर्व अवलोकन करण्याचे काम सुकर होते (५ मिनिटे).
- १०, ००० फुटीय दृश्याचे मनोरेखन करा; तुमचे मनोरेखन जलद गतीने पूर्ण करा आणि काही मूलभूत प्रश्न पकडत असताना तुम्हाला आधीच ज्ञात असलेल्या माहितीवर मनन करण्यासाठी हा वेळ वापरा (१० मिनिटे).
- तुमच्या मानसिक आधाराची बांधणी करा, सामग्री कितपत परिचित आहे यावरून पुस्तकातील अनुक्रमणिका आणि स्पष्टीकरण कोशातील किती संकल्पना लक्षात ठेवायच्या आहेत, हे निश्चित करा. नेहमीच हे आवश्यक आहे असे नाही. विषय नवीन असेल तर किमान काही अपरिचित संकल्पना पाठ कराव्यात, हा सर्वसाधारण ढोबळ नियम आहे/ मूलभूत सिद्धान्त आहे. या प्रक्रियेतून गेल्याने तुम्ही गतीय वाचनाला सज्ज होत. पुस्तक वाचल्यानंतर तुम्ही मनातल्या मनात पुस्तकाची पाने वाचू शकता आणि त्यामुळे अधिक बंध निर्माण करता येतील. (काठिण्य पातळीनुसार १० मिनिटे ते १ तास). या टप्प्यासाठी कमाल एका तासाची मर्यादा घालून घ्या.

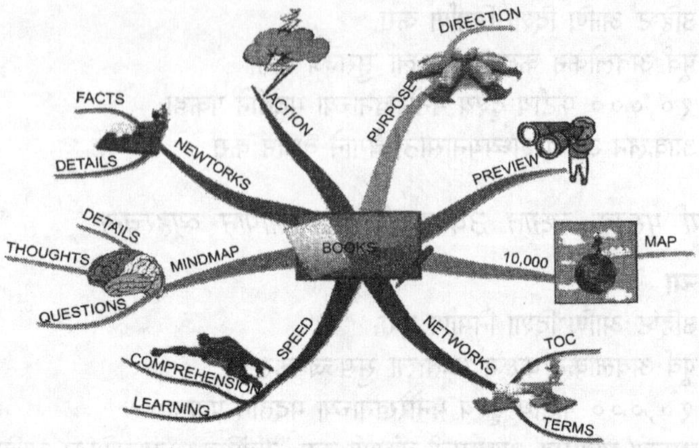

आकृती १३.४ पायरी मनोरेखन (थिंक बूझनच्या siMindMap वापरून हे निर्माण केले आहे. http://www.thinkbuzan.com)

- तुमच्या मनातील ज्ञात असलेली माहिती ही बाहेरून प्राप्त होणाऱ्या माहितीशी कशा प्रकारे संबंधित आहे, यावर मनन करीत आशयाचे वाचन वेगात केल्याने तुम्हाला सखोल ज्ञानाची प्राप्ती होते. उडी मारून मागे जाणे, प्रतिगमन आणि पुटपुटणे टाळण्यासाठी गतीय वाचन या विभागात चर्चिलेल्या व्यूहरचनांवर तुम्ही मेहनत करणे महत्त्वाचे आहे (१५ मिनिटे ते २ तास). दोन तास संपले असतील तर पुन्हा सुरुवात करण्यापूर्वी विश्राम करा.
- तुमचे वाचन पूर्ण झाले असल्यास सुरुवातीच्या अनुक्रमणिकेच्या पाठांतराची सविस्तर मनोरेखनाला मदत होऊ शकते. मनात आठवून हे करण्याचे ध्येय ठेवा आणि गरज पडली तरच संदर्भासाठी पुस्तकाकडे वळा. तुमच्याकडून चुका झाल्या तर त्यात गैर काही नाही; तुम्ही पुढच्या टप्प्यात तुमच्या स्मृती महाजालांची बांधणी करता, त्या वेळी तुमच्या मनोरेखनाचा संदर्भ घेऊन पडताळून पाहा (१५ मिनिटे ते २ तास).
- तुमचे मनोरेखन पूर्णत: तयार झाल्यावर काही मुख्य घटना आणि तपशील लक्षात ठेवण्यासाठी तुमच्या स्मृती महाजालांची निर्मिती तुम्ही करू शकता. या बिंदूवर तुम्हाला पुस्तकाचा संदर्भ घ्यायची गरज पडू शकेल (१५ मिनिटे ते ...?). याला लागणारा वेळ हा तुमच्या माहितीच्या घनतेवर अवलंबून राहील.
- तुम्ही जे शिकलात त्याचा प्रत्यक्ष वापर करणे, ही शेवटची आवश्यक पायरी आहे. एखादे सादरीकरण किंवा निबंधाच्या स्वरूपात हे असू शकेल, आणि ते जर कौशल्य विकसित करण्यासंबंधात असेल तर तुम्ही त्या कौशल्याचा

प्रत्यक्ष उपयोग करा. तुम्ही केलेली कोणतीही कृती मूळ उद्दिष्ट डोळ्यांपुढे ठेवूनच झाली पाहिजे (काही पुस्तकांसाठी सर्वच्या सर्व पायऱ्यांमधून जाण्याची आवश्यकता भासणारही नाही. तुमची उद्दिष्टे निश्चित करणे, पूर्व अवलोकन, मनोरेखन तयार करणे आणि काही मुख्य घटना पाठ करणे, एवढेसुद्धा पुरेसे असेल. याला कमीत कमी ३० मिनिटे लागू शकतील).

तुम्ही निर्धारित केलेला वेळ हा तुमचे उद्दिष्ट आणि तुम्हाला पाहिजे असलेल्या माहितीच्या तपशिलाचा स्तर यांवर अवलंबून राहील. उदाहरणार्थ, पदव्युत्तर पदवीचा अभ्यास करताहात, तर बराच अधिक वेळ देणे बंधनकारक आहे; जर तुम्हाला अद्ययावत प्रकल्प व्यवस्थापन कौशल्ये नवीन प्रकाशनातून शिकायची असल्यास तुमच्या वेळेची गुंतवणूक किमान राहील.

मर्मदृष्टी

प्रचंड मेहनत करावी लागणार आहे असे सुरुवातीला वाटेल. प्रत्यक्षात मात्र सरळ पुस्तक वाचण्याच्या तुलनेत यासाठी लागणारा वेळ कमी आहे; याशिवाय माहिती दीर्घ काळ स्मरणात ठेवण्यास तुम्ही समर्थ होण्याचा प्रमुख फायदा होईल. 'तुमच्या आवडीची तीन पुस्तके निवडा आणि या प्रक्रियेतून जा' असा माझा तुम्हाला सल्ला असेल. याच्याशी खेळत राहा आणि याच्याशी जुळणारे तुमचे स्वतःचे प्रतिमान या आधारे निर्माण करा.

काही पुस्तकांचे पुरेसे आकलन होण्यासाठी तुम्हाला थोड्या अधिक कृती कराव्या लागतील. क्रमान्वयन हे याचे एक चांगले उदाहरण असू शकेल. पुस्तक वाचून वाक्यरचना आणि संकल्पनांचे पाठांतर केल्यास काय चाललंय हे कळण्याच्या बिंदूपर्यंत तुम्ही पोहोचू शकाल. तथापि, लॅपटॉप उचलणे आणि क्रिया आणि वर्ग निर्मितीस सुरुवात करणे तुम्हाला शक्य होणार नाही. केवळ संकल्पना समजणे पुरेसे नाही; निष्णात किंवा मूलभूत क्रमान्वित कार्यक्रम निर्मातासुद्धा होण्यासाठी तुम्हाला *लेखन संकेतांवर* (Writing Code) प्रभुत्व मिळवावे लागेल.

तुमचे काम करण्यासाठी आकलनाच्या स्तराचे आवश्यक ज्ञान असल्यास तुम्ही श्रेष्ठ व्यक्ती व्हाल. शिक्षक म्हणून तुम्हाला अर्हता प्राप्त करण्याच्या हेतूने तुम्ही शरीररचनेचा अभ्यास करीत असाल तर तुमच्या ज्ञानाची खोली फिजिओथेरपिस्ट ही अर्हता प्राप्त करण्यासाठी अभ्यास करणाऱ्यांच्या (विद्यार्थी) ज्ञानपातळीबरोबर असून चालणार नाही.

कृती- पुस्तक पाठ करा

कालमर्यादा : २ तास

तुम्हाला जे माहीत आहे ते प्रत्यक्षात वापरणे आणि तुम्हाला समर्पक वाटणारी आणि काहीतरी हेतू साध्य करण्यात साहाय्य करणारी पुस्तकातील माहिती लक्षात ठेवण्यासाठी आतापर्यंत तुम्ही शोधलेल्या सर्व व्यूहरचनांचा एकत्रित उपयोग करण्याची ही वेळ आहे.

- या व्यवसायासाठी तुम्ही स्वतःवर दोन तासांची मर्यादा घालून घेतली पाहिजे, आणि त्या कालावधीत अधिकात अधिक शक्य होईल ते करा. हा तुमचा पहिलाच प्रयत्न असेल तर हा तुमचा दुसरा स्वभाव बनण्यासाठी (सवयीसाठी) याला वेळ लागेल, याची जाणीव ठेवा.
- तुमच्या आवडीचे पुस्तक पाठ करण्यासाठी वर सांगितलेली 'आठ सोपान' व्यूहरचना असलेली प्रक्रिया वापरा; प्रत्येक पायरीचे काटेकोर पालन करा आणि शेवटी तुम्ही त्या कशा प्रकारे जुळवून घ्याल आणि तुमच्या शैलीशी जुळण्यासाठी तुम्हाला त्यात कशा सुधारणा करता येतील, यावर विचार करा.

तुमच्या स्मृती महाजालांची बांधणी आणि उपयोग कसा करावा याचे उदाहरण

पुस्तक पाठ करण्याच्या प्रक्रियेचा भाग असलेल्या सर्जनशील स्मरणशक्ती तंत्राचा उपयोग कसा करता येऊ शकेल, याचे इथे उदाहरण दिले आहे : स्टिव्ह बविस्टर आणि अमंडा व्हिकर्स या लेखकांच्या इस्सेन्शियल एनआयपी : टीच युवरसेल्फ या पुस्तकातील एका प्रकरणाचा उपयोग करू (या उदाहरणातील आशय हा या प्रकाशनाच्या २०१०च्या आवृत्तीतून घेतला आहे). संकल्पना समजणे, त्यांचा अर्थ आणि उपयोग कसा करावा आणि नंतर वास्तव जगात प्रत्यक्षात वापरून तालीम करणे, यांचा संगम असलेले हे पुस्तक उपयुक्ततेचे चांगले उदाहरण आहे.

अनुक्रमणिका पाठांतरासाठी एक स्मृती महाजाल निश्चित केले आहे, अशी आपण कल्पना करू या. फ्रेमिंग म्हणजे काय याविषयी या क्षणी आपल्याला काहीही कल्पना नाही. फ्रेमिंगसंदर्भात जाणून घेण्यासाठी पुस्तकातील प्रकरण घेऊ या.

स्थळ आणि त्यात येणारे मुद्दे आपली जोडस्थळे असतील अशा प्रकारच्या स्मृती महाजालाचा आपण उपयोग करणार आहोत. प्रकरण १४ हे १४वे स्थळ असेल, ही तुमची बैठकीची खोली आहे, असे आपण म्हणू या. बैठकीच्या खोलीत आपण सहा जोडस्थळे निर्माण करू. (तुमच्या बैठकीच्या

खोलीतील या वस्तू आहेत : पहिली वस्तू सोफा असू शकेल, दुसरी टी.व्ही. तिसरी शेगडी, इत्यादी), प्रकरणातील प्रत्येक विभागासाठी एक जोडस्थळ निर्माण करू.

नंतर पुढे प्रकरणातील विभाग पाठ करा.

प्रकरण १४ : फ्रेम्स, फ्रेमिंग, रिफ्रेमिंग आणि भाग	**तुमच्या बैठकीच्या खोलीत मध्यभागी फ्रेम**
१. फ्रेम समजणे	समजण्याचा प्रयत्न करणे
२. रिफ्रेमिंग	फ्रेम गोल फिरवा
३. तोंडाचे नमुने	एक मोठे उपेक्षित तोंड
४. भागाशी काम करणे	भाग हातोडीने ठोकणे
५. रिफ्रेमिंगचे सहा टप्पे	काड्या (६) वेळेचे अंतर दर्शवितात.
६. विविध भागांमध्ये सामंजस्य घडवून आणणे	सामंजस्य घडविणे

स्पष्टीकरण कोश	**संदर्भगोष्टी**
फ्रेम	ग्लॅस्टनबरीची मोठी फ्रेम
रिफ्रेमिंग	एका बाजूने चेटकीण आणि दुसऱ्या बाजूने सुंदर स्त्री दिसणाऱ्या चित्राकडे पाहणे

एक किंवा दोन वस्तूंनी स्वतःला सुसज्ज करण्यासाठी तुम्ही स्पष्टीकरण कोश चाळा.

- *फ्रेम म्हणजे एखाद्या घटनेची किंवा अनुभवाची परिसीमा किंवा मर्यादा असते (मी केवळ व्याख्या पाठ करीत असल्याने हे स्मृती महाजालावर टाकण्याची गरज नाही; मी तिचा विचार करीन तेव्हाच फक्त मी तिचा उपयोग करीन).*
- *संदर्भ किंवा संदर्भ चौकट बदलून कशाच्या तरी अर्थात बदल घडवून आणणे म्हणजे रिफ्रेमिंग होय.*

वरील पायऱ्या तुम्हाला एका चांगल्या गतीय वाचन सत्रासाठी प्रस्थापित करतील.

वाचन संपल्यावर तुमचे विचार आणि प्रश्नांच्या मदतीने तुमचे स्वत:चे असे मनोरेखन करा.
स्मृती महाजालात साठवून ठेवणे अर्थपूर्ण होईल अशा समर्पक घटना आणि तपशील यांचा अर्क काढा. रिफ्रेमिंगच्या सहा पायऱ्या हे याचे एक उदाहरण होऊ शकेल.
बविस्टर आणि विकर्स हे त्याच्या उपयुक्ततेविषयी बोलतात आणि रिफ्रेमिंग या घटकात समस्याप्रधान वर्तन हे त्याच्या सकारात्मक हेतूपासून वेगळे काढण्याची प्रक्रिया कशी समाविष्ट असते, ज्यामुळे वरवर नकारात्मक वाटणाऱ्या कृती त्या व्यक्तीसाठी काहीतरी मिळवून देण्याचा प्रयत्न करीत आहेत, हे समजते.
या सहा पायऱ्यांची तुम्हाला प्रत्यक्ष तालीम करण्याची गरज असेल आणि नंतर पायऱ्यांचा क्रम लक्षात ठेवण्यासाठी मेखला निर्माण करा किंवा त्या पायऱ्यांचा क्रम स्मृती महाजालावर टाका. मेखला किंवा तुमच्या स्मृतिजालांवर घटना आणि तपशील ठेवण्याची ही प्रक्रिया तुमच्या हेतूच्या पूर्ततेसाठी आवश्यक स्तराचे ज्ञान प्राप्त झाल्याची खात्री पटेपर्यंत तुम्ही सुरू ठेवू शकाल.
तुमचे पाठांतर पूर्ण झाल्यावर तुम्ही प्रत्यक्ष कृतीत उतरविणे, या शेवटच्या पायरीकडे जाऊ शकता.

पुस्तकांच्या पाठांतरासाठी काही प्रयत्न आणि निर्धार हवा; तथापि, तुम्ही योग्य प्रकारे पालन केले तर तुम्हाला थक्क करून सोडणारे काही परिणाम मिळू शकतील, आणि पुस्तक पाठांतराच्या प्रत्येक वेळी तुमची कौशल्ये धारदार करण्यासाठी तुम्हाला नवीन मार्ग सापडतील.
पुढील चार आठवड्यांच्या काळात प्रत्येक आठवड्यात एक पुस्तक घेऊन या व्यूहरचनांचा सराव करण्याचे उद्दिष्ट ठेवा. सोप्या तपशिलापासून सुरुवात करा आणि जसे तुम्ही प्रभुत्व प्राप्त करून आशय पचवू शकाल, तसे अशा घटना आणि तपशिलांचे प्रमाण वाढवा.

परिषदा

कधी तरी तुम्ही एखादे व्याख्यान, सादरीकरण, चर्चासत्र किंवा एखाद्या परिषदेला उपस्थित राहिले असण्याची शक्यता आहे. माहिती पकडणे, पचविणे, समजणे आणि ती लक्षात ठेवण्याचे प्रसंग येतात तेव्हा, या पुस्तकातून अभ्यासलेल्या

व्यूहरचना अत्यंत मौल्यवान ठरतात. चांगली सुरुवात होण्यासाठी शक्य तिथे पूर्वरचित साचे वापरून या व्यूहरचना कशा वापरता येतील, हे यापूर्वी मनोरेखनांचा शोध घेताना तुम्ही पाहिले आहे. चर्चासत्रे आणि परिषदा यांसारख्या विशिष्ट प्रसंगी काही वेळा रंग वापरणे आणि खूप अशी चिन्हे, सांकेतिक चिन्हे आणि प्रतिमा यांची भर तिथल्या तिथे टाकण्याइतका वेळ तुमच्याकडे नसतो, हे समजून घेतले पाहिजे.

तुम्ही एखाद्या परिषदेला उपस्थित राहत. ती सुरू असताना त्या वेळात वेळोवेळी अनेक व्याख्याने तुम्हाला ऐकावी लागतात, तेव्हा प्रचंड माहिती तुमच्यापर्यंत येऊन पोहोचत असते. म्हणून केवळ माहिती मिळविणे आणि समजणे यासाठी नव्हे, तर मुख्य घटना आणि तपशील पाठ करण्यासाठीसुद्धा एखादी व्यूहरचना फायद्याची असते.

कृती- व्याख्याने आणि चर्चासत्रांसाठी तंत्रे

कालमर्यादा : १० मिनिटे

पुढील प्रसंग अवलोकन करा आणि एखादे व्याख्यान किंवा चर्चासत्र पाहताना किंवा ऐकताना आतापर्यंत सराव केलेली कोणती तंत्रे तुम्हाला फायद्याची ठरतील, याची रूपरेषा तयार करा.

▶ एक दिवसीय परिषद- अकरा व्याख्याने ऐकायची तुमची इच्छा पूर्ण करणाऱ्या एका परिषदेला तुम्ही उपस्थित राहत आहात. प्रत्येक व्याख्यान हे २० मिनिटे ते एक तास या दरम्यान चालणार होते. त्यांपैकी काही विषय-विशेष करून तुमच्या- आवडीचे नाहीत; परंतु तुमच्या बॉसने तुम्हाला पाठविले असल्यामुळे तुम्ही ती माहिती मिळविणे महत्त्वाचे आहे.

उदाहरण

▶ *तुमचे दिवसभराचे उद्दिष्ट काय ते स्पष्ट कर. परिषदेपासून तुम्ही काय मिळवू इच्छिता आणि दुसऱ्यांना, उदाहरणार्थ, तुमचा संघ, कामाच्या ठिकाणचे सहकारी वगैरेंना तुम्ही काय देऊ शकाल.*

▶ *तुम्हाला जी व्याख्याने ऐकायची इच्छा आहेत, त्यांची सूची परिषदेला जाण्यापूर्वी पाठ करा. यामुळे तुमचा हेतू साध्य व्हायला मदत होईल.*

▶ *त्या दिवशीच्या सर्व सत्रांचे मनोरेखन तयार करा. जर तुम्हाला ब्लॉगिंगमध्ये रस असेल तर, मनोरेखनाचा उपयोग ब्लॉगसाठी संदर्भ म्हणून तुम्ही वापरू शकता आणि इतरांसाठी ते मनोरेखन ब्लॉकवरसुद्धा टाकू शकता.*

▶ *घटनांसाठी स्मृती महाजालांची निर्मिती करा आणि बरोबर घेऊन जायच्या मुख्य बाबी आणि व्याख्यात्यांची नावे पाठ करा.*

मर्मदृष्टी

मनोरेखने किती शक्तिशाली असतात याचा माझा एक अनुभव द *फ्यूचर ऑफ वेब ॲप्स* या परिषदेच्या वेळचा होता. कोणीतरी गळाले होते म्हणून त्यांच्या जागी एक व्याख्यात्या अगदी शेवटच्या क्षणी आल्या; तिच्याकडे स्लाइडस् नव्हत्या आणि कारक अभिसंधान या विषयावर कैक वेबसाइट्सशी याची तुलना करीत त्यांनी सादरीकरणास सुरुवात केली. मनोरेखन करताना मीसुद्धा माझ्या अनुभवांवर मनन करीत होतो आणि भविष्यात मी कसा उपयोग करू शकेन याचे सार काढीत होतो.

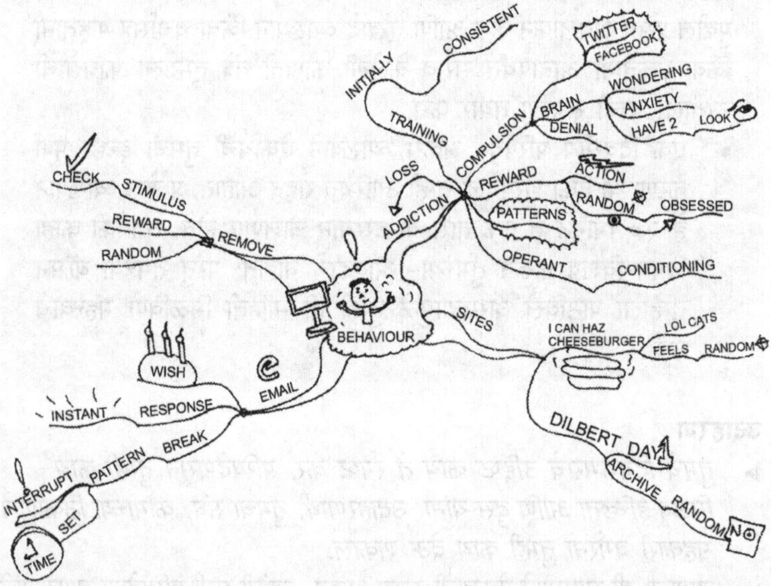

आकृती १३.५ जलद मनोरेखन (थिंक बूझनच्या siMindMap वापरून हे निर्माण केले आहे. http://www.thinkbuzan.com)

उच्च स्मरणशक्तीची गुरुकिल्ली

- महत्त्वाची कामे लक्षात ठेवणे आणि माहिती गाळून घेण्यासाठी साहाय्य व्हावे यासाठी मनोरेखने आणि सर्जनशील स्मरणशक्ती या तंत्रांचा उपयोग करा. ई- मेल आणि सामाजिक प्रसारमाध्यमे हाताळण्यासाठी वेळेचे नियोजन करा.
- कागदपत्रे आणि लेख वेगाने पचविणे आणि लक्षात ठेवण्यासाठी जलद मनोरेखन आणि मेखला पद्धतीचा उपयोग करा.
- संवर्गनिहाय स्मृती महाजाल, लेखांचे गतीय वाचन करून आणि सर्जनात्मक संदर्भगोष्टींचा उपयोग करून ताज्या घडामोडी आणि बातम्यांशी अद्ययावत राहा.
- पुस्तके पाठांतरासाठी आठ सोपान व्यूहरचनेचा उपयोग करा- उद्दिष्ट ठरवून मानसिक रडार यंत्रणा सज्ज करणे, पूर्व अवलोकन आणि १०,००० फुटीय देखावा यावरून तुमची मानसिक आधार बांधणी आणि पाठांतर करणे, तपशील आणि आकलनासाठी गतीय वाचन करणे, तुमचे सविस्तर मनोरेखन करणे, स्मृती महाजालांचा उपयोग करून सखोल ज्ञान निर्माण करणे आणि तुम्हाला जे व्हावे ते प्रत्यक्ष कृतीत उतरविणे.
- तुम्ही अभ्यासायच्या तपशिलाचा स्तर निश्चित करा. काही लोकांसाठी उद्दिष्ट, पूर्व अवलोकन आणि मनोरेखनसुद्धा पुरेसे होईल.
- जलद मनोरेखने वापरून मीटिंग्ज, चर्चासत्रे आणि परिषदांमध्ये उपयुक्त ठरावीत म्हणून तुमची कौशल्ये विकसित करा.

१४

तुमचा संदेश पाठविणे- शब्दशः

या प्रकरणात तुम्ही पुढील गोष्टी शिकाल-

- तुमचे दृक्-संकेत कसे तयार करावेत.
- सादरीकरणांना तुमच्या शरीरात कसे सामावून घ्यावे.
- तंतोतंत माहिती कशी मिळवावी/ शब्द न् शब्द कसा पकडावा

गोष्ट काय आहे

माहिती लक्षात ठेवणे, समजणे आणि ती वापरणे यासाठी गोष्टी निर्माण करणे हे कसे मौल्यवान तंत्र आहे, हे आपण या पुस्तकात सर्वत्र पाहिले आहे. हीच बाब माहितीचे सादरीकरण, मंचावर संहिता सादर करणे किंवा तुम्ही स्वतःच्या पायांवर उभे राहून विचार करणे, या बाबतीतसुद्धा खरी आहे. सारांश, श्रोत्यांना तुम्ही तुमच्याबरोबर प्रवासाला/सफरीला घेऊन गेले पाहिजे. गोष्ट अशा पद्धतीने सांगा की, ते त्यावर मनन करू शकतील, स्वतःच्या अनुभवांशी ते जोडतील, प्रश्न विचारून आपला दृष्टिकोन तयार करतील आणि अंततः काही कृती करण्यास उद्युक्त होतील.

इच्छित संदेश आणि फलनिष्पत्ती हे तुमच्या गोष्टीला चालना देतील. सादरीकरण असेल तर नव्या व्यूहरचनेसाठी पुढे जाण्याचा तो एक करार असू शकतो; तुम्ही नाटकातील एक नट असाल तर वेगळ्या दृष्टिकोनातून श्रोत्यांना कहाणीचा अनुभव देणे असू शकेल. तुम्ही विचार करताना मग ते सादरीकरण, नाटकाच्या संहितेवर अभिनय करणे किंवा तुमच्या पायांवर उभे राहून विचार करणे असो- तुम्ही विकसित करीत असलेल्या कौशल्यांचा- विशेषतः मनोरेखन आणि सर्जनशील स्मरणशक्तीचा पूर्ण पट उलगडला पाहिजे.

तुमच्या कल्पनांवरून बुद्धिमंथन करणे आणि तुमच्या सादरीकरणातील संदेश कोरण्यासाठी मनोरेखन हे एक शक्तिशाली साधन आहे; 4Cs या प्रकरणात (प्रकरण ८) वर्णन केलेल्या काही तंत्रांचा अवलंब करून श्रोत्यांना बांधून ठेवणारी

सादरीकरणे, जी त्यांना प्रवासाला घेऊन जाऊन त्यांच्यासाठी काहीतरी मौल्यवान देतील, तुम्ही निर्माण करू शकता.

कृती - मनोरेखनाच्या साहाय्याने सादरीकरण करणे

कालमर्यादा : १० मिनिटे

तुमच्या आवडीच्या विषयावर ६० सेकंदांचे सादरीकरण करण्यासाठी पाच मिनिटांपेक्षा अधिक वेळ खर्च न करता मनोरेखन तयार करा.

- ▶ तुम्ही तुमचा भागीदार किंवा मित्र किंवा उभे राहून स्वतःसाठी सादरीकरण करता, तेव्हा मनोरेखनाच्या साहाय्याने सराव करा.
- ▶ यात आव्हानात्मक काय आहे, सुखद अनुभव कोणता आणि तुम्ही त्यात सुधारणा कशा करू शकाल.

सादरीकरणे

चित्तवेधक आणि मौलिक सादरीकरणे कशी द्यावीत यावर स्वतंत्र संपूर्ण पुस्तके आहेत. सादरीकरण तंत्रावर लक्ष केंद्रित करणे हा इथे हेतू नाही; परंतु त्यापेक्षा जास्त पूर्ण माहितीसह आणि आत्मविश्वासाने सादर केल्याचे समाधान तुम्हाला मिळेल अशा रीतीने सादरीकरण कसे लक्षात ठेवावे याकडे लक्ष वेधून घेणे, हा आहे. मनोरेखनाच्या साहाय्याने सादरीकरण करणे, हे स्वतःच एक तंत्र आहे. सादरीकरण स्मरणात बांधून ठेवणे, हे त्याला वरच्या स्तरावर घेऊन जाणे होय.

दृक्-संकेत

दृक्-संकेत हे मूलतः प्रतिमा किंवा संदर्भगोष्टी असतात, ज्या पाठांतराच्या वेळी असलेल्या प्रसंगी साधारणतः तुम्ही कल्पिलेल्या असतात.

उदाहरण

- ▶ *कल्पना करा की, तुमच्या समोर आणि उजव्या हाताला एक सायकल आहे.*
- ▶ *कल्पना करा की, तुमच्या सरळ समोर एक अत्यंत सर्जनात्मक पेंटिंग आहे.*
- ▶ *कल्पना करा की , तुमच्या समोर आणि डाव्या हाताला जुने, मोठे गोष्टींचे पुस्तक आहे.*
- ▶ *यातील प्रत्येक दृक्-संकेताकडे पाहा आणि त्यांची तीव्रता dial up करून वाढवा.*

हे दृक्-संकेत या पुस्तकातील अध्ययनचक्र, सर्जनशील स्मरणशक्ती आणि संदर्भगोष्टी या तीन प्रकरणांमध्ये दिसतात. कोणत्याही गोष्टी लक्षात कशा ठेवाव्यात यावरील सादरीकरणात तीन विषयांद्वारा तुम्हाला मार्गदर्शन करणे, हा या दृक्-संकेतांचा हेतू असेल.

तुम्ही एक सामान्य स्मृती महाजाल निर्माण करू शकाल; परंतु याच्या अंतर्भागात डोकावण्याचा तुम्हाला मोह होतो. तुम्ही भराभर विचार करता, तुम्ही स्वत:ला हरवून बसण्याची यात बीजे आहेत. स्मृतिजाल तुमच्या डोळ्यांसमोर असल्यास तुम्ही सादरीकरणात कुठे आहात, याच्या मागावर राहणे सोपे जाते. सरळ दूर जाऊन कोठे असायला पाहिजे होते, त्या ठिकाणी तुम्ही परत येऊ शकता. तुम्ही एक स्मृती महाजाल निर्माण करता आणि खरे तर सादरीकरण पाठांतराच्या जागी तुम्ही एक स्मृती महाजाल निर्माण करता आणि नंतर तुम्ही सादरीकरण करणार आहात त्याच्या जागी त्यासारखेच महाजाल निर्माण करीत असता. सादरीकरणाशी निगडित तपशील, घटना आणि सांख्यिकी ही दुसऱ्या एखाद्या स्मृती महाजालावर साठवून ठेवली जाऊ शकते.

दृक्-संकेतांचे अनेक उपयोग आहेत. क्रीडाप्रकार, खेळ, नृत्य, स्वयंपाक, शारीरिक कौशल्ये शिकणे - तुम्ही त्यांचा विचार भौतिक/मूर्त संकेतकार्ड म्हणूनही करू शकाल. तुमचे सादरीकरण एकदाचे तयार झाले की, तुम्ही जी गोष्ट सांगणार आहात तिच्या पाठांतर प्रक्रियेतील दृक्-संकेत ही पहिली पायरी आहे.

थोपवून ठेवणे/ अडथळा निर्माण करणे/ धरून ठेवणे/(Blocking)

हे पुस्तक वाचणारे तुम्ही नट, नर्तक किंवा गायक असाल तर, या संकल्पनेतून मला काय म्हणायचे आहे हे तुम्हाला समजेल. युद्धकला किंवा मुष्टियुद्ध यांच्याशी याचा काहीही संबंध नाही. एका विशिष्ट क्षणाला मंचावर तुम्ही कुठे असाल याच्या सामान्य नियोजनाचे मनोरेखन करण्याची ही एक अवस्था आहे; त्याचप्रमाणे मनोरेखन हे तुम्हाला एका विशाल चित्राचा भास निर्माण करून देते. एखादे सादरीकरण किंवा दृश्य थोपवून धरणेसुद्धा तुम्हाला अशाच एका मोठ्या चित्राचा आभास देऊ शकेल.

श्रोत्यांशी आंतरक्रिया असलेल्या सादरीकरणावर काम करताना, तुम्ही प्रत्यक्षात उभे राहा. तुमच्या समोरील श्रोत्यांसाठी जिथे तुम्ही सादरीकरण करणार आहात त्या ठिकाणी तुम्ही आहात अशी कल्पना करा आणि त्यांच्याशी आंतरक्रिया करताना त्यांनी कुठे असावे अशी तुमची इच्छा आहे, त्या अवस्थेत तुम्ही त्यांना थांबवा किंवा खिळवून ठेवा. एखादे दृश्य धरून ठेवल्याने तुम्ही उच्चारलेले शब्द अधिक

स्मरणयोग्य करता येतात; कारण तुम्ही कार्यप्रणालीयुक्त आणि कथात्मक स्मृतींचा यात समावेश करीत असता.

सादरीकरणे करताना पुढे काय घडणार आहे याकरिता मार्गदर्शकाप्रमाणे उपयोगी पडणाऱ्या दृक्-संकेतांचे संदर्भ तुम्हाला देता आले पाहिजेत; कोणती युक्ती काम करील, याचा अंदाज येण्यास सुरुवात होईल.

कृती करा!

या क्षेत्रात तुम्ही खूप जुने आहात आणि हे तुम्ही दररोज किंवा कित्येक वर्षे करीत आहात. असे नसल्यास नवीन सादरीकरणासाठी प्रत्यक्ष कृती करणे आत्मविश्वासाने सादर करण्यासाठी सक्षम होण्याच्या दृष्टीने आवश्यक आहे. तुम्ही जणू काय खरोखरच सादरीकरण करताहात, अशी कल्पना करून कृती करीत असता. याचा अर्थ असा की, तुम्ही एखादी चूक करता तेव्हा तुम्ही थांबत नाही; तुम्ही पुढे जात राहता. कृती केल्यामुळे ते कसे दिसेल आणि दु:खद बिंदू कसे हाताळले जातील, यांचा तुम्हाला जवळून अनुभव घेता येतो. तुमचे काही दृक्-संकेत सैल आहेत आणि त्यांना बळकट करण्याची गरज आहे, हेसुद्धा तुम्हाला शोधता येईल.

कृती करा! याची कार्यवाही दोन स्तरांवर करता येऊ शकेल-

१. अतिशयोक्तपूर्ण- येथे तुमचे सर्व शारीरिक हावभाव अतिशयोक्तपणे करा, पूर्णत: टिपेच्या आवाजात बोला. प्रत्येक गोष्ट पूर्ण ताकदीनिशी आणि नेहमीपेक्षा अधिक वेगाने करा, तुमचा आवाज हा स्फटिकासारखा स्वच्छ आणि सुस्पष्ट असल्याची खात्री करा.
२. नैसर्गिक/ सहज बंध निर्माण करताहात, प्रामाणिक आहात, गोष्ट सांगताहात आणि संदेश देताहात याची खात्री करून तुम्ही नियोजित दिवशी प्रत्यक्ष सादरीकरण कराल.

कृती - कोणत्याही गोष्टी लक्षात कशा ठेवाव्यात

कालमर्यादा : १५ मिनिटे

कोणत्याही गोष्टी लक्षात कशा ठेवाव्यात यावर पाच मिनिटांचे एक सादरीकरण करा.

- तुमच्या सादरीकरणाचे मनोरेखन करा, त्यात पुढील बाबींचा अंतर्भाव करा.
- तुमच्या सादरीकरणाला पूरक असलेले लोकांचे व्यक्तिगत अनुभव ऐका.

- ▶ सादरीकरणाच्या वेळी अपेक्षित आंतरक्रिया (स्मरणशक्तीचे प्रात्यक्षिक).
- ▶ दृक्-संकेतांचा संच निर्माण करा.
- ▶ तुमच्या टिपणासाठी पुढीलप्रमाणे तक्ता तयार करा.

सादरीकरण	दृक्-संकेत

- ▶ सादरीकरण थोपवा/ करा.
- ▶ कृती करा (अतिशयोक्तपणे).
- ▶ कृती करा (सहज/ नैसर्गिकपणे).

संहिता आणि भाषणे

सादरीकरणाच्या पाठांतरासाठी वापरलेली तंत्रे एखाद्या नाट्यसंहितेचे शब्दशः पाठांतर करण्यासाठी वापरता येऊ शकतील. तुम्ही सांगत असलेली गोष्ट सुस्पष्टपणे उलगडत जात असेल तर दृक्-संकेत, ब्लॉकिंग आणि तालमी करणे, या सर्व गोष्टी वैध आहेत.

शब्दांना आरूढ होण्यासाठी उपयुक्त अशी चौकट म्हणून कार्य करतील अशा दृक्-संकेतांच्या संचाच्या मदतीने तुम्ही एखाद्या संहितेचे पाठांतर तुलनेने अधिक वेगात कसे करता येईल, याचा प्रत्यक्ष वस्तुपाठ देण्यासाठी पुढील व्यूहरचना बेतलेल्या आहेत. हे शब्द तुमच्या स्मृतीत एकात्मतेने एकदा जोडले गेले की, संहिता माहीत असल्यामुळे, अर्थ समजल्यामुळे आणि आत्मविश्वासाने शब्दशः संदेश पाठविण्यास तुम्ही सक्षम बनल्यामुळे तुम्हाला दृक्-संकेतांची गरज उरणार नाही.

मर्मदृष्टी

अनुभवण्याची भावना निर्माण करणे आणि ती भावना सुस्पष्टपणे व्यक्त करण्याच्या वेळी सर्वच नसली तरी बऱ्याच ज्ञानेंद्रियांचा समावेश अध्ययन प्रक्रियेत करून एक नट अध्ययनचक्राच्या प्रत्येक भागाचा उपयोग सहज करतो. बहुतेक नटांची काम करण्याची एक पद्धत असते. माध्यमांवर आधारित साधारण एक मूलभूत चौकट

असेल. नाट्यगृहात हे नाटकाच्या संहितेपासून (ऐंद्रिय इनपुट) सुरू होऊ शकेल; अर्थ आणि उपगद्य यांच्यावर मनन करणे; विचार, भावन इत्यादीनुसार पात्रांची उभारणी करणे (एकात्मीकरण); प्रेरणेच्या संदर्भात प्रश्न विचारणे, अर्थ, डायरेक्टरांच्या पसंतीला उतरणे, उद्दिष्टांचा विचार करणे, उच्च उद्दिष्टे आणि कृती (एकात्मीकरण); आणि शेवटी त्यांच्या अंतर्गत कामाचे मूल्यमापन करणे. अभिनय कसा करावा हे तुम्हाला शिकविण्याचा प्रयत्न करणे हा याचा हेतू नाहा; परंतु नाट्यसंहिता खडा न् खडा पाठ करण्याच्या व्यूहरचनेतून तुम्हाला घेऊन जाण्याचा हा एक प्रयत्न आहे.

जशीच्या तशी माहिती पाठ करण्याचीही क्षमता असणारी कौशल्ये आवश्यक असणारे अनेक व्यवसाय आहेत. वकील, पोलीस अधिकारी, काही मोजकेच राजकारणी. आपण जी व्यूहरचना पाहणार आहोत, ती तुमची शैली आणि हेतूनुसार योग्य ते बदल करून तुम्हाला अवलंबिता येईल.

तयारी

तुम्ही देणार असलेला संदेश आणि सांगणार असलेली गोष्ट सुस्पष्ट होताच कशा प्रकारचा दृष्टिकोन तुम्हाला निर्माण करायचा आहे, याविषयी विचार करणे उपयुक्त असू शकेल. एखादी व्यक्ती खरोखरच उत्तम करील असा विश्वास ज्या व्यक्तीविषयी आहे, अशी व्यक्ती डोळ्यांसमोर ठेवून भाषण तयार करणे, हा एक सोपा मार्ग आहे. त्यांनी कशा हालचाली केल्या असतील? आवाजाचे कोणत्या प्रकारचे चढ-उतार त्यांनी वापरले असतील?.... लागलीच भाषणात शिरण्याचा हा एक जलद मार्ग आहे.

कृती - भाषण बोला; मी तुम्हाला प्रार्थना करतो

कालमर्यादा : ३० मिनिटे

शेक्सपिअरच्या सामान्य ज्ञान कथानकावर आधारित हॅम्लेट या नाटकातील भाषणाच्या एका भागाचा- नाट्यसंहिता शब्दशः पाठांतर करताना ज्या पायऱ्यांमधून जाऊ शकते त्याचा- प्रात्यक्षिक दाखविण्यासाठी उपयोग करणार आहोत.

संहिता समजून घेणे

पाठांतर करण्यापूर्वी संहिता समजून घेण्यासाठी पुढील पायऱ्यांचे अनुसरण करा-

१. संपूर्ण संहिता वाचा आणि तिच्या आकलनाचे मोठे चित्र मिळवा.
   - मनोदय काय आहे, तुम्ही हे का सांगत आहात, संदेश कोणासाठी आहे-

- संदर्भ काय आहे, दृश्य/घटना/ प्रसंग कोठे घडतात-
- या दृश्यासाठी कोणत्या भावना योग्य आहेत (मूळ भावना ठेवा- आनंदी, दुःखी, रागीट, इत्यादी).
- तुमच्या विचारांचे मनोरेखन तयार करा.

२. पहिल्या पायरीचा विचार करणे- कृती करा! (अतिशयोक्तीपूर्ण).

हॅम्लेट : माझी तुला विनंती आहे, तुझ्यापुढे मी जसा उच्चार केला, तसे तू जीभ नाचवत भाषण बोल; परंतु अनेक नट करतात तसे तोंड करून तू बोललास तर गावात दवंडी पिटणाऱ्यांनो, माझी वाक्ये बोलल्याचा आनंद मला होईल.

तुमच्या हाताची करवत चालवून प्रचंड हवा अशी कापू नका; परंतु त्यांचा हळुवार वापर करा. मुसळधार पावसात तुफान आणि मी म्हणेन, तुमच्या भावनांच्या चक्री वादळाची भर पडल्यास ते सुसह्य करण्यासाठी सौम्यता निर्माण करा. ओ! जे निरर्थक मूक कार्यक्रम आणि आवाज करण्यापलीकडे काहीही करण्यास असमर्थ आहेत, अशा मूलतत्त्ववाद्यांचे कान फाडण्याकरिता डोक्याला विग घातलेल्या त्या राकट माणसाला भावनांची फाडून लक्तरे करताना, चिंधड्या उडवताना ऐकून माझ्या आत्म्याला वेदना होतात. एखाद्या भांडकुदळ बाईसारखे ओरडणाऱ्या त्या माणसाला मी चाबकाने फोडूनच काढला असता. भयंकर, महाभयंकरच! माझी विनंती आहे, हे तू टाळ.

संहिता पाठ करा.

१. तुमच्या सध्याच्या स्थळी सहा जोडस्थळांचे एक महाजाल निर्माण करा.

२. दृक्-संकेतांचा संच निर्माण करा (प्रतिमा सशक्त करा, अद्याप शब्द पाठ करू नका.)

३. स्मृती महाजालातील जोडस्थळांना दृक्-संकेत जोडा.

संहिता	**दृक्-संकेत (उदाहरणे)**
Speak the speech, I pray you,	A speaking **speech** (Script) as I pronounced it to you-
with a big **tongue** trippingly on the tongue;	
but if you mouth it, as many of the players do	A line of **players** opening and closing their **big mouths**

I had as life the town-crier had spoke my lines	I had a **leaf** stuck on a **town crier**
Nor do not saw the air too much with Your hand, thus, but use all gently;	A hand with a **saw** in the air which comes down **gently**
for in the very torrent, tempest, and as I may say the whirlwind of your passion, you must acquire and beget a temperance that may give it smoothness.	A torrent of rain on a tempest who gets caught in whirlwind of passion, acquires and begets a nun's outfit giving her temperance.

O it offends me to the soul to hear a robustious periwig-pated fellow tear a passion to tatters, to very rags, to split the ears of groundlings, who for the most part are capable of nothing but inexplicable dumb shows and noise. I would have such a fellow whipped for o'erdoing Termagant. It out-herods Herod. Pray you avoid it.

४. दृक्-संकेत पाहा आणि शब्द मोठ्याने म्हणा (शब्द आणि प्रतिमा जोडा).

दृढीकरण

१. दृश्य थोपवून ठेवा/ पकडून ठेवा. (Block)
२. गरजेप्रमाणे संकेत बळकट करा. (dial up)
३. कृती करा (अतिशयोक्तीपूर्ण)- उच्च वेगाने
४. तुमचे डोळे बंद करा, खोलवर श्वास घ्या आणि हळूहळू श्वास सोडत तुमच्या शरीरातील तणाव घालवा. डोळे बंद करून संकेतांची प्रतिमा डोळ्यांपुढे आणा आणि नाट्यसंहिता सुरुवातीपासून शेवटपर्यंत हळू आवाजात वेगाने म्हणा.

संहिता तुमच्या शरीरात धारण करा.

१. कृती करा! (अतिशयोक्तीपूर्ण)
२. कृती करा! (सहजपणे)

दूरदृष्टी

१. भाषण करून तुमचा ठसा निर्माण करा.
२. दृक्-संकेत बघताना आणि संहिता पुटपुटताना ती पुन्हा ऐका.
३. एक तास, एक दिवस, एक आठवडा, एक महिन्यानंतर पुनर्विलोकन करा.

मर्मदृष्टी

एक नट या नात्याने शब्दांच्या पलीकडे दडलेल्या अर्थाचा विचार करणे, माझी उद्दिष्टे काय होती, मी बोलतो त्यामागील हेतू काय, आणि मी ते का बोलतोय, याचा मी जेवढा विचार करतो, तेवढा विचार मी शब्दांचा करीत नाही. दुसरी उपयोगी सूचना अशी की, एकदा संहिता पाठ केल्यावर तिच्यात सुधारणा करा किंवा तेच शब्द एक वेगळे पात्र कल्पून म्हणा.

टापावर (On the Hoof)

तयारीसाठी अत्यंत कमी वेळ असताना तुम्हाला सादरीकरण करावे लागण्याचे प्रसंग येतच असतील. असे असेल तर, गोष्ट काय आहे, संदेश काय आहे, मुख्य फलनिष्पत्ती काय, यांना प्राधान्य दिले पाहिजे. तुम्हाला या तीन गोष्टींची लवकर जाण आली, तर एक तात्पुरते सादरीकरण करण्यास साहाय्य करणाऱ्या कल्पना तुमच्या मनात येतात; किंवा तुम्हाला प्रवासाची किमान दिशा तरी मिळेल.

सादरीकरणातून तुमचे श्रोते काय घेऊ इच्छितात, याचा शोध घेण्याची संधीसुद्धा तुम्ही घेऊ शकता (श्रोते थोडक्यापासून पुष्कळापर्यंत कितीही असू शकतात). गटाचे मनोरेखन श्वेतफलकावर चित्रित करणे आणि दृक्-संकेत रूपात खोलीत असलेले तुमचे विचार पाठ करा. सुरुवातीला तुम्ही निश्चित केलेल्या दिशेने उडत जाणारे सादरीकरण मनात निर्माण करायला सुरुवात करा.

उच्च स्मरणशक्तीची गुरुकिल्ली

- तुमचे सादरीकरण सुनिश्चित होण्यासाठी मनोरेखनाचा उपयोग करा आणि तुमच्या गोष्टीतील संदेश कोरून बाहेर काढा.
- मनोरेखनाच्या साहाय्याने सादरीकरण करण्याच्या तंत्राचा सराव करा.
- दृक्-संकेत (तुमच्या डोळ्यांसमोर एक जिवंत स्मृती महाजाल निर्मितीचा एक योग्य दिशादर्शक मार्ग)निर्माण करून तो वापरा.
- भौतिकदृष्ट्या तुमचे सादरीकरण ब्लॉक करा आणि तुमच्या कार्यप्रणालीदर्शक स्मृतीचा समावेश करा.
- कृती करा! हे तुमच्यात सादरीकरणाबाबत आत्मविश्वास निर्माण करण्यास मदत करते आणि तुमच्या स्मरणात टिकून राहण्याचे प्रमाण वाढविते. दिलेला अनुभव अधिक जिवंत करण्यासाठी प्रथम अतिशयोक्तीपूर्ण कृती करा; नंतर ती कृती सहज करा.
- शब्दशः संहितेवर प्रभुत्व मिळवा, तुमचे संकेत --- करून तुमच्या सादरीकरण कौशल्याची बांधणी करा, उच्च वेगाने कृती करा! आणि पूर्ण ताकदीनिशी प्रत्यक्ष सादर करण्यापूर्वी ते दृश्य डोळ्यांपुढे आणा.
- तुमची कथा, संदेश आणि फलनिष्पत्ती यांची सुस्पष्ट माहिती घेऊन तपशील पकडण्यासाठी तात्पुरते स्मृती महाजाल वापरून घोड्याच्या टापांवर सादरीकरण करायला तुम्ही सिद्ध व्हा.

विभाग ४

व्यवसायाच्या प्रगतिपथावर

ध्येयसिद्धीकडे नेईल असेच तुम्ही काम करा

लेनार्दो दा व्हिन्सी

१५

सहज अध्ययन : निरंतर विकासाचा मंत्र

या प्रकरणात तुम्ही पुढील गोष्टी शिकाल-

- तुमच्या अध्ययनावर लक्ष कसे ठेवावे
- तुमच्या अध्ययनाच्या महामार्गाचे मानचित्र तयार करणे
- लक्ष्यावर खिळून राहण्याचा मार्ग

वाढत राहण्याची गरज

वाढत राहणे किंवा शिकत राहणे हे आपल्या डीएनएमध्येच असते; अध्ययन कसे करावे याची समज येणे, हे तुम्हाला उपलब्ध असलेले एक अमूल्य साधन आहे. आणि तुम्ही अभ्यासलेल्या व्यूहरचना करण्यास तुम्हाला ते सुसज्ज करतील. अभ्यास कसा करावा हे किंचित निराळे आहे. नियोजन आणि संघटन करणे, प्राधान्यक्रम ठरविणे, एखाद्या कामाला किती वेळ लागेल याचा अंदाज घेता येणे आणि तुम्ही अध्ययन सुरू करण्यापूर्वी तुम्हाला सुस्थितीत ठेवण्यासाठी साहाय्य करणाऱ्या विधी निर्माण करणे, यांचा अंतर्भाव अभ्यास या संकल्पनेत होतो.

काही लोकांना अभ्यास आवडेल, तर दुसरे त्याचा तिरस्कार करतील. सतत चालणारा अभ्यास- तुम्हाला तो आवडो वा न आवडो- हा कदाचित तुमच्या दैनंदिन जीवनाचा एक भाग आहे. उदाहरणार्थ- काही जणांना, जर तुम्ही विद्यार्थी असाल किंवा नव्या व्यवसायाचे प्रशिक्षण घेत असाल तर हे अत्यंत सुघटित स्वरूपाचे असते; दुसऱ्यांच्या बाबतीत तुमच्या ज्ञान शाखेतील क्षेत्रात ज्ञान अद्ययावत ठेवण्यासाठी तुमचा अभ्यास असाच इथे-तिथे कुठेही होत असतो.

अभ्यासाची व्यूहरचना तुमच्याकडे असल्यावर तुम्ही तुमच्या विकासाच्या योजनेविषयी विचार करू शकता; तुमचे ध्येय (स्वप्ने/महत्त्वाकांक्षा) गाठण्यासाठी अभ्यास करणे आणि शिकावे लागणार आहे अशा कोणत्या बाबी आहेत?

कृती - तुम्ही अभ्यास कसा करता?

कालमर्यादा : ५ मिनिटे

अभ्यासासाठी कोणती तंत्रे आणि मार्ग तुम्ही वापरता?

- तीन मिनिटे बुद्धी/विचार मंथन करा
- तुम्ही कुठे सुधारणा करू शकाल?
- पुढील अभ्यासामुळे तुमच्या जीवनातील कोणत्या क्षेत्राला त्याचा लाभ होईल?

सॉफ्टवेअर, वेबसाईट्स आणि ॲप्लिकेशन्स निर्माण करण्यासाठी जगभरातील अनेक कंपन्या अजाईल सॉफ्टवेअर डेव्हलपमेंट या पद्धतीचा उपयोग करतात. पर्याय उपलब्ध असले तरी अजाईल लर्निंग/चपळ अध्ययन हे नाव अजाईल सॉफ्टवेअर डेव्हलपमेंट या नावाने प्रसिद्ध असलेल्या पद्धतीतून घेतले आहे. चपळ अध्ययन ही मूलतः एक चौकट आहे, जी तुम्हाला नियोजन करणे, प्राधान्यक्रम ठरविणे आणि कृतीत उतरविणे यासाठी साहाय्य करते. निरंतर विकास आणि सहेतुक अध्ययन यासाठी ही बेतलेली आहे. तुमच्या ध्येयप्राप्तीसाठी तुम्ही काय शिकणे गरजेचे आहे, याची एक उच्चस्तरीय दृष्टी ही पद्धती देते आणि गरज असल्यास बदल करण्याचे स्वातंत्र्य तुम्हाला घेता येईल, इतकी ही लवचीक आहे (हाच तो चपळ भाग). तुम्हाला जास्तीत जास्त लाभ मिळवून देणाऱ्या गोष्टींचे नियोजन करणे, अंदाज बांधणे आणि प्राधान्यक्रम ठरविणे यांचे सुलभीकरण ही पद्धती करते.

मर्मदृष्टी

अजाईल/ चपळ अध्ययन काय आहे याविषयी पूर्णतः एकवाक्यता दिसत नसली तरी ही संकल्पना अनेक वर्षांपासून वापरली जात आहे. अनेक प्रकारच्या क्लिष्टतेपासून (काहींच्या मते तपशील एका स्वतंत्र ग्रंथात भरून जाईल) थोडा दूर गेलो असलो तरी *कोणत्याही गोष्टी लक्षात कशा ठेवाव्यात,* या संदर्भात गेली कित्येक वर्षे सॉफ्टवेअर जगतात यशस्वी ठरलेल्या पद्धतींसारखाच मार्ग मी वापरला आहे. मुख्य फायदा हा की, एका मोठ्या चित्राचा देखावा प्राप्त करण्यासाठी आणि सुलभ नियोजनासाठी काय शिकणे आवश्यक आहे, याची व्याख्या करण्यास ही पद्धती मदत करते.

चपळ अध्ययन : आत काय आहे?

आपण तपशिलात शिरण्यापूर्वी या संदर्भात काही संकल्पनांचा परिचय करून घेणे उपयुक्त होईल.

चपळ अध्ययन

- **चपळ**अध्ययन महामार्ग मानचित्र (शिकायच्या विषयाचा उच्चस्तरीय देखावा)
- अध्ययन उपविषय (मुख्य विषयाचे भाग)
- विषयवस्तू (उपविषयातील गोष्टींचे गट करणे)
- गोष्टी (मूल्यवर्धन करणाऱ्या कृती किंवा गोष्टी)
- मुद्दे (दुसऱ्या गोष्टींच्या संदर्भात गोष्टीला दिलेला क्रमांक)
- धाव (दोन आठवडे कालबद्ध अध्ययन)
- धावगती योजना (अल्पावधीचे नियोजन सत्र)
- धावफलक (धावगतीच्या प्रगतीचे नियमन)
- पुनरवलोकन (धाव पूर्ण केल्याच्या शेवटी)

चपळ अध्ययन (मनोरेखन)

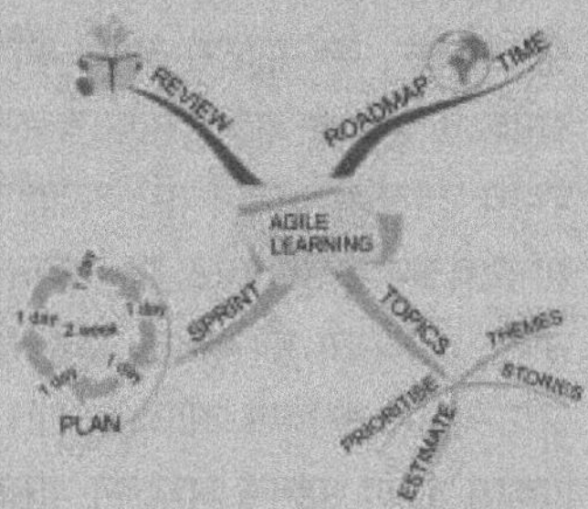

आकृती १५.१ चपळ अध्ययन मनोरेखन (थिंक बूझनच्या siMindMap वापरून हे निर्माण केले आहे. http://www.thinkbuzan.com)

चपळ अध्ययन महामार्ग मानचित्राचे/ नकाशाचे अध्ययन

मोठ्या चित्राच्या देखाव्यापासून सुरुवात केल्यास, तुमचा अध्ययन महामार्ग नकाशा हा तुमचा विषय पूर्ण व्हायला किती कालावधी लागेल, याचा उच्चस्तरीय देखावा असतो. एक कालमर्यादा आणि तुमचा विषय पूर्ण करणारे एकूण मुद्दे (सर्व गोष्टी एकत्र करून हे मुद्दे ठरवितात.) यांचा यामध्ये अंतर्भाव असतो. अंदाज बांधण्याच्या क्रियेतून जाताना हे पूर्ण करण्यासाठीचा एक उपयुक्त मार्ग तुम्हाला दिसेल.

इथे अध्ययन घटकांवर मननसुद्धा तुम्ही करू शकता. तुमचे अध्ययन घटक क्रमाने शिकण्याची गरज नाही; प्रत्येक धावेसाठी एकूण विषयातील गोष्टींमधून सर्वोच्च प्राधान्य असलेल्याच गोष्टी तुम्ही निवडाल.

अध्ययन महामार्ग नकाशा	**आकार**	**जाने.**	**फेब्रु.**	**मार्च**	**एप्रिल**	**मे**	**जून**
तुमचा विषय	६० मुद्दे					परीक्षा	
मेंदू	२० मुद्दे						
शारीरिक अवयव	३० मुद्दे						
स्मृती	१० मुद्दे						

अध्ययन घटक

अध्ययन घटक हा तुमच्या मुख्य विषयाच्या वर्गीकरणाच्या उभ्या छेदाच्या स्वरूपात मांडण्याचा एक प्रकार आहे. यात आडव्या छेदाच्या रूपात पाठ्य विषय एकत्रित केलेले असतात.

उदाहरण

पुढील उदाहरणात एका विषयाचे चार घटक आहेत; घटक १, ३ आणि ४ सुद्धा एकाच आशयाचे भाग आहेत. पुढे येणाऱ्या धावेच्या वेळी काय करण्याची आवश्यकता आहे याचा प्राधान्यक्रम ठरविताना हे अत्यंत उपयोगी आहे. आशय हा खरोखरीच महत्त्वाचा असेल तर त्या विशिष्ट आशयाशी संबंधित असलेल्या

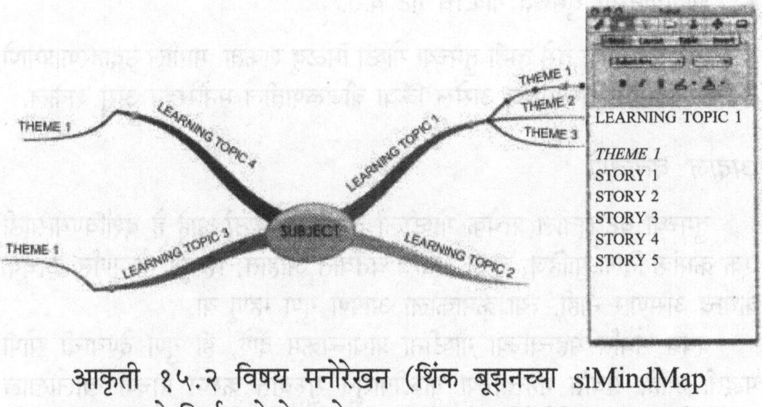

आकृती १५.२ विषय मनोरेखन (थिंक बूझनच्या siMindMap वापरून हे निर्माण केले आहे. http://www.thinkbuzan.com)

घटकातील गोष्टींकडे तुम्ही त्वरेने बघू शकता आणि त्या आशयातील कोणत्या गोष्टी प्रथम शिकल्याने फायदा होईल, ते पाहा.

गोष्ट

गोष्ट ही चपळ अध्ययनाचा आत्मा आहे. गोष्ट ही मूलतः एक काम आहे, करायची एक गोष्ट. उदाहरणार्थ, शारीरिक तंदुरुस्तीसाठी व्यायाम, मसाज वगैरे शिकविण्याचे शिक्षक बनण्यासाठी तुम्ही अभ्यास करीत असाल, तर ते स्पष्ट करणारी एक छोटी गोष्ट तुम्ही निर्माण करा. तुमच्या कामात उत्तम प्रकारे कामाला येईल अशा प्रकारे तुम्ही ती लिहू शकता.

उदाहरणे

- व्यायामांचा कार्यक्रम शिकून घ्या.
- माझी परीक्षा उत्तीर्ण करण्यासाठी मला व्यायामांचा मूलभूत कार्यक्रम शिकणे गरजेचे आहे.
- व्यायामांचा मूलभूत कार्यक्रम मी शिकू इच्छितो, जेणेकरून शारीरिक आरोग्याचा शिक्षक होण्यासाठी असलेली परीक्षा मी उत्तीर्ण होऊ शकेन.

तुमच्या गोष्टींचा आधार :

- तुमच्या विषयाचे विश्लेषण अध्ययन घटकात करून
- प्रत्येक घटकासाठी तुमच्या गोष्टी लिहून

त्यानंतर तुम्ही-

- आशयानुसार तुमच्या गोष्टींचे गट करा.

तुम्हाला जमेल तसे तुम्ही तुमच्या गोष्टी मिळवू शकता. मागील उदाहरणाप्रमाणे ते शब्दरूपातील दस्तऐवज असेल किंवा बीजरूपातील मनोरेखन असू शकेल.

अंदाज वर्तविणे

तुमच्या घटकातील प्रत्येक गोष्टीला ती किती *मोठी* आहे हे दर्शविण्यासाठी एक क्रमांक दिला पाहिजे. तुम्ही अंदाज वर्तवीत आहात, म्हणून तो पूर्णतः अचूक कधीच असणार नाही. त्या क्रमांकाला आपण गुण म्हणू या.

प्रथम सर्वांत महत्त्वाच्या गोष्टींना प्राधान्यक्रम देणे, ही गुण देण्याची सोपी पद्धती आहे. सर्वांत महत्त्वाच्या गोष्टीपासून सुरुवात करून तिच्या खालोखाल असलेल्या गोष्टीकडे बघा; स्वतःला विचारा- *ही गोष्ट त्याच मोठ्या, लहान*

आकाराची आहे काय? प्रत्येक गोष्टीसाठी असे करा आणि सर्वांत मोठ्या गोष्टींपासून सर्वांत छोट्या गोष्टीपर्यंतची सूची शेवटी तुमच्या हातात पडेल.

अति मोठी		
मोठी	***मोठी***	***मोठी***
मध्यम		
लहान	***लहान***	
अति लहान		

तुमचे गुण दर्शविण्यासाठी अंकप्रणाली वापरा (तुमच्या पसंतीप्रमाणे कशीही). १, २, ३, ५, ८, १३, २०, ५० ही प्रणाली उत्तम काम करते.

नोट- एक धाव पूर्ण करण्यासाठी ८ पेक्षा अधिक गुण असलेली गोष्ट मोठी असते.

आता गोष्टीला गुण द्या; सूचीतील सर्वांत तळाच्या गोष्टीला १ गुण द्या.

८		
५	५	५
३		
२	२	
१		

तुमच्याकडे १३, २०, ५० गुण असलेल्या गोष्टी असतील तर धावेत त्यांचा उपयोग करण्याची गरज पडेल त्यापूर्वी त्यांचे तुकडे करून त्यापासून छोट्या गोष्टी तयार कराव्या लागतील.

एखादा अध्ययन घटक पूर्ण करायला किती वेळ लागतो याचे चित्र स्पष्ट करण्यासाठी तुम्ही पुढील गोष्टी करणे गरजेचे आहे-

- त्या अध्ययन घटकातील सर्व गोष्टींना दिलेल्या गुणांची बेरीज करा.
- एका धावेसाठी तुम्ही किती गुण प्राप्त करू शकता हे काढा (तुम्ही अंदाज बांधू शकता किंवा ती धाव प्रत्यक्षात पूर्ण करून तो अंक वापरा).
- अध्ययन घटकातील एकूण गुण घ्या आणि याला एका धावेत तुम्ही किती गुण प्राप्त करू शकता, त्या संख्येने भागा (यात विविधता असेल; परंतु तुमच्याजवळ एक संदर्भ अंक असेल).

उदाहरण

- *अध्ययन घटक क्र. १ मध्ये २० गोष्टी आता तुमच्याजवळ आहेत.*
- *उदाहरणादाखल प्रत्येक गोष्टीला २ गुण आहेत असे आपण म्हणू या.*
- *२ गुण X२० गोष्टी = एकूण ४० गुण*
- *एका धावेत २ आठवडे याप्रमाणे जर तुम्ही सरासरी ८ गुण प्राप्त करू शकत असाल, तर तुम्हाला अध्ययन घटक क्र. १ पूर्ण करायला ५ धावा म्हणजे १० आठवडे लागतील.*
- *एकूण ४० गुण भागिले ८ गुण प्रतिधाव = ५ धावा.*
- *५ धावा दोन आठवडे प्रतिधाव या दराने एकूण १० आठवडे लागतील.*

एकदा तुमच्या गोष्टींना गुण द्यायला सुरुवात केलीत, की ही प्रक्रिया अगदी सोपी होते. अध्ययन महामार्ग नकाशा तयार करण्याची क्षमता प्राप्त करण्याकरिता एक धाव पूर्ण करण्यासाठी सरासरी किती गुण प्राप्त करावे लागतील याचे चित्र स्पष्ट होण्यासाठी काही धावा पूर्ण करण्याची तुम्हाला गरज पडेल.

धाव (Sprint)

एक धाव म्हणजे दोन आठवड्यांचा अभ्यास कालावधी. त्याचे तीन टप्पे आहेत :

- धावेचे नियोजन- हे ३० मिनिटांचे एक छोटे सत्र असते, ज्यात तुमच्या विषयातील गोष्टींचा तुम्ही विचार करता आणि तत्काळ काम करण्याचे हेतूने कोणत्या गोष्टी सर्वांत महत्त्वाच्या आहेत, हे निश्चित करता.
- धाव- एक धाव २ आठवडे चालते (साधारणतः ५ अभ्यास सत्रे प्रति आठवडा, तुम्ही ठरवू शकता). प्रत्येक सत्राच्या सुरुवातीला तुमचे सध्याचे अध्ययन पक्के करण्यासाठी तीन प्रश्न स्वतःला विचारा, भावी अध्ययनाची पूर्वपीठिका तयार करा आणि तुम्हाला कुठे मदतीची गरज आहे, ते ओळखा.
  - मी काल काय शिकलो? (सारांश सांगा.)
  - आज मी काय शिकणार आहे? (सारांश सांगा.)
  - मला मदतीची गरज असेल असे मुख्य अडसर किंवा समस्या कोणत्या?
- धाव पुनरवलोकन- दोन आठवड्यांच्या सत्राच्या शेवटी-
  - तुम्ही शिकलेल्या प्रत्येक भागाचे पुनरवलोकन करा.
  - तुमचे ज्ञान पक्के करा.
  - समस्या ओळखा.
  - तुम्हाला अधिक गोष्टी निर्माण करण्याची आवश्यकता आहे काय, ते ठरवा.

धावफलक

श्वेतफलकाचा उपयोग करणे हे सर्वांत साधे आणि सोपे आहे. यात साध्या तंत्राचा वापर करून तुमच्या दोन आठवडे कालावधीच्या धावेचे नियोजन करता येत असल्यामुळे आणि ध्येय गाठण्यासाठी योग्य दिशेत तुम्ही चालत असल्याची खात्री असते. श्वेतफलकावरील सारांशात :

- ज्यावर तुम्ही काम करीत आहात असे अध्ययन घटक
- धाव क्रमांक
- तुमच्या धावेतील एकूण गुण (पूर्ण करायच्या सर्व गोष्टी मिळवा.)
- या अध्ययन घटकातील प्रमुख आशय आणि गोष्टी
- या धावेत पूर्ण करावयाच्या प्रलंबित गोष्टी / कामे - *प्रलंबित* रकाना
- आता सुरू असलेली, प्रगतिपथावरील कामे- *प्रगतिपथावर* रकाना
- तुमची गोष्ट पूर्ण झाली असल्यास पूर्ण - *पूर्ण* रकाना
- कामाचा ठळक चार्ट/ आलेख

धाव करीत असताना तुमची प्रगती दृश्य रूपात दर्शविण्याची सोपी पद्धती म्हणजे प्रगतीदर्शक चार्ट/ आलेख. तुमच्या प्रत्येक गोष्टीचा /कामाचा आवाका

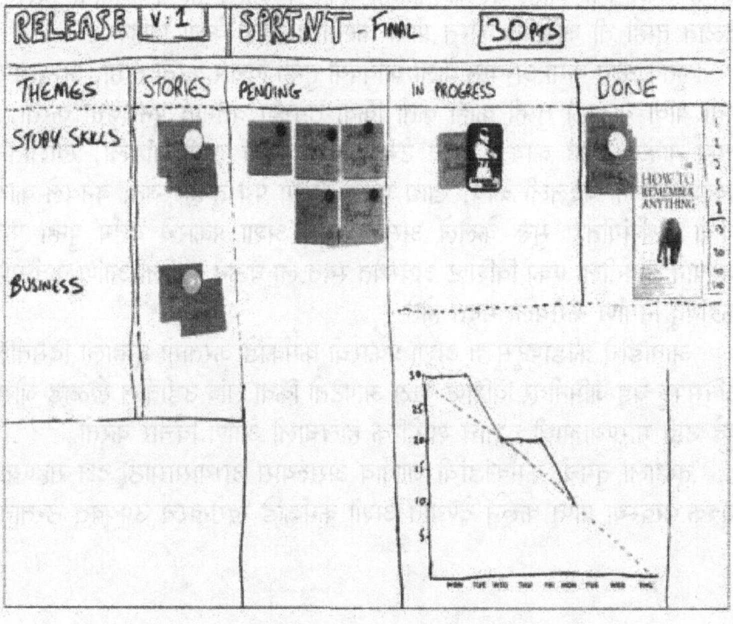

आकृती १५.३ धावफलक

अंदाजे ठरलेला (गुण) असल्यामुळे क्ष- अक्षावर धावेचे दिवस आणि य- अक्षावर गुण घेऊन आलेख काढू शकाल. जशी तुम्ही गोष्ट पूर्ण करता आणि पूर्ण या रकान्याकडे जाता, तेव्हा ते गुण तुम्ही काढून टाका आणि एक रेषा काढा.

तुम्ही सोमवारी किंवा मंगळवारी काहीही केले नाही; परंतु एक गोष्ट तुम्ही बुधवारी पूर्ण केली, तर तुमची रेषा पहिल्या दोन दिवसांतून पुढे सरळ जाईल आणि नंतर बुधवारी योग्य गुणसंख्या नोंदवली जाईल.

मर्मदृष्टी

हे पुस्तक वाचकांपर्यंत पोहोचविण्यासाठी वर दाखविलेला धावफलक शिकण्यासाठी नाही; परंतु पुस्तक लिहिण्यासाठी मी वापरला आहे. उद्दिष्टे भिन्न असली तरी संकल्पना मात्र त्याच आहेत.

तुमचे कर्मकांड

तुम्ही तुमचे नियोजन पूर्ण केले आहे आणि तुमच्या कौशल्यांचा प्रत्यक्ष व्यवहारात उपयोग करायचा आहे; प्रत्यक्ष माहिती पकडणे आणि ती पचविताना दिलेल्या वेळात तुम्ही ती जास्तीत जास्त प्राप्त केल्याची खात्री केली पाहिजे.

भूतकाळात कसा अभ्यास केला याविषयी तुम्ही विचार करता तेव्हा, अभ्यासाला गती यावी यासाठी तुम्ही काही कृती किंवा तुमच्या वर्तनात पुनरावृत्ती करता, हे तुम्ही पाहिले आहे काय? तुमचे टेबल किंवा खुर्ची कशी मांडली, खोलीतील प्रकाश योजना बदलली काय, खाद्य पदार्थ आणि पेय तुम्ही स्वत: बनवले काय, किंवा पार्श्वसंगीतही सुरू केलेले असू शकेल. अशा प्रकारचे वर्तन पुन्हा पुन्हा केल्याने व्यक्तीला एका विशिष्ट अवस्थेत स्वत:ला घेऊन जायला आणि कृतीसाठी केंद्रबिंदू निर्माण करायला मदत होते.

आघाडीचे क्रीडापटूसुद्धा अशा प्रकारची कर्मकांडे करताना तुम्हाला दिसतील. टेनिसपटू चेंडू जमिनीवर विशिष्ट वेळा आपटतो किंवा लांब उडीतील खेळाडू जोरात पुढे उडी मारण्याआधी तशाच शारीरिक हालचाली आणि विचार करतो.

तुम्हाला तुमची कर्मकांडांची जाणीव असल्यास अभ्यासासाठी दक्ष राहण्यास पोषक अवस्था प्राप्त करून देण्यात अशी कर्मकांडे खरोखरच उपयुक्त ठरतात.

कृती - तुमची कर्मकांडे शोधणे

कालमर्यादा : १० मिनिटे

एक कर्मकांड कसे दिसते हे बघण्यासाठी जेव्हा तुम्हाला ज्या अवस्थेत अध्ययन सोपे वाटले ती वेळ आठवणे उपयुक्त असते. तुम्ही अशी वेळ आठवू शकत नसाल तर एखादे पुस्तक वाचण्यात तुम्हाला आनंद मिळाला होता, अशी वेळ आठवा (विरंगुळा म्हणूनही तुम्ही ते करीत असाल).

- खोलवर श्वास घ्या आणि शरीराला आराम द्या, खुर्चीत विसावलेल्या शरीराविषयी जागृत राहा, स्वतःला विश्रामावस्थेत ठेवण्यासाठी थोडा वेळ खर्च करा. तुम्ही तयार असाल तेव्हा डोळे बंद करा आणि तुम्ही शिकत असताना तुम्हाला काहीतरी खूप महान वाटले असेल ती वेळ आठवा. ती एखाद्या पुस्तकातील माहिती किंवा कोणीतरी प्रदर्शित केलेले नवीन कौशल्य असू शकेल. ती वेळ आठवताच तुमचे परिपूर्ण अभ्यास अवकाश कसे दिसेल, याची कल्पना करा. आराम, तरतरी वाटेल; एकाग्र होता येईल आणि ज्ञान व कौशल्यांचा विकास करण्यास पोषक अशा अवकाशनिर्मितीसाठी तुम्हाला काय करावे लागले? तुमच्या भावी जीवनात फरक पाडू शकतील अशा गोष्टी शिकविण्यास उल्हसित होण्यासाठी तुम्ही कोणत्या गोष्टी कराल आणि सांगाल?
- हे अवकाश मनात निर्माण करण्यासाठी आणि शिकण्यास उत्तेजित व्हाल अशा अवस्थेत तुम्हाला घेऊन जाणाऱ्या कर्मकांडांची निर्मिती करण्यासाठी पाच मिनिटे खर्च करा.
- हे संपताच प्रत्यक्ष वास्तव जगात तत्सम अवकाश तुम्ही कसे निर्माण करू शकाल, याचा विचार करा.
- कर्मकांडे करून सराव करा; त्या अवस्थेत जाऊन सराव करा, म्हणजे तुम्ही शिकायला सज्ज होता.

मर्मदृष्टी

तुम्ही शिकताहात किंवा निर्मिती करताहात, अशा वेळी तुम्हाला योग्य अवस्थेत घेऊन जाण्यास साहाय्य करतो, अशा कर्मकांडांचा एक संच तुमच्यासाठी अत्यंत उपयोगी असतो. तुम्हाला तिथे गेले पाहिजे आणि काहीतरी केले पाहिजे; कदाचित अहवाललेखन असेल किंवा सादरीकरणासाठी काही शिकायचे असेल किंवा परीक्षेचा अभ्यास करणे असेल; परंतु तुम्हाला *आपलं असेच वाटले म्हणून आलो* असे नसेल अशा प्रकारचा एखादा प्रसंग तुम्ही अनुभवला असेल. तुम्ही कृती करण्यास सुसज्ज आहात अशा अवस्थेला पोहोचण्यासाठी कर्मकांडे निर्माण करून तुम्ही लागलीच स्वतःमध्ये बदल घडवून आणू शकता.

शारीरिक व्याधी शिक्षक प्रशिक्षण- व्यक्ती अभ्यास

व्यक्ती अभ्यास एका विशिष्ट व्यवसायावर केंद्रित असला तरी विचार आणि तत्त्वे विद्याविषयक, तांत्रिक आणि व्यावसायिक अशा कोणत्याही क्षेत्रात वापरता येऊ शकतात.

झोई या महिलेला शारीरिक व्याधी शिक्षिका होण्यासाठी प्रशिक्षण घ्यायचे होत. हे ध्येय गाठण्यासाठी ज्या विषयांचा अभ्यास ती करीत होती, त्याच्या तिला दोन परीक्षा उत्तीर्ण होणे आवश्यक होते. झोईचे विषय -

- १ तास ३० मिनिटे प्रात्यक्षिक परीक्षा
  - रोग्याचा इतिहास, शारीरिक ठेवण विश्लेषण, मुख्य अवयवांची रूपरेषा, तयार होणे (Warm-up), रोग्याच्या गरजांनुसार व्यायाम कार्यक्रम
- २ तास लेखी परीक्षा
  - शरीरशास्त्र, व्यायामांचा क्रम, शारीरिक ठेवण प्रकारानुसार व्यायाम प्रकारात बदल करणे, व्यायामांच्या वेळी स्नायूंची क्रिया या घटकांवर आधारित ५०-६० बहुपर्यायी प्रश्न
  - ६-९ दीर्घोत्तरी निबंधवजा प्रश्न

झोईचे अध्ययन घटक

१. अस्थिसांगाडा प्रणाली
२. स्नायूंचे गट आणि त्यांच्या हालचालींतील विविधता
३. शरीरशास्त्रातील पारिभाषिक शब्द
४. हालचालींचे प्रतल आणि प्रतलांतर्गत विविध प्रकार
५. स्नायूंच्या आकुंचनाचे प्रकार
६. तटस्थ शारीरिक अवस्था
७. शारीरिक ठेवण विश्लेषण
८. शारीरिक ठेवण- मांडणीचे चार प्रकार
९. व्यायामांचा क्रम- ३४
१०. व्यायाम सूत्रे आणि बदल

झोईचा आशय

काही अध्ययन घटकांसाठी एक आशय असेल- उदाहरणार्थ, व्यायाम हे अनेक घटकांमध्ये विखुरलेले असल्यामुळे हा आशय होतो :

शारीरिक ठेवण विश्लेषण (७) व्यायाम सूत्रे आणि बदल (१०)

याचा अर्थ असा की कोणता ***व्यायाम*** लोकांना द्यायचा हे समजण्यासाठी

तुम्हाला ***शारीरिक ठेवण विश्लेषण*** हे समजण्याची आवश्यकता आहे. हे एखाद्या मनोरेखनावर सहसंबंध दर्शविण्यासाठी चिन्हे मांडण्यासारखे आहे.

झोईच्या गोष्टी

तिला नेमके काय शिकायचे आहे, कशाचे पाठांतर करायचे आहे आणि कोणती कृती करायची आहे, यासाठी झोईने अध्ययन घटक आणि आशयांतर्गत प्रातिनिधिक गोष्टींचा संच निर्माण केला आहे.

स्नायूंचे गट आणि त्यांच्या हालचालींतील विविधता

प्रत्येक स्नायूचे एक विशिष्ट कार्य (त्याने निर्माण केलेली हालचाल), एक आरंभस्थान (जिथून स्नायू सुरू होतो) आणि एक अंतिम बिंदू (जिथे स्नायू संपतो.) असते.

- **खांदा (स्नायूंचा गट)**
- Deltoid
- Pectoralis Major
- Coracobrachialis
- Latissimusdorsi
- Teres major
- Rotator cuff
- Triceps brachii
- Bicepsbrachii

झोईची साधी गोष्ट

खांद्यात कोणते स्नायू कोणत्या हालचाली करतात, हे मला समजून घ्यायचे आहे; ज्यामुळे कोणत्याही रोग्याच्या स्नायू संतुलनविषयक समस्या दूर करण्यासाठी योग्य व्यायामांची निवड मी करू शकेन.

नंतर किती भारांश आहे याचा अंदाज झोई गुण देऊन घेते. तिला ते १३ गुणांचे वाटते, ज्याचा अर्थ असा की, याच वेळी दुसरी कामे करायची असल्यामुळे दोन आठवड्यांच्या धावेमध्ये पूर्ण करण्यासाठी फारच मोठे आहे, म्हणून ती तिचे लहान गोष्टींमध्ये तुकडे करते आणि संदर्भ टिपण कागदावर लिहून श्वेतफलकावरील गोष्टी या रकान्यात चिकटवून टाकते.

मला Deltoidची कार्ये, प्रारंभ आणि अंत (२ गुण), इत्यादी समजून घ्यायचे आहे.

मला Pectoralisचे प्रमुख कार्य, प्रारंभ आणि अंत (२ गुण), इत्यादी समजून घ्यायचे आहे.

सर्जनशील स्मरणशक्ती अंतर्गत प्राप्त केलेली सर्व संसाधने एकत्र आणून त्यांचा प्रत्यक्ष वापर करण्याची झोईला एक संधी आहे.

मर्मदृष्टी

झोई तिच्या परीक्षेत ९३ टक्के गुण मिळवून उत्तीर्ण झाली. सर्जनशील स्मरणशक्ती तंत्राचा उपयोग केल्यामुळे तिला परीक्षेसाठी आवश्यक असलेली माहिती पाठ करण्यासाठी केवळ सहा आठवडे लागले. मला विशेष आनंद झाला आणि ती माझी पत्नी असल्याचा मला अभिमान आहे.

अभ्यासासाठी व्यूहरचना असल्यास खूप मोठा फरक पडू शकतो- भलेही ते विद्यापीठीय शिक्षण असो, काम करीत शिकणे असो किंवा नवीन व्यवसायासाठीचे प्रशिक्षण असो.

उच्च स्मरणशक्तीची गुरुकिल्ली

- चपळ अध्ययन ही एक चौकट आहे, जिच्या मदतीने तुम्ही तुमच्या अभ्यासाचे नियोजन, प्रथम काय करायला पाहिजे यांचा प्राधान्यक्रम आणि तुमची लक्ष्याप्रत योग्य वाटचाल होत असल्याची मापन प्रक्रिया प्राप्त करू शकता.

- निरंतर विकास आणि सहेतुक अध्ययन यासाठी चपळ अध्ययन बेतलेले आहे.

- चपळ अध्ययनाचे चार मोठे भाग आहेत; अध्ययनाचा महामार्ग नकाशा जो कालमर्यादेच्या उच्च स्तराचे चित्र देतो; अध्ययन घटक जो तुमच्या विषयाचा उभा छेद असतो, आणि त्याचे आशय आणि गोष्टी अशा भागांत विभाजन होते; अध्ययन धावफलक जे धावपट्टीवर ठेवण्याचे एक साधन आहे; आणि पुनरवलोकन जे प्रत्येक धावेच्या शेवटी केले जाते.

- चपळ अध्ययनात, परस्पर संबंधित कामाचा आकार ठरविणे आणि धाव, अध्ययन घटक आणि विषय पूर्ण करण्यासाठी एकूण गुण ठरविण्यासाठी आकाराचे गुणात्मक अंदाज बांधणे आवश्यक आहे.
- एका धावेचा कालावधी दोन आठवड्यांचा असतो. तुम्ही स्वत:ला दररोज पुढील प्रश्न विचारले पाहिजेत :

  - मी काल काय शिकलो? (सारांश)

  - आज मी काय शिकणार आहे? (संक्षेपाने)

  - मला मदत घ्यावी लागेल असे मुख्य अडसर किंवा समस्या कोणत्या आहेत?

- प्रभावी अभ्यास आणि उच्चस्तरीय कामगिरीसाठी तुम्ही तुमची कर्मकांडे शोधा.

१६

उद्योगधंद्यात

या प्रकरणात तुम्ही पुढील गोष्टी शिकाल-

- कोणत्या कठोर आणि सौम्य कौशल्यांची तुम्हाला गरज आहे
- तुमच्या व्यूहरचनांचा व्यवहारात उपयोग कसा करावा
- मुलाखतीच्या वेळी हमखास यश कसे संपादन करावे

या पुस्तकात तुम्हाला आढळलेल्या तंत्रांचे एकात्मीकरण करण्यासाठी तुमच्या कार्यपद्धतीत त्यांचा अंतर्भाव करण्याची गरज आहे. ते प्रभावी करण्यासाठी या तंत्रांचा तुम्ही उपयोग करू शकाल, जेणेकरून तुम्हाला झालेल्या लाभाचे मापन करता येईल असे *सोपे* मार्ग शोधून तुम्ही सुरुवात केली पाहिजे.

आतापर्यंत तुम्ही प्राप्त केलेल्या ज्ञानाचा प्रत्यक्ष व्यवहारात उपयोग करू शकाल अशा लाभदायक काही मार्गांचा शोध या विभागात आपण घेणार आहोत, ज्यांची तुमच्या उद्योगधंद्यांच्या वातावरणात तुमच्या प्रभावाचे उन्नयन करण्यास मदत होऊ शकेल.

या शक्तिशाली तंत्राच्या मदतीने अधिकात अधिक लाभ उठविण्याची संधी तुमच्या जीवनात शोधण्याच्या तुमच्या विचारांना चालना देणे, ही या प्रकरणाची योजना आहे.

कठीण कौशल्ये (Hard Skills)

कोणत्याही व्यवसायात कठोर आणि सौम्य कौशल्ये अशी कौशल्यांची विभागणी केलेली तुम्हाला आढळेल. कठोर कौशल्यांमध्ये तुमच्या कामाच्या संबंधात तांत्रिक आणि विद्याविषयक ज्ञान यांचा समावेश होतो. तुम्ही वेबसाईट निर्माण करीत असाल तर प्रोग्रॅमिंग, तुम्ही विक्री विभागात काम करीत असाल तर विक्रीचे तंत्र आणि मंत्र, तुम्ही डॉक्टर असाल तर वैद्यकविषयक ज्ञान, प्लंबरसाठी व्यावसायिक कौशल्ये

लागतील, तर नर्तकासाठी किंवा क्रीडापटूसाठी प्रशिक्षित शरीर असणे आवश्यक आहे. तुमच्या व्यवसायासाठी ही सर्व आवश्यक कौशल्ये आहेत. यातील काही व्यवसायांत तुम्ही प्रारंभिक ज्ञान प्राप्त करून सुरुवात करू शकता आणि यात पुष्कळ काही शिकण्यास आणि काम करीत असताना प्रशिक्षित होण्यास भरपूर वाव आहे, हे दाखवून द्याल.

यापूर्वी आपण विशिष्ट *गोष्टी* कशा लक्षात ठेवाव्यात हे पाहिले. तुम्ही निवडलेल्या व्यवसायात प्रगती करण्यासाठी कोणत्या प्रकारची कठोर कौशल्ये आणि ज्ञान मिळविणे आणि लक्षात ठेवण्याची आवश्यकता आहे, यास साहाय्य करणाऱ्या काही *कृतीं* चा उपयोग आपण करणार आहोत (तुम्ही आता असलेल्या किंवा भविष्यात त्या क्षेत्रात जाण्याची तुमची इच्छा आहे असे कोणतेही क्षेत्र असू शकेल).

सध्याच्या भूमिकेत तुमच्या क्षेत्रातील ज्ञान वाढवीत असाल; नवीन काम किंवा व्यवसाय मिळवून देण्यास मदत करतील अशा नवीन कौशल्यांचे प्रशिक्षण किंवा शिक्षण घेताना केलेला अभ्यास, असे काहीही असू शकेल. कठोर कौशल्यांच्या संबंधात या पुस्तकात दिलेल्या व्यूहरचनांचे उपयोजन करता येते.

कृती - तुमची कठीण कौशल्ये ओळखणे

कालमर्यादा : १० मिनिटे

तुमच्या व्यवसायात सर्वोत्कृष्ट कामगिरी करण्यासाठी आवश्यक असलेली कौशल्ये ओळखा, किंवा तुम्ही एखाद्या नवीन संधीची वाट पाहत असाल तर तुमच्या *आदर्श व्यवसायासाठी* लागणारी कौशल्ये ओळखा.

- तुमचा आदर्श व्यवसाय केंद्रस्थानी ठेवून एक मनोरेखन तयार करा.
- मुख्य ज्ञानाच्या शाखांसंदर्भात बुद्धिमंथन करा.
- आशय आणि स्वरूप या दरम्यान दिवास्वप्नांच्या आधारे चालना द्या.
- या क्षेत्रात कार्य करण्यासाठी तुम्हाला आवश्यक असलेली कौशल्ये किंवा ज्ञान मिळवा.

ही कृती पूर्णतः कठोर कौशल्यांवर केंद्रित आहे, हे लक्षात ठेवा. तुमच्या व्यवसाय नियोजनाची बांधणी करताना तुम्ही या मनोरेखनाचा संदर्भ पुढच्या प्रकरणात घेऊ शकता.

कृती - तुमची नवीन कौशल्ये तुम्हाला कुठे मदत करू शकतात?
कालमर्यादा : २० मिनिटे

- या कठोर कौशल्यात निपुण होण्यासाठी सर्जनात्मक स्मरणशक्ती आणि इतर व्यूहरचना यांचा उपयोग तुम्हाला कोणत्या क्षेत्रात करता येईल, ते ओळखा.
- पूर्वीच्या मनोरेखनावरून तुमच्या कौशल्यांचा उपयोग तुम्ही कोठे करू शकाल त्या शाखा ओळखा. (यासाठी तुम्ही चिन्ह वापरू शकाल - एक स्टार म्हणू या.)
- तुम्ही काय करणे गरजेचे आहे, हे सारांशरूपाने सांगणाऱ्या शाखा जोडा. (स्मृती महाजाल, संशोधनासाठी मनोरेखन, वाचावयाची पुस्तके, अभ्यासक्रम, इत्यादी).
- मनोरेखन मोठ्याने वाचण्यासाठी, आवश्यक त्या बदलासाठी १५ मिनिटे खर्च करा.

येथे तुम्हाला प्राप्त झालेली मर्मदृष्टी तुमच्या व्यावसायिक नियोजनात भर टाकण्यासाठी पुढील प्रकरणात तुम्ही वापरू शकाल.

सौम्य कौशल्ये (Soft Skills) / जीवनोपयोगी कौशल्ये

सौम्य कौशल्ये आपल्यापैकी प्रत्येकामध्ये कमी-अधिक प्रमाणात असतात; तुमच्या मुलाखतीच्या वेळी आणि तुमच्या व्यवसायात ही कौशल्ये प्रदर्शित करण्याची क्षमता तुमच्यात असल्यास याचा तुमच्या व्यवसाय आणि प्रगतीवर फार मोठा प्रभाव पडू शकतो. बहुतेक कामधंद्यांत आणि व्यवसायांत तुम्हाला नोकरी देणारे तुमच्या विशिष्ट वर्तनाच्या शोधात असतात. तुमच्या अशा नित्य वर्तनाला (स्वभावाला) क्षमता म्हणतात. व्यवसायात तुम्ही जसे प्रगत होत जाता, तशा तुमच्याकडून उच्चस्तरीय क्षमता तुमच्या कामगिरीतून प्रकटल्या पाहिजेत, अशी अपेक्षा केली जाते.

क्षमता

क्षमतांचे एक उदाहरण पुढे दिले आहे, जे निरनिराळ्या दोन सौम्य कौशल्यांकडून अपेक्षित असलेल्या वर्तनप्रकाराविषयी *मार्गदर्शक तत्त्वांचा* संच दर्शविते. प्रत्येक सौम्य कौशल्याचे तीन भिन्न स्तर आहेत- १ म्हणजे चांगले; २ म्हणजे फार चांगले; ३ म्हणजे सर्वांत चांगले.

कृती - तुमच्या क्षमता आत्मसात करणे

कालमर्यादा : ५ मिनिटे

पुढे दिलेले कोष्टक केवळ एक साचा आहे आणि तुमच्या कामाच्या ठिकाणचे वर्तन अगदी तेच राहील असेही नाही; त्यांची स्वत:ची व्याख्या आणि एक स्तर असण्याची शक्यताच अधिक असते. क्षमता आणि स्तर आत्मसात करून कुठल्या स्तरावर तुम्ही कामगिरी करता आहात, हे तुम्ही मोजू शकता.

संप्रेषण | **संदर्भगोष्टी (तुमच्या गोष्टी)**

स्तर १

सुस्पष्ट आणि संक्षिप्त

सहकाऱ्यांपुढे दृष्टिकोन सादर करणे

सक्रिय संप्रेषण

स्तर २

प्रभाव पाडणाऱ्या तंत्रांची विविधता

प्रसंगाशी जुळवून घेणे

कठीण संदेशसुद्धा पाठविणे

स्तर ३

कौशल्यपूर्ण वाटाघाटीची तंत्रे

विविध प्रसंगांशी जुळवून घेणे

असामान्य राजकीय कौशल्ये प्रदर्शित करणे

सर्जनशील विचार | **संदर्भगोष्टी (तुमच्या गोष्टी)**

स्तर १

समस्येचे सुलभीकरण केले जाते

निर्णयाच्या पुष्ट्यर्थ मुख्य माहिती ओळखणे

स्तर २

क्लिष्ट प्रश्नांचे सुलभीकरण

माहिती गोळा करून ती जलद गाळून घेतली जाते.

सर्जनशील समस्या निराकरण

स्तर ३
व्यूहात्मक विचार करणे
मोठ्या चित्राचे भान ठेवणे
प्रभावी समस्या निराकरण संप्रेरित करणे
संघकार्य, नेतृत्व, वाटाघाटी, लवचीकता इत्यादींचा समावेश दुसऱ्या प्रकारच्या क्षमतांमध्ये होतो.

मर्मदृष्टी

तुमच्या कामाच्या ठिकाणी प्रत्येक क्षमतेसाठी ही प्रक्रिया वापरल्यास, तुम्ही आता कुठे आहात आणि पुढच्या स्तरासाठी प्रगती करण्याकरिता तुम्हाला कशाची गरज आहे, यासाठी एक संदर्भबिंदू तुमच्याजवळ असेल. तुमच्यातील वाटाघाटी कौशल्य सुधारण्याची गरज असल्यास प्रशिक्षण कौशल्ये, पुस्तके, अभ्यासक्रम इत्यादी गोष्टींचा एक संपूर्ण संच तयार करावा लागेल. माहिती पचविणे, लक्षात ठेवणे, आणि कौशल्यांचा प्रत्यक्ष व्यवहारात उपयोग करणे, यासाठी तुम्ही अध्ययनचक्र आणि सर्जनशील स्मरणशक्ती यांचा उपयोग करू शकाल.

प्रसंगचित्रे/ देखावा (Scenarios)

उच्चस्तरीय क्षमता कशा असतात हे तुम्हाला आता चांगले समजले असेल. आजपर्यंत तुम्ही अभ्यासलेल्या व्यूहरचनांचा विविध प्रसंगी कशा प्रकारे उपयोग केला जाऊ शकेल, याचा आता शोध घ्या.

यातील प्रत्येक प्रसंगासाठी कोणत्या क्षमता उपयोगी आहेत आणि यशस्वी कामगिरीसाठी कोणता स्तर गाठण्याची तुम्हाला आवश्यकता लागेल, यावर तुम्ही विचार केला पाहिजे.

तुम्ही अभ्यासलेल्या व्यूहरचनांचे उपयोजन उद्योगधंद्यातील प्रसंगी कसे करता येऊ शकेल, याचे हे कोणत्याही अर्थाने संपूर्ण चित्र होऊ शकत नाही; ही केवळ काही क्षणचित्रे मात्र आहेत, जे तुमच्या आताच्या आणि भविष्यातील भूमिका आणि तुमच्या जगात त्यांचा उपयोग कसा करू शकाल, याच्या बीजरूप कल्पनांविषयी विचार करण्याची प्रेरणा देतात.

मीटिंग्ज

तुम्ही ग्राहकांबरोबर, सभागृहात किंवा कॉफी शॉपमध्ये कुठेही असा, मीटिंग्ज या अनेक लोकांच्या विविध व्यावसायिक जीवनाचा एक भाग आहेत. माहितीच्या बोजाप्रमाणेच मीटिंग्जचे ओझे असू शकते. मीटिंग्जच्या प्रसंगी तुम्ही अध्ययनचक्र, सर्जनशील स्मरणशक्ती, वाचन व्यूहरचना आणि मनोरेखन यांचा तुमच्या लाभासाठी उपयोग करू शकता.

कृती - व्यावसायिक मीटिंग्ज

कालमर्यादा : १५ मिनिटे

अधिक प्रभावी होण्यासाठी तुम्हाला मदत होईल अशा तुमच्या कृती ओळखून प्रत्येक मीटिंगचा प्रसंग करून पाहा.

प्रसंग- Off-the-cuff Meettings अनपेक्षित प्रसंगातून निभावण्यासाठी मीटिंग लिफ्टच्या बाहेर तुम्ही एखाद्याला भेटत. टिपणे घेण्यासाठी तुमच्याकडे काहीही नाही किंवा ते सयुक्तिकसुद्धा होऊ शकणार नाही (किंवा तुम्ही कॉफी, लंच, इत्यादी घेत असाल), तुमच्याशी संबंधित असलेले पाच मुद्दे ते तुम्हाला सांगतात, जे तुम्ही काम करीत असलेल्या प्रकल्पाविषयी असू शकतील. ज्या व्यक्तीची भेट घेणे तुमच्या फायद्याचे होईल, अशा एका व्यक्तीचासुद्धा उल्लेख करतात. थोड्या वेळापूर्वी तुम्ही केलेले सादरीकरण त्यांना संभाषणाच्या वेळी आठवते आणि ते तुम्ही ई-मेल करू शकाल का, म्हणून विनंती करतात.

माहिती

- ३० जानेवारीच्या एकास-एक सत्रासाठी नोंदणी करण्याची इच्छा व्यक्त करणे
- जोशुआ फोएर यांच्या स्मृतीविषयक लेखाचा उल्लेख करतात.
- ते त्यांचा पायलट परवाना घेत आहेत; त्यांना अभ्यासात मदतीची गरज आहे.
- अत्यंत वाईट स्मरणशक्ती असल्याविषयीची पक्की धारणा
- जिल आणि मॅक्स नावाची दोन मुले
- जॉन स्टॅण्टन ही व्यक्ती त्यांच्या संघासाठी वेगळ्या प्रकारच्या घटनेची मागणी करते.
- सहा आठवड्यांपूर्वी मी दिलेल्या ३० मिनिटांचे सादरीकरण त्यांना आवडले.

प्रत्यक्ष व्यवहार

- या प्रसंगासाठी तुम्ही कोणत्या व्यूहरचना वापरू शकाल?
- कोणत्या क्षमता यासाठी उपयुक्त आहेत आणि कामगिरीच्या कोणत्या स्तरावर पोहोचण्याची तुम्हाला गरज आहे?
- या उदाहरणाचा सराव करण्यासाठी या प्रसंगात दिलेल्या माहितीचा उपयोग करा.

व्यूहरचनेची उदाहरणे

- पूर्वनिर्मित उपलब्ध स्मृती महाजालांचा संच घ्या : प्रत्येकी २० जोडस्थळे / फाईल्स असलेली जवळपास दहा महाजाले तुम्हाला मिळतील - जिथे तुम्ही टिपणे घेऊ शकणार नाही, अशा प्रसंगी मिळालेली माहिती मिळवण्यासाठी यांचा सोयीस्कर उपयोग करता येईल. तुम्ही आत्मसात केलेल्या तंत्रांचा उपयोग करून संभाषणाच्या वेळी ऐकलेली मुख्य माहिती तुमच्या स्मृती महाजालावर साठवू शकता. माहितीच्या प्रत्येक छोट्या तुकड्यासाठी एक प्रतिमा निर्माण करून त्यांचे जोडस्थळ / फाईलशी साहचर्य संबंध निर्माण करा.
- तुमच्या सहकाऱ्याबरोबर संभाषण करताना ऐकलेल्या माहितीतील पहिले पाच मुख्य माहितीचे अंश, भेटायची तुमची इच्छा आहे त्या व्यक्तीचे नाव आणि ज्यांना ई-मेलद्वारा तुमचे सादरीकरण पाठवायचे आहे त्यांची नावे पाठ करा.
- पर्याय म्हणून, तुमच्या आजूबाजूला असलेल्या वस्तूंचा उपयोग करून जागेवरच तुम्ही स्मृती महाजाल निर्माण करू शकता. काही दृक्-संकेतांचा सहेतुक उपयोग केल्यास हे अत्यंत प्रभावी होऊ शकते. तुमचे संभाषण लिफ्टच्या शेजारी होत असल्यास, तुमच्या डाव्या हाताच्या बाजूला असलेल्या वस्तूंपासून सुरुवात करा आणि घड्याळाच्या काट्यांप्रमाणे हळूहळू एक-एक वस्तू जी जोडस्थळ/ फाईलसारखे काम करील- उचलत तुमची नजर भोवताली फिरवा. तुमचे ज्या व्यक्तीशी संभाषण चालले आहे त्या व्यक्तीच्या शरीराच्या भागांचासुद्धा जोडस्थळांसारखा तुम्ही वापर करू शकता. माहितीच्या प्रत्येक तुकड्यासाठी तुम्ही एक प्रतिमा पुन्हा निर्माण करून जोडस्थळ/ फाईलशी साहचर्य संबंध स्थापित करा.

मर्मदृष्टी

तुम्ही याचा सराव केल्यास प्रश्न विचारण्यासाठी साहचर्य संबंध निर्माण करणे आणि माहितीवर परत मनन करण्याच्या वेळी हे उपयुक्त ठरते. याचा तुम्हाला दुहेरी फायदा होतो. साहचर्य संबंध स्थापित करायला तुम्हाला अधिक वेळ मिळतो आणि दुसरे, माहिती बरोबर असल्याचे दृढीकरण करू शकता. जेव्हा तुम्ही ३० जानेवारी ऐकता, तेव्हा जिन (जाने)च्या बाटलीने (MaCe=30) गोल (गदा) फिरवली जातेय अशी कल्पना करा- तुमच्या जवळच्या जोडस्थळाशी साहचर्य करा आणि प्रश्न विचारा. उदा. अशा प्रकारे ३० जानेवारी रोजी यातील अशी कोणती महत्त्वाची वस्तू तुम्हाला घेऊन जायला आवडेल? माहिती शोधत असताना तुम्ही तुमच्या साहचर्यांची खात्री करा. नंतर ते तुम्हाला काही अधिक मुख्य माहिती देतील- त्यांची पायलटची परीक्षा इत्यादी. ऐकून, मनन करून, सार काढून, प्रश्न विचारून आणि ती माहिती पुन्हा चाळून तुमच्या मनात ती कुलूपबंद करून ठेवण्यासाठी तुम्ही अध्ययनचक्राचा उपयोग करीत असता.

प्रसंग : विषयपत्रिकेसह मीटिंग्ज

एका तासाच्या आत तुम्हाला मीटिंगसाठी निमंत्रित केले आहे. निमंत्रकांपैकी केवळ दोघांना तुम्ही नावाने ओळखता, ते ज्या संघाचे आहेत आणि त्यांची भूमिका काय याविषयी तुम्हाला कल्पना असली तरी दुसरी नावे यापूर्वी तुम्ही कधीही पाहिलेली नाहीत. तुमच्यासाठी महत्त्वाच्या असलेल्या विषयांवर कार्यक्रमपत्रिका केंद्रित आहे; त्यातील काही माहितीविषयी तुम्हाला खात्री नाही. मीटिंगची तयारी करणे तुम्हाला आवश्यक आहे (विचार करण्याचा नवा मार्ग म्हणून तुम्ही लक्षात घेता). तुमच्या एका विचारावर सहमती मिळणे महत्त्वाचे आहे. खोलीतील लोकांपैकी एकाचा दृष्टिकोन विरोधी आहे हे तुम्हाला माहीत आहे. तुम्ही मीटिंगमध्ये प्रवेश करता तेव्हा तिथे दहा लोक दिसतात. परस्पर परिचय होतो आणि मीटिंग सुरू होते.

व्यवहार (In Practice)

- या प्रसंगी तुम्ही कोणत्या प्रकारच्या व्यूहरचना वापरू शकाल?
- कोणत्या क्षमता उपयुक्त होतील आणि तुमच्या कामगिरीच्या कोणत्या स्तराची गरज आहे?
- येणाऱ्या मीटिंगची कल्पना करा.
- व्यूहरचनेच्या उदाहरणातील पायऱ्या अभ्यासा किंवा तुम्ही ओळखलेल्या व्यूहरचनांचा उपयोग करा.

व्यूहरचना उदाहरणे

- कार्यक्रमपत्रिकेचे मनोरेखन तयार करून तुम्ही मीटिंगची तयारी करा, फलनिष्पत्ती (तुमच्या आणि इतरांच्या), तुम्हाला माहीत असलेल्या घटनो, तुम्हाला माहीत नसलेली क्षेत्रे (वेळ असल्यास संशोधन करा, किंवा योग्य प्रश्न आणि प्रतिसादांचा शोध घ्या), तुम्हाला काय वाटते आणि दुसऱ्यांना कसे वाटते याचा नकाशा तयार करा, कल्पनांशी निगडित धोके आणि लाभ नकाशावर दाखवा (लाभार्थी कोण ते ओळखणे), खोलीतील लोकांच्या अभिरुचीची दखल घेण्याची संधी कुठे आहे, आणि कुठे संघर्षाची शक्यता आहे, हे लक्षात घेऊन टेबलावर कोणते फलदायी पर्यय मांडता येतील, ते नकाशात दाखवा. तुमच्या दृष्टीने आदर्श फलनिष्पत्ती कशी असू शकेल? या नकाशाचा संदर्भ म्हणून तुम्ही मीटिंगमध्ये उपयोग करू शकत. प्रत्येक शाखेचे अर्थपूर्ण स्पष्टीकरण देण्यासाठी मोठ्याने बोलून खात्री करा, किंवा सहकाऱ्यांकडून काहीतरी प्रत्याभरण मिळवा- वेळ असेल तर मीटिंगसाठी त्याची संपादित आवृत्ती निर्माण करण्याची तुमची इच्छाही असू शकेल.
- संशोधनाच्या आधारे तुम्हाला ओळखता येणाऱ्या माहितीचा शोध घ्या. ती नकाशात भरा.
- एक स्मृती महाजाल निर्माण करा किंवा पूर्वी तुम्ही तयार केलेले एखादे वापरा आणि तुमच्या डोक्यात ठेवायची इच्छा असेल त्या मुख्य घटना साठवून ठेवा.
- तुमची आदर्श फलनिष्पत्ती आणि कोणतीही घटना किंवा त्याच्याशी निगडित तपशील लक्षात ठेवणे उपयुक्त असू शकते.
- कार्यक्रमपत्रिकेतील नावांकडे पाहा आणि त्या नावांकरिता प्रतिमा निर्माण करण्यासाठी काही मिनिटे खर्च करा, जेणे करून तुम्हाला ही गोष्ट मीटिंगमध्ये करावी लागणार नाही- त्यांचे फोटो कुठल्यातरी प्रणालीवर उपलब्ध असतील तर ते नीट पाहा, त्यामुळे तुम्ही त्यांना भेटाल तेव्हा ते कोण आहेत, हे तुम्हाला समजेल.
- मीटिंगमध्ये बसल्यावर आजूबाजूच्या लोकांची नावे पाठ करा, अगदी मीटिंग सुरू होण्यापूर्वी हे करायचा तुम्ही प्रयत्न करा, त्यामुळे सभोवार नजर फिरवून उजळणी करता येऊ शकते; काही अपरिचित लोकांशी स्नेहबंध निर्माण करण्यासाठीसुद्धा याची मदत होते, आणि कदाचित आधीच थोडी लवकर मर्मदृष्टी प्राप्त होते.
- सर्वसंमत व सुस्पष्ट फलनिष्पत्ती आहे याची खात्री मीटिंगच्या सुरुवातीलाच करा.
- विषयपत्रिकेसाठी एक शाखा आणि इतर शाखांवर प्रश्न, आव्हाने, अभिरुची,

कल्पना, उपाय, संमती, प्रलंबित बाबी आणि मते यांची मांडणी करून एक मनोरेखन अगोदरच तयार केल्यास याच्या मदतीने मीटिंगमधील सर्व मुख्य माहिती पकडता येईल. ही टिपणे खोलीतील लोकांनी पाहिली तरी चालेल, तुम्ही तुमचा दृष्टिकोन आणि विचार दृक् स्वरूपात मनोरेखनाद्वारा लोकांपुढे ठेवता, त्या वेळी ते साहाय्यभूत होऊ शकेल- अधिक मुद्दे/कल्पना पकडता येऊन त्यांची संभाव्य उत्तरे मिळवता येतात.

- *समर्पक माहिती तुमच्याकडे आहे, नंतर संभाषणाच्या वेळी तिचा संदर्भ घेण्याची तुमची इच्छा आहे; परंतु ती मनोरेखनावर टाकताना तुम्हाला त्रास होतो, अशा प्रसंगी आधीच तयार केलेल्या स्मृती महाजालावर एक मुख्य घटना म्हणून ती सरळ साठवून ठेवा.*
- *सहमती असलेले मुद्दे, उत्कृष्ट कार्य, पाठपुरावा करण्याची पद्धती आणि तिच्या यशस्वितेचे निकष हे पुन्हा आठवण्यासाठी आवश्यक तेथे तुमच्या मनोरेखनाचा उपयोग करा.*
- *मीटिंगच्या शेवटी, पुढे नंतरच्या तारखेला ज्यांचा संदर्भ म्हणून उपयोग होऊ शकेल अशा प्रकारची तुमच्या पूर्वनिर्मित स्मृती महाजालातील फलनिष्पत्ती तुम्ही पाठ करू शकता.*

मर्मदृष्टी

लोकांवर छाप पाडण्यासाठी, त्यांना समस्येतून बाहेर काढण्याची क्षमता हे मुख्य कौशल्य असते. मनोरेखन करून, सुप्त भावना आणि ठळक घटना पकडून तुमचे स्नेहबंध टिकवून समस्येवर तोडगा शोधताना प्रसंगी कठोर राहूनसुद्धा तुम्ही व्यक्तिसापेक्ष आणि तटस्थ राहू शकता. मीटिंगच्या तयारीच्या वेळी तुम्ही कर्मकांडाच्या निर्मितीसाठी थोडा वेळ खर्च केला, तर त्याला फारच अल्प वेळ लागतो आणि तुम्ही आवश्यक तेव्हा चार ते पाच मिनिटांपर्यंत छाननी करून विचारांना धार लावू शकता. स्वत:ची पूर्ण तयारी आणि आवश्यकतेप्रमाणे सुधारणा करणे, आणि मुख्य घटना टिकवून ठेवण्यासाठी स्वत: एक चौकट उभी करणे- ज्याचा उपयोग तुम्हाला नंतरच्या तारखेला होऊ शकेल- असे झाल्यास तुम्ही सर्वांत अधिक प्रभावी होऊ शकाल.

विचारमंथन/बुद्धिमंथन (Brainstorming)

तुम्ही कोणत्याही व्यवसायात असा, कोणत्यातरी क्षणी- कदाचित दररोजसुद्धा- तुम्हाला विचार किंवा समस्यांची उत्तरे घेऊन पुढे यावेच लागते.

एडवर्ड डी बोनो यांच्या *विचार करणाऱ्या सहा टोप्या* याआधारे आपल्याला एक महान प्रतिमान उपलब्ध होते, ज्यात मनोरेखन या तंत्राचा उपयोग लोकांच्या संख्येत विविधता असलेल्या अनेक परिस्थितींत करता येतो. विचार करणाऱ्या सहा टोप्या हा एक अलंकार आहे, जो गटातील लोकांना एखादा प्रसंग किंवा समस्येकडे एकाच दृष्टिकोनातून विचार करण्यास मदत करतो.

अत्यंत उच्चस्तरीय सारांशाच्या आधारे अनेक लोकांचा एक गट एक विशिष्ट घटक घेतो किंवा आव्हान स्वीकारतो आणि अलंकारिक भाषेत ते एकच टोपी घालतात; गट कोणत्या रंगाची टोपी घालतोय हे सांगून एकच दृष्टिकोन ठेवून तो गट आव्हानाला सामोरे जाईल. तर, आता आपण पांढरी टोपी घालू या- जी माहिती आपल्याला माहीत आहे, त्या घटनांवर प्रत्येक जण लक्ष केंद्रित करतो.

निरनिराळ्या रंगांतील सहा टोप्या अशा आहेत-

- निळी- प्रवास आणि केंद्रबिंदू यांच्या दिशेवर नियंत्रण ठेवते, फलनिष्पत्ती ठरविते आणि निष्कर्ष सारांशरूपाने मांडते. ती पुढे दुसऱ्याला देता येत असली तरी साधारणत: एकच व्यक्ती ही टोपी घालते.
- पांढरी- माहिती संकलित करण्यासाठी ही वापरली जाते.
- लाल- सकारात्मक आणि नकारात्मक अशा दोन्ही प्रकारच्या भावना व्यक्त करण्यासाठी वापरली जाते (या टोपीच्या बाबतीत समर्थनाची गरज नाही).

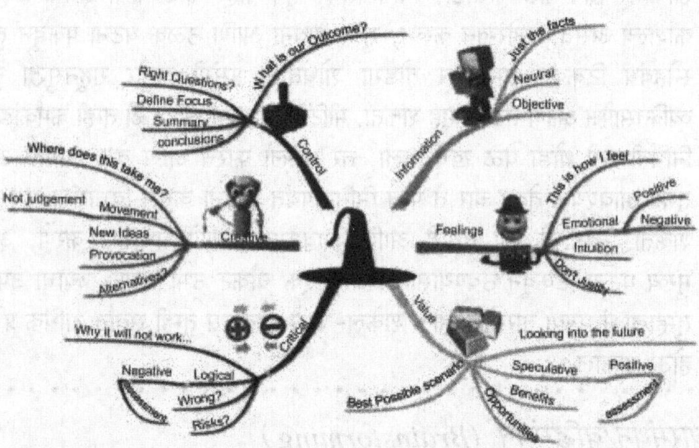

आकृती १६.१: मनोरेखन– विचार करणाऱ्या सहा टोप्या (थिंक बूझनच्या siMindMap वापरून हे निर्माण केले आहे. http://www.thinkbuzan.com)

▶ पिवळी- आव्हानात अर्थ किंवा मूल्य पाहिले जाते.

▶ काळी- समीक्षा करते (भावनाशील नव्हे तर्कशुद्ध आणि नकारात्मक पैलूचे मापन करते).

▶ हिरवी- नवीन कल्पना बाहेर काढते, पर्याय सुचविते, आणि उत्तरे तयार करण्यात मदत करते.

कृती - उद्योगधंद्यासाठी बुद्धिमंथन

कालमर्यादा : १५ मिनिटे

हे जरी गटासाठी निर्माण केलेले असले तरी तुम्ही स्वतः एकटेसुद्धा याचा सराव करू शकता. अधिक प्रभावी होण्यासाठी तुम्ही कराल त्या कृती शोधून पुढील विचारमंथन प्रसंगात खेळत राहा.

प्रसंग : गटाला आव्हान

सध्याच्या कामाशी संबंधित विशिष्ट समस्या किंवा आव्हानावर तुम्ही तुमच्या सहकारी गटाबरोबर काम करीत आहात. खोलीतील सदस्यांमध्ये त्यांच्या विचारात खूप मतभिन्नता आहे; तथापि, तुम्ही पुढील ६० मिनिटांत निष्कर्षाप्रत येऊन पोहोचता, हे महत्त्वाचे आहे.

व्यवहार

▶ या प्रसंगी तुम्ही कोणत्या व्यूहरचना वापरू शकाल?

▶ कोणत्या क्षमता उपयोगी पडतील आणि कामगिरीच्या कोणत्या स्तराची तुम्हाला आवश्यकता आहे?

▶ हे प्रतिमान गटासाठी निर्माण केलेले असले तरी ते तुमच्या एकट्याकरितासुद्धा उपयुक्त आहे. तुमच्याकडील एखादी समस्या किंवा आव्हानाची निवड करा आणि व्यूहरचनेची उदाहरणे वापरून किंवा तुमचा स्वतःचा मार्ग निवडून तुम्ही ही कृती करा.

व्यूहरचना उदाहरणे

▶ विचार करणाऱ्या सहा टोप्यांचा मार्ग तुम्ही निवडणे किंवा एखाद्या प्रवाही मुक्त मार्गाचा उपयोग करणे असो, लोकांच्या गटाबरोबर काम करताना बुद्धिमंथनासाठी मनोरेखन हा एक उत्तम मार्ग असू शकेल.

▶ बुद्धिमंथनाचे मनोरेखन करण्यासाठी पुढाकार घ्या आणि श्वेतफलकावर रेखांकन करा किंवा Mind Map किंवा Mind Manager यासारखे ॲप्लिकेशन वापरा.

- प्रारंभीच्या बुद्धिमंथनासाठी एका गटात २ किंवा ३ व्यक्ती असाव्यात.
- गटाच्या विचारांचे एकत्रीकरण करण्यासाठी आणि उत्तरे मिळविण्यासाठी विचार करणाऱ्या टोप्यांसारखे एखादे तंत्र वापरा.
- स्मृती महाजाल आधीच तयार करा किंवा तुम्ही बसलेल्या खोलीचा उपयोग करून पटकन एक नवीन महाजाल निर्माण करा.
- संपूर्ण सत्रभरातील आणि सत्राच्या शेवटी उपलब्ध फलनिष्पत्ती पाठ करा किंवा बुद्धिमंथनसत्राच्या शेवटी माहिती पाठ करण्यासाठी मनोरेखनाचा उपयोग एक साधन म्हणून करा- नंतर हे करण्यासाठी बाजूला वेळ काढून ठेवला आहे याची खात्री करा.

प्रकल्प

प्रकल्प सादर करणे किंवा त्यावर काम करण्याच्या संबंधात आतापर्यंत तुम्ही विविध तंत्रांच्या उपयोजनांचा अनुभव घेतलेला आहे.

या क्षेत्रातील तुमच्या विचारांना प्रोत्साहित करण्यासाठी प्रकल्प सादर करणे, दूरदृष्टी, महामार्ग नकाशा, वितरणयोग्य बाबी, वितरण योजना, अवलंबनत्व आणि धोके अशा काही क्षेत्रांचा आता विचार करा. जर तुम्ही कधी काळी पूर्ण प्रकल्प किंवा प्रकल्पाचा भाग पूर्ण करण्यात सहभागी झाला असाल, तर तुमची कामगिरी आणि ती सुधारण्यासाठी सर्जनशीलपणे तुम्ही अध्ययनचक्र, सर्जनशील स्मरणशक्ती, मनोरेखन यांचा वापर कुठे करू शकला असता याचा विचार तुमच्या मनाला करू द्या.

कृती - उत्पादने आणि प्रकल्प पूर्तता करणे

कालमर्यादा : ३० मिनिटे

तुम्हाला करावयाच्या कृती शोधून पुढील प्रसंग करा. तुम्ही अभ्यासलेल्या व्यूहरचनांचा उपयोग केल्यास अनेक क्षेत्रांना यांचा लाभ मिळू शकेल. तुमच्या प्रकल्पासाठी प्रत्यक्षात वापरता येतील असे काही जलद आणि सोपे यशाचे मार्ग ओळखणे, हा यामागील हेतू आहे.

प्रसंग- नियोजन, पाठविण्याच्या वस्तू, अवलंबन आणि धोके

तुम्हाला चांगल्याच माहीत असलेल्या सेवा किंवा उत्पादन देण्यासाठी तुम्ही एक छोटा प्रकल्प चालवीत आहात.

व्यवहार

- या प्रसंगी तुम्ही कोणत्या व्यूहरचना वापराल?
- कोणत्या क्षमता वापरल्या जातात आणि कोणत्या स्तराची कामगिरी होण्याची गरज आहे?

व्यूहरचना उदाहरणे

- चार मुख्य क्षेत्रे असलेले उच्चस्तरीय मनोरेखन निर्माण करा : नियोजन, पाठविण्याच्या वस्तू, अवलंबन आणि धोके. दूरदृष्टी, फलनिष्पत्ती, लाभार्थी इत्यादींचासुद्धा समावेश तुम्ही करू शकाल.
- मनोरेखनावर प्राधान्यक्रम संकेत वेळेसह दाखवा.
- प्रत्येक क्षेत्रासाठी स्मृती महाजाल निर्माण करा.
- मुख्य टप्पे, पाठविण्याच्या वस्तू, तारीख आणि अवलंबनासह, धोके आणि इतर काही समर्पक माहिती पाठ करा.
- दूरदृष्टी विधान किंवा उंची गाठण्याची लय लक्षात ठेवण्यासाठी मेखला पद्धती वापरा.
- प्रभाव स्तर विरुद्ध अभिरुची यांच्याशी निगडित ग्राहक, त्यांची भूमिका आणि त्यांचे स्थान पक्के लक्षात ठेवा. तुम्ही ग्राहकांचे व्यवस्थापन करण्याच्या भूमिकेत काम करीत असाल, तर प्रभाव (शक्ती) विरुद्ध अभिरुची या कोष्टकाशी तुम्ही परिचित आहात, यात शंका नाही. कोष्टकामुळे तुमच्या प्रकल्पासाठी मुख्य ग्राहक ओळखणे, तुमच्याकडे आहेत त्यांना समाधानी ठेवणे, सतत संपर्क साधणे किंवा केवळ माहिती देणे, या गोष्टी करण्यास मदत होते. हे लोक कोण आहेत आणि त्यांच्याशी कसे वागावे याचे ज्ञान असल्यामुळे तुमच्या प्रभाव स्तरात फार मोठा फरक पडतो.

नेतृत्व

नेतृत्वाचा विषय फार मोठा आहे; तुमच्या व्यूहरचना साधनपेटीच्या उपयोगाचा शोध घेण्यास सुरुवात करण्यासाठी आपण एका लहानशा तुकड्याकडे पाहू या. सर्वसामान्य दृष्टिकोनातून विचार केल्यास, तुमचे सहकारी असोत किंवा तुम्ही संघनायक असा, जर नेतृत्व करायचे असेल तर तुम्ही छाप पाडण्यास सक्षम असलेच पाहिजे. एखाद्यावर छाप पाडावयाची झाल्यास त्यांच्यावर कशाचा प्रभाव पडतो, हे तुम्हाला आधीच माहीत असले पाहिजे

(Creating Lasting Change, Robbins). ते सर्व कशापायी जमले आहेत, त्यांची मते काय आहेत, ते कशामुळे प्रेरित झाले आहेत, येथे बसण्यास त्यांना कोण सांगते..... त्यांचे विश्व समजून घ्या. त्यांचा न्यायनिवाडा करू नका. एकदा तुम्हाला हे समजले की, उच्च कामगिरी करणाऱ्या संघांची वर्तन वैशिष्ट्ये प्रदर्शित करण्यासाठी, त्यांच्यावर छाप टाकण्याची आणि प्रभावी नेतृत्व करण्याची तुम्हाला मोठी संधी मिळते.

उच्च कामगिरी संघ कसा दिसेल याचे एक चित्र रंगविण्यासाठी केन ब्लँकर्ड आपल्या वन मिनिट मॅनेजर (One Minute Manager book, Building High Performing Teams-Blanchard, Carew, Parisi-Carew, 2004) या पुस्तकात या PERFORM स्मृतीकारकाचा (mnemonic) संदर्भ देतात :

- **P-** Purpose — हेतू
- **E-** Empowerment — सबलीकरण
- **R-** Relationship — सहसंबंध
- **F-** Flexibility — लवचीकता
- **O-** Optimal Performance — उच्चतम कामगिरी
- **R-** Recognition — ओळख किंवा दखल
- **M-** Morale — आत्मभान/ आत्मगौरव

एखादा संघ उच्चस्तरीय कामगिरी करीत असताना जी गुणवैशिष्ट्ये दिसतात, त्यांचे वर्णन या शब्दांमधून स्पष्ट होते अशी कल्पना आहे. या शब्दात, एक सर्वसामान्य दृष्टिकोन, दूरदृष्टी कोणती आणि कशासाठी आहे, उद्दिष्टे साध्य करण्याचे सुस्पष्ट मार्ग या गोष्टी येतात.

उद्दिष्टांच्या पूर्तीसाठी संघाचे नेतृत्व करून प्रेरित, लक्षकेंद्रित आणि घटना घडण्यास जबाबदार, असा एक संघ तुम्ही निर्माण करता. वेळेवर व जरूर त्या मानकाप्रमाणे आपले योगदान देण्यासाठी ते धडपडतात आणि त्यांचे कामाच्या गुणवत्तेवर अत्यंत अधिक लक्ष केंद्रित असते, अशा या योगदानातून एक भव्य चित्र उभे राहते. या चित्रातच ती जागा (कार्यस्थळ) अधिक रंजकसुद्धा वाटू लागते.

तुम्ही एखाद्या संघात असाल किंवा तुम्ही संघाचे नेतृत्व करीत असाल तर तुमच्या नजरेतून एक उच्च कामगिरी करणारा संघ कसा दिसतो, याविषयी विचार करा. सध्या संघाची कामगिरी कुठे आहे, हे १-१० बिंदू असलेली मापनपट्टी वापरून संघाला गुण द्या.

कृती - नेतृत्वाची उद्दिष्टे
कालमर्यादा : १५ मिनिटे
नेतृत्व करण्याचा किंवा लोकांवर प्रभाव पाडण्याचा तुमचा अनुभव विचारात घेऊन हा प्रसंग करा : तुमची पद्धती काय होती, कोणत्या गोष्टी चांगल्या कामाला आल्या, आणि अधिक चांगले कसे करता येऊ शकले असते?

प्रसंगचित्र
नेतृत्व करण्याकरिता तुम्हाला देण्यात आलेल्या संघासाठी तुम्ही अगदीच नवखे आहात. संघात लक्षणीय बदल झाला आहे आणि आता काही चांगल्या संधी दूर क्षितिजावर दिसत असल्या तरी उद्दिष्टे आणि जबाबदाऱ्या अस्पष्ट आहेत, संपर्क बरा असू शकेल आणि आत्मगौरव निम्न स्तरावर आहे.

व्यवहार
- या प्रसंगी तुम्ही कोणत्या व्यूहरचना वापरू शकाल?
- कोणत्या क्षमता कामाला येतील आणि कामगिरीचा कोणता स्तर गाठणे आवश्यक आहे?

व्यूहरचनेची उदाहरणे
- त्यांच्या इच्छा, गरजा, मते, विश्वास, मूल्ये, प्रेरके आणि उद्दिष्टांचा शोध घेण्यासाठी संघातील प्रत्येक सदस्याबरोबर मनोरेखन सत्रे करणे
- संघीय स्मृती महाजाल निर्माण करा आणि वैयक्तिक गरजा आणि उद्दिष्टे पाठ करा; ही मेखला पद्धतीसुद्धा असू शकेल किंवा व्यक्तीच्या देहप्रणालीवर आधारित साहचर्य असलेल्या संदर्भगोष्टींचा संचही असेल.
- एकास-एक पद्धतीच्या सत्रातून मिळालेली समर्पक माहिती पाठ करा.
- संघाच्या उच्च कामगिरीसाठी या स्मृतीकारक केंद्रस्थानी ठेवून कार्यशाळा चालवा. आता ते कुठे आहेत असे त्यांना वाटते, याविषयी संघाला स्वतःचे मूल्यमापन १- १० गुण देऊन (किंवा अन्य प्रकारे) स्वतःच करायला सांगा. सुधारणा कशी करावी यासाठी उपयुक्त कल्पना मिळवून समस्यांची उत्तरे शोधण्याकरिता संघाचे सबलीकरण करून संयुक्तपणे एक मनोरेखन निर्माण करा.
- मुख्य फलनिष्पत्ती आणि कृती पाठ करा, आणि अध्ययनचक्र वापरून त्यांचा व्यवहारात उपयोग केल्याची खात्री करा.
- संघातील प्रत्येक व्यक्तीचे यश लक्षात ठेवा आणि लागलीच त्याची

दखल घ्या. एकास-एक प्रसंगी त्याचा पुनरुच्चार करा.

- समस्या किंवा वाईट कामगिरीची नोंद घेणे आणि ती वेळीच हाताळणे, हे लक्षात ठेवा. वैयक्तिक कामगिरी सुधारण्यास मदत करण्यासाठी याचा उपयोग करा.
- संघासाठी एक स्मृती महाजाल निर्माण करा आणि ध्येय आणि उद्दिष्टे एकत्रित पाठ करा.

मुलाखती

बहुधा प्रत्येक जण केव्हातरी मुलाखत प्रक्रियेत सहभागी होईलच. मुलाखतीबरोबरच अपार उत्कंठा आणि प्रचंड तणाव असू शकतो. हे सर्व कमी करून किमान पातळीवर आणण्यासाठी ज्ञान पक्के असणे आणि ते ज्ञान व्यक्त करण्याची तुमच्यात क्षमता असणे, हे अत्यावश्यक आहे. मुलाखतप्रसंगी तुमची कामगिरी संपूर्णतः उत्कृष्ट होण्याची खात्री करण्यासाठी तुमच्या स्मृती व्यूहरचना वापरून उपलब्ध असलेल्या काही जलद यशाच्या मार्गांचा प्रत्यक्षात उपयोग करता येऊ शकेल.

कृती - उच्चस्तरीय क्षमताप्रदर्शन

कालमर्यादा : १५ मिनिटे

क्षमतांचे उच्चस्तरीय प्रदर्शन करण्यासाठी तुम्ही नियोजन करा; मागील उदाहरणांवर मनन करून तुमच्या क्षमता प्रत्यक्षात कोठे वापरू शकाल आणि त्यापासून तुम्हाला काय मिळेल, हे ओळखा.

प्रसंगचित्र

तुम्ही खूप उत्तेजित आणि भावुक आहात, अशा क्षेत्रातील तुमच्या नव्या भूमिकेसाठी तुमची मुलाखत घेतली जात आहे. त्या भूमिकेसाठी आवश्यक ते ज्ञान आणि कौशल्य पूर्णतः व्यक्त करण्यासाठी तुम्हाला सांगण्यात आले आहे.

व्यवहार

- या प्रसंगी तुम्ही कोणत्या व्यूहरचना वापरू शकाल?
- कोणत्या क्षमता कामी येतील आणि कामगिरीचा कोणता स्तर गाठणे आवश्यक आहे?

व्यूहरचनेची उदाहरणे

- जणु काय या क्षणी मुलाखत घेतली जातेय, तुम्हाला आराम वाटतोय आणि तुमचे ज्ञान, कौशल्ये आणि क्षमता प्रदर्शित करताना तुम्हाला आनंद होतोय, अशी तुमच्या मनात कल्पना करून मुलाखतीआधी तालीम करण्यासाठी आराम मिळविणे आणि कल्पनाचित्र उभे करणे, या तंत्रांचा उपयोग करा.
- ज्या कंपनीसाठी काम करण्याचा तुमचा हेतू आहे, तिच्याविषयीच्या मौलिक माहितीचा शोध घेण्यासाठी वाचन व्यूहरचनांचा उपयोग करा.
- कंपनी, मुलाखत घेणारे, तुमची फलनिष्पत्ती, गोष्टी- ज्यामधून तुमच्या कठोर आणि सौम्य कौशल्यांचा परिचय होतो, प्रश्न- हे काम का करू इच्छिता, ते काम तुम्हाला का मिळाले पाहिजे, याविषयीच्या माहितीचे मनोरेखन करा.
- आवश्यक घटना साठवून ठेवण्यासाठी स्मृती महाजाले निर्माण करा.
- *तुमचा संदेश पाठविणे* या प्रक्रियेत व्यूहरचनात्मक पद्धतीने कार्य करणाऱ्या तुमच्या कौशल्यांचे प्रदर्शन करू शकाल, अशा गोष्टी पाठ करा.
- मुलाखतीच्या वेळी मुलाखत घेणाऱ्या व्यक्तींची नावे पाठ करा.
- नंतर प्रश्न विचारण्याची तुमची इच्छा असू शकेल अशी एखादी उपयुक्त घटना पकडण्यासाठी आधीच तयार केलेले एक स्मृती महाजाल मुलाखतीच्या वेळी जवळ ठेवा.

सौम्य कौशल्यांच्या बाबतीत या व्यूहरचनांचे अनंत उपयोग आहेत. वरील पाच क्षेत्रे ही तर केवळ स्वाद घेण्यापुरती आहेत. पुढच्या प्रकरणात या पुस्तकात दिलेल्या सर्व कल्पना तुम्ही एकत्र आणून तुम्ही तुमच्या दृष्टिकोनातून त्यांचे सार काढा आणि तुमच्या व्यवसायात त्यांचा काय उपयोग होऊ शकेल, यावर लक्ष केंद्रित करा.

उच्च स्मरणशक्तीची गुरुकिल्ली

- तुमच्या कामगिरीच्या क्षमतांचा सध्याचा स्तर ओळखा आणि त्यात सुधारणा घडवून आणण्यासाठी तुम्ही काय करणे अवश्यक आहे, ते लक्षात घ्या.
- उच्चस्तरीय क्षमतांचे प्रदर्शन करण्याची तुम्ही वेळ पकडून ठेवा आणि त्या मनोरेखन किंवा स्मृती महाजालावर घ्या.
- स्मृती महाजालांचा वापर करून आकस्मिक मीटिंगसाठी आणि तपशील लक्षात ठेवण्यासाठी सराव करा; त्याच क्षणी तुम्ही दृक्-संकेतसुद्धा बनवू शकता.
- मीटिंग्ज, विषयपत्रिका पाठांतर, घटना आणि तुमची फलनिष्पत्ती यांच्या तयारीसाठी मनोरेखने आणि सर्जनशील स्मरणशक्ती तंत्रांचा उपयोग करा. आशय पकडणे, काय बोलले गेले त्यावर मनन करणे आणि सारांश सांगणे यासाठी मनोरेखन वापरून मीटिंगच्या वेळी नावे आणि मुख्य घटना पाठ करा.
- डी बोनोंच्या विचार करणाऱ्या सहा टोप्यांशी खेळत एक गतिशील बुद्धिमंथनसत्र करा.

१७

तुमची व्यवसाय योजना : तुमच्या जीवनाची आखणी करा

या प्रकरणात तुम्ही पुढील गोष्टी शिकाल-

- तुमच्या उपजत क्षमता आणि उद्दिष्टे कशी ओळखाल
- व्यवहार्य आणि सुस्पष्ट उद्दिष्टे विकसित करणे
- तुमच्या ध्येयप्राप्तीसाठी तुमची मानसिक बैठक अभिसंधित करणे

तुमच्या ध्येयाची आणि व्यवसाय योजनेची व्याप्ती ठरविण्याचे पुष्कळ मार्ग आहेत. या प्रकरणात आपण त्यांच्यापैकी एका मार्गाचा विचार करणार आहोत. या पुस्तकातील प्रत्येक भागाने तुमच्या ज्ञानाला रुंदी आणि खोली दिली आहे, आणि मुख्य मर्मदृष्टी आणि मूर्त स्वरूपात फायदे अनुभवता येतील, अशी विचार प्रक्रिया आणि व्यवहारिक उदाहरणे दिली आहेत. तुम्ही शोधलेल्या व्यूहरचना व्यवसायात प्रगती करण्यासाठी तुम्हाला कशा प्रकारे साहाय्य करू शकतात, यावर या प्रकरणात लक्ष केंद्रित केले आहे.

सध्या तुम्ही तुमच्या व्यवसायाचा कसा विचार करता? ते एक काम आहे काय? तुमचे काम आहे काय? तुमची एक मोहीम आहे काय? तुमची आवड किंवा एक वेड आहे काय? तुम्ही तुमच्या व्यवसायाकडे कसे पाहाल, त्याचा परिणाम तुमच्या व्यवसायाचा अर्थ आणि तुमची व्यवसाय करण्याची पद्धती यावर होणार आहे.

तुमचा हेतू

तुमच्या मनातील हेतू समजून घेण्यासाठी तुमच्या नैसर्गिक आणि उपजत क्षमतांविषयी विचार करणे उपयुक्त होऊ शकेल. कदाचित तुमच्याकडे सहिष्णू भावना, नातेसंबंध निर्मिती, मन वळविणे किंवा प्रेरणा देणे, अशा उपजत क्षमता असतील. दुसऱ्यांच्या

कार्यात योगदान देणे, मोठे चित्र रंगविणे, किंवा प्रत्यक्षात उपस्थित राहणे अशा गोष्टींकडे तुम्ही आकर्षित होऊ शकाल. उद्दिष्टे मांडण्याची कला, समस्यांचा अर्थ समजणे, किंवा संख्या आणि त्यांची रचना यांच्यातील बंध समजण्याची क्षमता नैसर्गिक देणगी रूपात तुमच्याकडे असेल. तुम्हाला वाटले की, सध्याच्या भूमिकेचा तुमच्या उद्दिष्टांशी मेळ बसत नाही; याचा अर्थ असा नाही की, लगेच तुम्ही जहाजातून बाहेर उडी टाकावी. तुम्ही कोणत्या कामात चांगले आहात, तुमच्या नैसर्गिक क्षमता कोणत्या, याचा विचार करण्यामुळे तुम्हाला तुमची उद्दिष्टे अधिक स्पष्ट दिसू लागतात आणि जसे तुम्ही तुमच्या आदर्श भूमिकेकडे वाटचाल करता, त्या वेळी हे तुमच्या कार्यात मौलिक भर टाकण्यात तुम्हाला मदत करू शकेल.

मर्मदृष्टी

सन १९९०च्या दशकात मी एका नाट्यगृहाच्या बारमध्ये काम करीत होतो. सुरुवातीचे दिवस काही फार चांगले नव्हते. पडद्यामागे राहून बारमध्ये सेवा देण्यापेक्षा रंगमंचावर जाण्याची माझी इच्छा होती. मला कामाची गरज असल्या कारणाने मला स्वत:ला बदलावे लागणार होते हे मला माहीत होते; म्हणून नव्या भूमिकेसाठी मला माझ्यात काय आणावे लागेल यावर मी विचार केला. त्यासाठी माझ्यात कोणते गुण चांगले आहेत याचा विचार या प्रसंगी मला मदत करणार होता. दुसऱ्या लोकांशी संबंध (ओळख) निर्माण करण्याची क्षमता, हा माझ्यातील एक उपजत गुण होता याची मला सुस्पष्ट कल्पना होती. या गुणाचा उपयोग मी ज्यांना सेवा दिल्या ते लोक आणि माझे सहकारी यांच्यात एक सकारात्मक बदल घडवून आणण्यासाठी करणे, हे माझे उद्दिष्ट होते. ग्राहकांची नावे आणि ड्रिंक्सच्या ऑर्डर्स पाठ करून, तत्पर सेवा देऊन आणि लोकांकडून चांगल्या टिप्स कशा उकळाव्यात यासाठी सहकाऱ्यांबरोबर नवनवे खेळ शोधत मी आपोआपच एक लोकप्रिय, चांगला बारमन झालो. माझ्या आदर्श भूमिकेच्या शोधकार्यात हे मला कधीच आडवे आले नाही. माझ्यासाठी अधिक योग्य अशा कामाचा शोध घेण्यात मी अद्यापही प्रोत्साहित होतो, आणि दहा महिन्यांच्या आत वेस्ट एण्ड स्टेजवर (त्याच थिएटरमध्ये) मी माझ्या आदर्श भूमिकेत होतो. एक अभिनेता, उत्पादन व्यवस्थापकापासून ते प्रशिक्षक आणि मी करीत असलेल्या प्रत्येक कामाच्या केंद्रस्थानी माझा हाच हेतू असतो.

कृती- तुमच्या क्षमता आणि हेतू ओळखणे

कालमर्यादा : ५ मिनिटे

विचार पकडून त्यांचा विस्तार करण्यासाठी मनोरेखने तयार करून पुढील प्रश्न स्वतःला विचारा. नैसर्गिकरीत्या तुम्ही कोणत्या बाबतीत चांगले आहात, ती वैशिष्ट्ये ओळखणे (तुमच्या उपजत क्षमता) हे याचे फलित असले पाहिजे. आणि तुमच्या उद्दिष्टांच्या पूर्तीसाठी नव्या विचारांचे भरण करणे आणि तुमच्या वैयक्तिक जीवनात आणि व्यवसायात मूल्यवर्धन करणे, यासाठी त्यांचा उपयोग केला पाहिजे.

- भूतकाळात तुम्ही यशस्वी ठरलात असे तुम्हाला कोठे जाणवले?
- ज्यात तुम्हाला खूप आनंद मिळतो, अशा बाबी कोणत्या?
- नैसर्गिकरीत्या तुम्ही कोणत्या बाबतीत चांगले आहात?
- तुम्हाला काय करायला आवडेल?
- तुमच्या मते तुमच्या नैसर्गिक क्षमता कुठे आहेत?
- सध्याच्या भूमिकेत तुमची छाप पाडण्यासाठी तुम्ही तुमच्या नैसर्गिक क्षमतांचा उपयोग कसा कराल?
- तुमच्या मते कोणत्या भूमिकेत तुम्ही मोठ्या मोलाची भर टाकू शकाल?
- तुमची उद्दिष्टे साध्य करण्यासाठी तुम्ही काय विचार करता?
- तुमची उद्दिष्टे तुमच्या जीवनात उतरल्यावर तुम्हाला काय वाटते? (तुम्हाला माहीत नसेल तर तसे घडले अशी कल्पना करून ते कसे असू शकेल याविषयी विचार करा).

कृती - तुमची आदर्श भूमिका

कालमर्यादा : ५ मिनिटे

तुमच्या नैसर्गिक क्षमता आणि हेतू यांच्याविषयी विचार करताना त्यांचा उपयोग उत्तम प्रकारे कुठे करता येईल हे ओळखण्यासाठी, पुढील संचातील प्रश्न स्वतःला विचारा. तुमचे स्वतःचे विचार पकडून ठेवणे आणि ते सारांश रूपाने व्यक्त करण्यासाठी मनोरेखन निर्माण करा.

- तुमच्या मते आता, भविष्यात केव्हातरी किंवा एक मूल म्हणून तुम्हाला करायला आवडल्या असत्या अशा कोणत्या भूमिका तुम्ही करू शकाल?
- तुमच्या नैसर्गिक क्षमता आणि उद्दिष्टांशी तंतोतंत जुळणारे काय आहे?
- तुम्ही तुमची प्रथम पसंती निवडा. ही निवड तुम्ही का केली?
- तुम्ही कोणाबरोबर काम कराल?
- तुमचे आदर्श स्थळ कुठे आहे?

- या स्थळी तुम्ही असाल अशी कल्पना तुम्ही केव्हा करू शकाल? (तुम्हाला शक्य नसल्यास, भविष्यात ३-५ वर्षांनी तिथे असाल अशी कल्पना करा आणि तुमच्या मनात ते दृश्य पाहा).
- या आदर्श दृश्याचे मनोरेखन करा.

नियोजन

जर तुमच्याकडे तुमची उद्दिष्टे आणि तुमच्या आदर्श भूमिकेचे चित्र सुस्पष्ट असेल तर ती भूमिका वास्तव कशी करता येईल आणि तुमची सर्जनात्मक संसाधने तिथपर्यंत पोहोचण्यासाठी कशी मदत करू शकतात, आणि खऱ्या मूल्यांची तुमच्या दैनंदिन जीवनात कशी भर टाकतात, याकडे पाहण्यास तुम्ही सुरुवात करू शकता.

कृती - तुमची गोष्ट काय आहे?
कालमर्यादा : १० मिनिटे
तुम्ही आता जिथे आहात तिथून जिथे जाऊ इच्छिता तिथे तुम्ही कसे पोहोचता, तुम्हाला काय शिकावे लागेल ते ठळकपणे दाखवा (कौशल्ये आणि ज्ञान) आणि *विचार करण्याचा नवा मार्ग* तुम्हाला कशी मदत करू शकेल, तुमच्या स्मृती व्यूहरचनांचा प्रत्यक्ष व्यावहारिक उपयोग जिथे करू शकाल अशी प्रसंगचित्रे रंगवून, तुमच्या प्रवासमार्गावरील मैलाचे दगड दाखवून आणि तुम्हाला करावयाच्या मुख्य कृती यांचा समावेश करून एका उच्चस्तरीय गोष्टीचे मनोरेखन तयार करा.

स्मार्ट उद्दिष्टे (SMART Objectives)
तुमच्या उच्चस्तरीय गोष्टीच्या आधारे (तुम्हाला काय शिकायचे आहे आणि आदर्श भूमिकेपर्यंत पोहोचण्यासाठी काय करायचे आहे), तुमच्या प्रवासात तुम्हाला प्रोत्साहित करणारी काही सोपी उद्दिष्टे मांडून, पुढे अधिक तपशीलवार केंद्रबिंदू निर्माण करू शकाल.

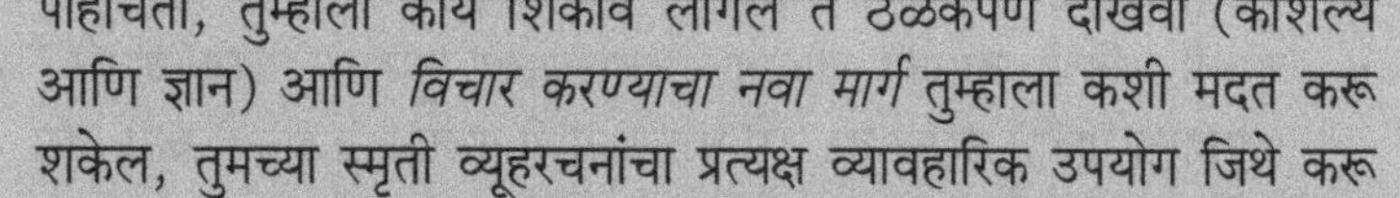

आकृती १७.१

उद्दिष्टांच्या संदर्भात तुम्ही इंग्रजी आद्याक्षरांनी बनलेला SMART हा शब्द पाहिला असेल; या शब्दातील प्रत्येक अक्षराचा अर्थ पुढीलप्रमाणे आहे-

S -	Specific	वि	= विशिष्ट (पुरेसा तपशील)
M -	Measurable	मा	= मापन करता येईल असे (केव्हा केले ते तुम्हाला कसे कळेल?)
A -	Achievable	सा	= साध्य करण्यायोग्य (हे शक्य आहे असे तुम्हाला वाटते काय?)
R -	Resourced	सं	= संसाधने/सामग्री (हवे ते तुमच्याजवळ आहे काय?)
T -	Timed	का	= कालबद्ध (ते केव्हा पूर्ण होणे गरजेचे आहे?)

उद्दिष्टांची सुस्पष्ट मांडणी (SMART) करून प्रवासाची सुस्पष्ट दिशा आणि इच्छित स्थळी तुमचे केव्हा आगमन झाले, हे दर्शविणारे निकष निश्चित करा.

उद्दिष्टांची सुस्पष्ट मांडणी करणे आणि लक्षात ठेवण्यास मदत होण्यासाठी मनोरेखन आणि सर्जनशील स्मरणशक्ती ही विलक्षण साधने आहेत. म्हणून तुमच्या लक्ष्याचा वेध घेणे नेहमीच तुमच्या मनात स्पष्ट असते. काही वेळा तुमचे लक्ष्य थोडे हलविण्याची तुमची इच्छा असेल किंवा नवीन लक्ष्य निवडाल, अशा वेळी तुमची उच्चस्तरीय गोष्ट आणि उद्दिष्टांच्या बाबतीत तुम्ही लवचीक असायला पाहिजे. तुमच्या मनात हे साठवून ठेवल्यामुळे नको तितके तपशिलात गुरफटून जाऊन विशाल चित्र विसरून जाणे असे न होता, तुम्हाला योग्य वाटचाल करायला मदत होते.

सुस्पष्ट (SMART/ विमासासंका) उद्दिष्टांचे उदाहरण

स्मार्ट उद्दिष्टे लिहिण्याचे पुष्कळ मार्ग आहेत. तुम्ही तुमच्या शैलीत लिहू शकता किंवा एक विशिष्ट चौकट निवडू शकता. पुढील गोष्टींना उपभोक्ता गोष्टी म्हणतात; उद्दिष्टे कोणासाठी आहेत, ध्येय किंवा अपेक्षा काय आहेत, आणि होणारा फायदा, या बाबी उपभोक्ता गोष्टींमध्ये पकडलेल्या असतात.

एक <भूमिका> म्हणून <काही करायची> माझी इच्छा आहे ज्यामुळे <मला लाभ होईल>.

उदाहरणार्थ,

एक शिक्षक म्हणून कोणत्याही गोष्टी लक्षात कशा ठेवाव्यात या पुस्तकातील सर्जनशील स्मरणशक्ती हे तंत्र २५ ऑगस्टपर्यंत शिकून घ्यायची माझी इच्छा आहे, ज्यामुळे माझ्या विद्यार्थ्यांपुढे मी सादरीकरण करू शकेन आणि

या सत्राच्या शेवटी एका तंत्राचे प्रात्यक्षिक त्यांना दाखवीन.

- हे विशिष्ट आहे- लाभ मिळविण्यासाठी काय करायचे आहे हे तुम्हाला माहीत आहे.
- हे मोजता येण्याजोगे आहे- तुम्ही ते केव्हा प्राप्त केले ते तुम्हाला समजेल.

  तुमचे विद्यार्थी हे तंत्र प्रत्यक्षात वापरतील.
- हे प्राप्य आहे- छोटे असल्याने दिलेल्या वेळात ते पूर्ण करणे शक्य आहे.
- हे संसाधनाने पूर्ण आहे- तुमच्याकडे पुस्तके, विद्यार्थी, वर्गातील उपकरणे, इत्यादी आहेत.
- हे कालबद्ध आहे- २५ ऑगस्टपर्यंत तुम्हाला ते पूर्ण करायचे आहे.

  किंवा तीच (SMART) सुस्पष्ट उद्दिष्टे पुढीलप्रमाणेसुद्धा लिहू शकाल.

  <लाभा> करिता <काही करायची> माझी इच्छा आहे.

उदाहरणार्थ,

माझ्या विद्यार्थ्यांपुढे सादरीकरण करणे आणि या सत्राच्या शेवटी एका तंत्राचे प्रात्यक्षिक त्यांना दाखविण्याकरिता कोणत्याही गोष्टी लक्षात कशा ठेवाव्यात या पुस्तकातील तंत्रे २५ ऑगस्टपर्यंत शिकून घ्यायची माझी इच्छा आहे.

कृती - तुमच्या सुस्पष्ट उद्दिष्टांची मांडणी करा.

कालमर्यादा : १० मिनिटे

तुमच्या उच्चस्तरीय गोष्टींचा तुमचे लक्ष्य आणि मार्गदर्शिकेसारखा उपयोग करून तुमच्या ध्येयाच्या निकट पोहोचण्यासाठी तुम्हाला काय करण्याची गरज आहे, हे स्पष्ट करणाऱ्या चार सुस्पष्ट उद्दिष्टांची (SMART) निर्मिती करा.

प्रत्येक उद्दिष्टानंतर पुढील प्रश्न तुम्ही स्वतःला विचारा :

- ते विशिष्ट आहे काय?
- ते मोजता येण्यासारखे आहे काय?
- ते प्राप्य (संपादन करण्यायोग्य)आहे काय?
- ते संसाधनयुक्त आहे काय?
- ते कालबद्ध आहे काय?

वैयक्तिक जीवन आणि फुरसतीचा वेळ

विचार करण्याचा नवा मार्ग या तंत्राच्या उपयोगावर केंद्रित ही योजना

असल्याने ती तुमच्या व्यवसायात जशी वापरता, अगदी तीच प्रक्रिया तुमच्या जीवनातील इतर क्षेत्रांमध्ये वापरू शकता. तुमच्या व्यावसायिकतेला आकार देत असतानाच तुमच्या जीवनातील दुसऱ्या पैलूंची (छंदांपासून ते खेळ आणि क्रीडेपर्यंत) आखणी करण्यासाठी तुम्ही हा खेळ खेळू शकता.

मानसिक स्थिती

एकदा तुम्हाला तुमचे उद्दिष्ट समजले, तुमची आदर्श भूमिका सुस्पष्ट झाली, योजना तयार केली आणि विशिष्ट उद्दिष्टे मांडल्यानंतर तुमच्यात प्रेरणा आणि गती निर्माण करण्यात साहाय्य करते. आधार देणाऱ्या विश्वासाची निर्मिती कशी करावी हा या प्रक्रियेतील विचारात घेण्यासारखा शेवटचा घटक आहे.

द बॉडी यू डिझर्व या पुस्तकात ॲन्थनी रॉबिन्स या विश्वासाची तुलना टेबलाच्या वरच्या भागाशी करून विश्वासासाठी एक अलंकार वापरतात. टेबलावर वस्तू ठेवायची झाल्यास, टेबल उभे राहण्यासाठी टेबलाला चार पाय पाहिजेत. हे पाय म्हणजे संदर्भ, स्मृती ज्या विश्वासाला आधार देतात, उचलून धरतात.

- तुमची स्मरणशक्ती वाईट आहे असा जर तुमचा विश्वास असेल तर- या विश्वासाला भूतकाळातील अनेक अनुभव आधार देऊन जखडून ठेवतात; कदाचित तुम्ही शाळेत असताना प्रसंग/घटना तुम्हाला आठवत नव्हत्या किंवा नावे तुम्ही नेहमी विसरून जात होता.
- दुसऱ्या बाजूने विचार केल्यास तुमची स्मरणशक्ती खूप जबरदस्त आहे असा तुमचा विश्वास असल्यास हा विश्वास तुमच्या कृती आणि लक्षात ठेवायच्या तुमच्या क्षमतांना आधार देईल, तसेच आदर्श भूमिकेपर्यंत पोहोचण्यासाठी पुढे जायला तुम्हाला प्रोत्साहित करील.

कोणत्याही गोष्टी लक्षात कशा ठेवाव्यात या उपक्रमात सक्रिय सहभाग देऊन नवीन संदर्भनिर्मितीचा मूर्त अनुभव तुम्हाला घेता येईल. नवीन चेतापेशीय महाजाले बनवून *माझी स्मरणशक्ती जबरदस्त आहे* , हा विश्वास संपादन करून भूतकाळात तुम्हाला अशक्य वाटणाऱ्या गोष्टी लक्षात ठेवण्याच्या मार्गांचा तुमचा अभ्यास झालेला असेल.

उच्च स्मरणशक्तीची गुरुकिल्ली

- ▶ तुमच्या उद्दिष्टांनुरूप तुम्ही तुमचे काम करा; तुम्ही जे काम करता त्यात मूल्यवर्धन कसे करता येईल, याचा शोध घ्या.
- ▶ तुमच्या मुख्य क्षमता काय आहेत, आणि त्यांचा तुमच्या आदर्श भूमिकेशी मेळ कसा बसतो?
- ▶ तुमची गोष्ट काय आहे/ तुम्ही आता जिथे आहात तिथपासून ते तुम्हाला जिथे जायचे आहे तिथपर्यंत तुम्ही कसे पोहोचाल?
- ▶ तुमची उद्दिष्टे (SMART) सुस्पष्ट करा- Specific, Measurable, Achievable, Resourced, Timed. (विमासासंका)
- ▶ तुम्हाला प्रोत्साहित करणारा विश्वास ओळखा आणि सर्वोत्कृष्ट स्मरणशक्तीसाठी स्वतःला अभिसंधित करा.

जाता जाता Final Thoughts

कोणतीही गोष्ट लक्षात ठेवण्याची क्षमता ही अमर्याद असते. कामगिरीचा उच्चतम स्तर गाठण्यासाठी तुमच्या स्मरणशक्तीला प्रशिक्षण देण्याचा मार्ग तुम्ही निवडू शकता, किंवा तुम्हाला आवडणारी काही तंत्रे निवडून तुम्ही करीत असलेल्या कार्यात मूल्यवर्धन करू शकता.

कृती- तुम्ही आता कुठे आहात?

कालमर्यादा : ५ मिनिटे

या पुस्तकातील आधीच्या भागात तुमच्या स्मरणशक्तीचे १-१० या मापनपट्टीवर तुम्ही त्या वेळी कुठे होता आणि कुठे राहू इच्छिता याचे मापन केले होते. आता तुम्ही स्वतःला त्या मापनपट्टीवर कुठे ठेवाल?

तुम्ही तुमच्या गाभाभूत सर्जनशील स्मरणशक्ती कौशल्याच्या सद्यःस्थितीचेसुद्धा मापन १-१० या मापनपट्टीवर केलेले आहे.

- आराम मिळविणे
- एकाग्रता
- कल्पकता
- साहचर्य

तुमच्या सर्जनशील स्मरणशक्तीच्या मापनपट्टीवर मापन आता तुम्ही कसे कराल?

मोठे/बृहद्/ विशाल चित्र

स्मरणशक्तीची अनेक तंत्रे आणि व्यूहरचनांचा ऊहापोह या पुस्तकात सर्वत्र केला आहे. या संदर्भात माझ्या दृष्टीने एक साधे चित्र कसे तयार होते ते मी तुमच्याशी शेअर करू इच्छितो.

प्रत्येक गोष्ट ही अध्ययनचक्राच्या भिंगातूनच केली गेली पाहिजे. ऐंद्रिय इनपुटस् तुम्ही मोकळ्या मनाने स्वीकारा, प्राप्त माहितीवर मनन केल्याची

खात्री करा आणि तुम्हाला आधीच माहीत असलेल्या माहितीशी याचा संबंध जोडा, प्राप्त केलेली माहिती तुमची स्वतःची कशी करता येईल याचे मार्ग शोधा, प्रश्न उपस्थित करा आणि ती तुमच्या उद्दिष्टांशी कशी जुळते यावर विचार करा आणि कोणत्या तरी स्वरूपात प्रत्यक्ष कृती करा. नव्या माहितीशी शक्य तेवढे बंध निर्माण करा.

समर्पक माहिती मिळविण्यासाठी तुम्हाला ते सुसज्ज करतात आणि अशी समर्पक माहिती आकलनयोग्य, स्मरणयोग्य आणि सुलभ संप्रेषणासाठी उपयुक्त अशा संपूर्ण मेंदू व्यूहरचनांवर आधारित असलेले मनोरेखन आणि वाचन व्यूहरचना या तुम्हाला एक विशाल चित्र आणि तपशील देतात.

सर्जनशील स्मरणशक्ती हा हुकमाचा एक्का आहे. तुम्ही स्मृती कशा निर्माण करता हे नैसर्गिक व्यूहरचनांमुळे (क्षमता) शक्य होते. ही कौशल्ये व्यवस्थित चालविली तर प्रचंड प्रमाणातील सविस्तर माहिती आणि वास्तव घटना पचविण्यास तुम्हाला मदत होईल आणि नवीन माहितीची सुयोग्य बांधणी करण्यासाठी आधार देऊ शकेल अशी एक चौकट निर्माण करणे शक्य होईल.

या सर्व व्यूहरचना कुठे मूल्यवर्धन करू शकतील यासाठीच्या योजनेबरोबर वापरल्यास तुमच्या जीवनात आणि व्यवसायात चिरकाल टिकणारे बदल घडवून आणता येतील.

तुम्ही जे शिकलात ते वापरा आणि ती परीक्षा उत्तीर्ण करा, मुलाखत द्या, पदोन्नतीकडे आगेकूच करा, नवीन कौशल्ये शिका, दुसऱ्यांपेक्षा वेगळे बना आणि या सर्वांच्या पलीकडे जाऊन तुम्ही मौज करा.

तुमचा प्रवास सुरू ठेवणे

तुमच्या स्मरणशक्तीत सुधारणा करण्याचे कार्य सतत सुरू ठेवण्यासाठी उपयुक्त कोणत्याही गोष्टी लक्षात कशा ठेवाव्यात यावरील तुमचा विश्वास दृढ करण्यास मदत करेल, असे एक छोटे संमोहन सत्र तुमच्यासाठी मी उपलब्ध केलेले आहे. www.howtorememberanything.co.uk

कोणत्याही गोष्टी लक्षात कशा ठेवाव्यात याच्या मोहक आणि फलदायी जगतात प्रवास सुरू ठेवायची तुमची इच्छा असल्यास वैयक्तिकरीत्या प्रत्यक्ष समोरासमोर किंवा एकास-एक सत्रात तुमच्याबरोबर काम करायला मला आवडेल.

पुढील पत्त्यावर तुम्ही संपर्कात राहू शकता-

www.howtorememberanything.co.uk

किंवा ट्विटरवर follow@markchannon

◆